விதியை

வடிவமைத்தல்

விதியைப் பற்றிய முதல் கோட்பாடு - அதை மாற்றமுடிவது என்பது நிகழ்காலத்தில் மட்டுமே இயலும்.

இரண்டாவது கோட்பாடு - நமது ஆசைகள், நம்மைக் கவரக்கூடியவை மற்றும் விலக்கக்கூடியவை, நமது விருப்பங்கள் மற்றும் விருப்பமின்மைகள் ஆகியவற்றைச் சார்ந்த நமது தினசரி எண்ணங்களின் மூலம், நாம்தான் நமது விதியை உருவாக்குகிறோம்.

மூன்றாவது கோட்பாடு - நமது விதியை வடிவமைக்க மனதின் மீது நாம் செயலாற்ற வேண்டும். இதற்கு நமக்கு ஒரு தியானப்பயிற்சி தேவை.

இப்புத்தகத்தில் நாம் ஆராய்ந்திடும் விதியைப் பற்றிய கோட்பாடுகளில் இறுதியானது என்னவெனில், நாம் தனித்தனியாக இல்லை; அனைவரும் இணைக்கப்பட்டுள்ளோம். மனித குலத்தின் விதியை வடிவமைப்பதற்கு, முதலில் நமது விதியை வடிவமைப்பதிலிருந்து ஆரம்பிக்க வேண்டும். அதன் பிறகு நமது வட்டத்தின் ஆரத்தை விரிவுபடுத்தி அதில் மற்றவர்களையும் உள்ளடக்கிக் கொள்ளலாம். அதன்பின், மனித குலம் சென்றுகொண்டிருக்கும் திசையை, நாம் அனைவரும் சேர்ந்து மாற்றக்கூடிய நாளும் நிச்சயம் வரும்.

தாஜி

விதியை வடிவமைத்தல்

த ஹார்ட்ஃபுல்னெஸ் வே

தாஜி

கம்லேஷ் படேல்

MANJUL

மஞ்சுள் பப்ளிஷிங் ஹவுஸ்

First published in India by

MANJUL

Manjul Publishing House

Corporate and Editorial Office

• 2nd Floor, Usha Preet Complex,
42 Malviya Nagar, Bhopal 462 003 - India

Sales and Marketing Office

• C-16, Sector 3, Noida, Uttar Pradesh, 201301, India

Website: www.manjulindia.com

Distribution Centres

Ahmedabad, Bengaluru, Bhopal, Kolkata, Chennai,
Hyderabad, Mumbai, New Delhi, Pune

Designing Destiny: The Heartfulness Way
by Kamlesh D. Patel and Joshua Pollock – Tamil edition

English edition first published by Westland in 2019
First published by Hay House USA in 2019
Hardback edition first published in 2022 by Juggernaut Books
Paperback edition first published in 2022 by Juggernaut Books

Tamil edition first published in India in 2023

ISBN 978-93-5543-320-6

Translation by: The Heartfulness Institute, Texas, USA

Printed and bound in India by Manipal Technologies Limited, Manipal

ஆராய்ச்சிக்கான பொருளும் நீங்களே,

ஆராய்ச்சியாளரும் நீங்களே,

அதன் விளைவும் நீங்களே.

உண்மையான பரிசோதனையாளர்கள் அனைவருக்கும் சமர்ப்பணம்.

நம் வாழ்க்கைப் பயணத்தில் விதி என்பதன் பொருள் என்ன?

எது நிலையானது மற்றும் எந்த அளவிற்கு மாறக் கூடியது?

நமது விதியை நாம் எவ்வாறு வடிவமைத்துக் கொள்வது?

பொருளடக்கம்

பகுதி ஒன்று : முகவுரை 1

1. விதியமைப்பு, தலைவிதி மற்றும் தனிப்பட்ட விருப்பம் 3

விதியை பற்றிய விளக்கம் 7

விதி நம்மை எங்கு இட்டுச்செல்கிறது? 10

தனிப்பட்ட விருப்பம் என்றால் என்ன? 14

ஒட்டுமொத்த விதி 15

இதை எப்படி தொடங்கலாம்,
இதற்காக நாம் பின்பற்ற வேண்டிய வழிகள் யாவை? 17

பகுதி இரண்டு : பயிற்சி 19

2. ஏன் பயிற்சி செய்யவேண்டும்? 21

3. ஓய்வுநிலைப்பயிற்சி 24

4. தியானம் 28

பிராணாஹுதி 31

ஆழ்ந்து செல்லுதல் 37

எண்ணங்களை என்ன செய்வது? 39

கூர்ந்து கவனித்தல் 42

ஒரு தியான நிலையை உருவாக்குதல் 45

ஒரு தாமரையைப்போல் இருத்தல் 51

5. கடந்த காலத்தை கடந்துசெல்ல அனுமதித்தல்: சுத்திகரிப்பு 53

நாம் எவ்வாறு பதிவுகளை உருவாக்குகிறோம்? 54

பதிவுகளின் வகைகள் 58

சுத்திகரிப்பு செய்வது எப்படி? 59

எது சுத்திகரிக்கப்படுகிறது? 62

எப்போது சுத்திகரிப்பை செய்யவேண்டும்? 62

பதிவுகள் உருவாகாமல் தவிர்ப்பது எப்படி? 63

உணர்ச்சிபூர்வமான எதிர்வினைகள் 65

6. ஆதிமூலத்துடன் நம்மை இணைத்துக்கொள்ளுதல்: பிரார்த்தனை 68
எப்படி பிரார்த்தனை செய்வது? 70
ஹார்ட்ஃபுல்னெஸ் பிரார்த்தனை 73
பிரார்த்தனையின் பயன் யாது? 74
7. மனப்பான்மை 77
ஒரு தினசரி நடைமுறை 79
அன்பு கவர்ந்திழுக்கிறது 81
ஒத்துழைப்பு 82
கருத்துத்தூண்டுதலின் (ஆலோசனையின்) சக்தி 83
8. தியானம், யோகா மற்றும் நரம்பியல் விஞ்ஞானம் 88
அறியாதவற்றை நோக்கி 88
ஓம் மற்றும் நரம்பியல் விஞ்ஞானம் 90
9. வழிகாட்டுதல் 94
வழிகாட்டி 94
கடவுள் என்பது என்ன? 99
பகுதி மூன்று : வாழ்க்கை முறை 103
10. உங்களுக்குள் மாற்றத்தைக் கொண்டுவாருங்கள் 105
உள்நோக்கம் 106
உங்கள் இதயம் கூறுவதைக் கேளுங்கள் 108
உணர்ச்சிகளைக் கையாளுதல் 111
மகிழ்ச்சியை கண்டறிதல் 131
விமர்சனம் நல்லதே! 133
நீங்கள் செய்யும் அனைத்திலும் சிறந்து விளங்குங்கள் 135
நேரத்தை நன்கு பயன்படுத்திக் கொள்ளுங்கள் 138
பணிவையும் எளிமையையும் வளர்த்துக் கொள்ளுங்கள் 140
இயல்பாகவும் மற்றும் உண்மையாகவும் இருத்தல் 142
அன்புடன் உரையாடுங்கள் 143
அன்புடன் உணவருந்துங்கள் 146
துன்பங்களை எவ்வாறு ஏற்றுக்கொள்வது? 147

நிதானம் 149
உறக்கமும், இயற்கையான லயகதிகளும் 150
கதிர்வீச்சு 163
11. உங்களது உறவுமுறைகளை சீரமைத்துக்கொள்ளுங்கள் 169
மரியாதை 169
அன்பு 172
ஏற்றுக்கொள்ளுதல் 176
ஒட்டுமொத்த விதி 180

பகுதி நான்கு : விதி, தனிப்பட்ட விருப்பம் மற்றும் தேர்ந்தெடுப்பதில் சுதந்திரம் 187
12. விதி 189
13. அனுபவங்களின் அர்த்தம் 195
14. பரிணாம வளர்ச்சி 201
மூன்று சரீரங்கள்: சரீரம், மனம் மற்றும் ஆன்மா 206
சூட்சும சரீரம் 211
தியானமும், தியான நிலையும் 214
அறிவாற்றல், பிரார்த்தனை மற்றும் சுத்திகரிப்பு 218
அகங்காரம் 219
சிந்தித்தலும், ஆழ்ந்த சிந்தனையும் 222
உணர்வுறுநிலை 223
சூட்சுமத்தன்மையின் படிநிலைகள் 225
15. விதி மற்றும் அதிர்வுகள் 229
அதிர்வுகளின் இணக்கத்தன்மை 229
மரணத்தருவாயில் அதிர்வுநிலை 230
கருத்தரிக்கும்போது அதிர்வுநிலை 234
அதிர்வுநிலையும், தியானமும் 236
ஆர்வம் கொள்ளுங்கள் 237

பகுதி ஒன்று

முகவுரை

1. விதியமைப்பு, தலைவிதி மற்றும் தனிப்பட்ட விருப்பம்

பரிணாம வளர்ச்சி மற்றும் விதியமைப்பு போன்றவற்றால் எப்போதுமே நான் வசீகரிக்கப்பட்டேன். என் சொந்த வாழ்விலும் கூட, என் வாழ்க்கையின் போக்கையே மாற்றிய மிக முக்கியமான தருணங்கள் இருந்திருக்கின்றன. அச்சமயத்தில் நான் எடுத்த ஒரு முடிவு என்னை ஒரு குறிப்பிட்ட பாதையில் வழிநடத்திச் சென்றது. அத்தகைய முக்கிய நிகழ்வுகளில் ஒன்று 1976ல், எனது பத்தொன்பதாவது வயதில் நடந்தது.

வழக்கமாக நான் தியானம் செய்வதைக் கண்ட எனது கல்லூரி நண்பர்களில் ஒருவன், ஒருநாள் என்னிடம் வந்து, 'நீ என்ன செய்கிறாய்? எதற்காக கண்களை மூடிக்கொண்டு உன் நேரத்தை வீணடிக்கிறாய்? தியானம் செய்ய முயலும்போது எப்போதுமே நீ அமைதியற்று இருப்பதைக் காண்கிறேன்' என்று வெளிப்படையாக கேள்வி எழுப்பினான்.

'நான் என்னால் முடிந்தவரை முயற்சி செய்கிறேன், ஆனால் எவ்வாறு செய்வது என்றுதான் தெரியவில்லை' என்றேன்.

'நான் ஒரு பெண்மணியிடம் உன்னை அழைத்துச் செல்கிறேன். அப்பெண்மணி உடனடியாக தன்னை மறந்த நிலையை அடைய உனக்கு உதவுவாள்' என்றான்.

என் மனதிற்கு அது இசைவாகத் தோன்றியதால், 'சரி, போகலாம்' என்றேன்.

கிட்டத்தட்ட நாற்பது வயதுள்ள பணிவு நிறைந்த ஒரு பெண்மணியிடம் என்னை அழைத்துச் சென்றான். அவர், 'எதற்காக நீ தியானம் செய்ய விரும்புகிறாய்?' எனக் கேட்டார்.

'இது எனது இயல்பான ஆசை. நான் தியானம் செய்யவும், சுவாமி விவேகானந்தரைப் போல இந்தியா முழுவதும் பயணிக்கவும் விரும்புகிறேன். நான் அவரைப் போல ஆகி, இறைவனை உணர விரும்புகிறேன்' என்றேன்.

அதற்கு அவர், 'என் வழிகாட்டி, இறைவன் எங்கும் இருக்கிறார் என கூறுகிறார். அவர் எங்கும் இருக்கிறார் எனில், நீ இருக்கும் இடத்திலிருந்தே அவரைக் காண முயற்சிக்கலாம், அல்லவா?' என்றார்.

அதற்கு, 'நான் துறவியாகி பின்பு மறைந்துவிட விரும்புகிறேன். எனக்கு திருமணம் செய்து கொள்வதில் விருப்பமில்லை' எனக் கூறினேன்.

அவர், 'ஒன்றே போதும் எனில் இருவேறு பாலினங்களை உருவாக்குவதற்கு இறைவன் ஒன்றும் முட்டாளல்லவே. திருமணத்திற்கு என்று ஒரு நோக்கம் உள்ளது' என்று கூறினாள்.

நான் கொண்டிருந்த இத்தகைய அடிப்படை நம்பிக்கைகளுக்கு சவாலளிக்கும் விதமாக பதிலளித்த பிறகு, 'இதைப்பற்றி மேலும் விவாதிக்க வேண்டாம். நான் *பிராணாஹுதி* மூலம் ஹார்ட்ஃபுல்னெஸ் தியானம் என்ற வழிமுறைக்கு உங்களை அறிமுகப்படுத்துகிறேன்' என்று அப்பெண்மணி கூறினார்.

எந்தக் கடவுளைப்பற்றி நான் பேசுகிறேன், எந்த வழிகாட்டியைப் பற்றி அவர் கூறினார் என்பது குறித்து நீங்கள் வியப்படையலாம். எத்தனை விதமான மக்கள் உள்ளனரோ, அத்தனை விதமான அர்த்தங்கள் இறைவனுக்கும் தரப்படுகிறது. அதற்கு முன்னரும்கூட, இறைவன் விளக்கப்படுவதற்குரிய ஒன்றாக எனக்கு இருந்ததில்லை, ஏனெனில், கடவுள் பண்புகளுக்கு அப்பாற்பட்டவர். விவரிக்கக் கூடியவையும், விளக்கக்கூடியவையும் பண்புகளை உடையவை, மேலும் இறைவன், பண்புகளையுடைய இவ்வுலகில் இருக்கிறார் எனும்போதும், விளக்கமுடியாத நிலையான, இன்மைநிலையே உண்மையில் இறைவனின் பிரதேசமாகும். இதே கோட்பாட்டிற்கு — ஆதிமூலம், படைப்பவர், பரம்பொருள், பூரணத்துவம், கடவுள் மற்றும் தெய்வீகம் என வேறு பல பெயர்களும் உண்டு.

அவர் வழிகாட்டி என கூறியது, தனது ஆன்மீக வழிகாட்டியைப் பற்றியே, அவர் மாஸ்டர் அல்லது குரு என்றும் அழைக்கப்படுகிறார்.

மற்ற துறைகளில் மாணவர்களுக்குக் கற்பிக்கும் ஒரு நல்லாசிரியரைப் போன்றே இவரும் ஒரு ஆன்மீக மாணவனுக்கு உறுதுணையாக இருந்து வழிகாட்டும் ஒரு ஆசிரியராவார். இது *பிராணாஹுதி* எனும் ஒரு விசேஷமான சாரத்தின் துணையை கொண்டு வழிநடத்தப்படுகிறது. ஹார்ட்ஃபுல்னெஸ் மரபின் ஆசிரியர்கள் பற்றியும் மற்றும் *பிராணாஹுதி* (*டிரான்ஸ்மிஷன்*) என்றால் என்ன என்பது பற்றியும் நீங்கள் இப்புத்தகத்தை படிக்கும்போது அறிந்து கொள்ளலாம்.

தியானப் பயிற்சிக்கான முதல் அமர்வு, என் வாழ்க்கையில் எனக்கு இதுவரையில் ஏற்படாத மிக அற்புதமான அனுபவமாக இருந்தது - இந்த வழிமுறையே எனக்கு பொருத்தமானது என்று நிரூபிக்கும் வகையில் அது மிகவும் ஆழ்ந்திருந்தது. ‘இந்த வழிமுறைக்கான பயிற்சியாளரே இவ்விதம் யோக சக்தியை செலுத்த முடியுமேயானால், இதன் வழிகாட்டியால் என்னென்ன செய்ய முடியும்!’ என சிந்தித்தேன்.

அவர் பெயர் ராம் சந்த்ர, அவர் ஷாஜஹான்பூரை சேர்ந்தவர் என்று அறிந்து கொண்டபின், அவரை சந்திப்பதற்காக ஏங்கிக் கொண்டிருந்தேன். ஆனால் நான் சிறிது காத்திருக்க வேண்டியதாக இருந்தது. ஏறக்குறைய ஒரு வருடம் கழித்து 1977ல் எனது கல்லூரி விடுமுறையின்போதுதான் அவரை சந்திக்க முடிந்தது. ஷாஜஹான்பூரை அடைந்தபோது, அவரை ஒரு அன்பான, எளிமையான, உண்மையான, யதார்த்தமான மனிதராக என்னால் காண முடிந்தது. அவரது முழுமையான எளிமை என்னை வியப்புறச் செய்தது. அவரைக் காண்கையில், எப்படி ஒரு மனிதரில் இத்தனை தூய்மையும், எளிமையும் இருக்கமுடியும் என்று வியப்பு தோன்றியது. அவரது மொத்த ஜீவிதமும் அன்பை ஒளிரச்செய்தது. அவர் மூலமாக எந்நேரமும் *பிராணாஹுதி* பாய்ந்து கொண்டிருப்பதை என்னால் உணர முடிந்தது. அவர் வழக்கமாக பெரும்பாலான நேரங்களில் இருப்பதுபோல் மௌனமாக இருந்தாலும் ஒருபோதும் அது சோர்வான தருணமாக இருந்ததில்லை. எப்போதுமே உள்முகத் தொடர்பு இருந்து கொண்டிருந்தது. அவரது பிரசன்னத்தை நானும் தொடர்ந்து உணர்ந்து கொண்டிருந்தேன். அதுதான் எனது வழிகாட்டியுடனான எனது ஆன்மீகப் பயணத்தின் தொடக்கமாக இருந்தது. அந்த சந்திப்பு முன்னதாகவே முடிவு செய்யப்பட்டு, விதிக்கப்பட்டிருந்ததா?

எப்போதுமே விதியைப் பற்றிய அடிப்படையான கேள்வி, ‘எது நிலையானது மற்றும் எது மாறக்கூடியது? நமது வாழ்க்கை, விதியால் கட்டுப்படுத்தப்படுகிறதா அல்லது நம் விதியை நமது தனிப்பட்ட விருப்பத்தின்படி தேர்ந்தெடுத்துக்கொள்ள முடியுமா?’

என்பதாக இருந்திருக்கிறது. நம் வாழ்க்கையில் கர்மா, ஜோதிடம், இறைவன், தலைவிதி மற்றும் தனிப்பட்ட விருப்பம் ஆகியவற்றின் தாக்கத்தைப் பற்றி ஆயிரக்கணக்கான வருடங்களாக முடிவற்ற விதத்தில் ஆய்வுகளும், விவாதங்களும் இருந்து வருகின்றன. சிலர் தலைவிதியை நம்புகிறார்கள், வேறு சிலர் தனிப்பட்ட விருப்பமும், தேர்ந்தெடுப்பதில் சுதந்திரமும் நமது பிறப்புரிமை என்று நினைக்கிறார்கள். பெரும்பாலானோர், தனிப்பட்ட விருப்பத்தையோ, தலைவிதியையோ ஏதேனும் ஒன்றை முழுமையாக அல்லாமல், இவ்விரண்டையும் கலந்து ஏற்றுக் கொள்கிறார்கள். இந்த இருவேறு மாறுபட்ட கண்ணோட்டங்களுக்கு இடைப்பட்ட ஏதோ ஒரு நிலையில் வாழ்க்கை வாழப்படுகிறது. இது மரபியலைப் போன்றதாகும். மரபணு தொகுதியின்படி ஒரு நிர்ணயிக்கப்பட்ட மரபியல் அமைப்பும் இருக்கும், அதே நேரம் மரபணுவை மாற்றி அமைக்கக்கூடிய வெளிப்புற மூலக்கூறுகளின் தாக்கமும் இருக்கும். அடிப்படையான மரபணு அமைப்பு நிலையானது, ஆனால் நமது சூழ்நிலை, எண்ணங்கள் மற்றும் உணர்ச்சிகள் ஆகிய அனைத்தின் தாக்கத்தின்படியும் நமது மரபணுக்கள் அவ்வப்போது மாறி மாறி தம்மை வெளிப்படுத்திக் கொள்கின்றன. விதியமைப்பைப் போலவே மரபியல் அமைப்பும் நிலையானதாகவும் மற்றும் மாற்றப்படத்தக்கதாகவும் இருக்கிறது. இவ்வாறு இல்லையெனில், பரிணாம வளர்ச்சி என்பது இருக்காது!

இந்தப் புத்தகத்தில், விதியை பற்றி நான் கற்றுக்கொண்டவைப் பற்றியும், நமது நம்பிக்கைகள் எவ்வாறு நம் வாழ்வில் தலைவிதி மற்றும் தனிப்பட்ட விருப்பம் தொடர்பான முக்கியத்துவத்தை தீர்மானிக்கின்றன என்பது பற்றியும், உங்களுடன் பகிர்ந்து கொள்கிறேன். சில எளிமையான ஹார்ட்ஃபுல்னெஸ் பயிற்சிகளையும், நம் விதியை மாற்றியமைக்க உதவக்கூடிய வாழ்க்கைமுறை மாற்றங்களையும் உங்களுடன் பகிர்ந்து கொள்கிறேன். இன்று நாம் என்ன செய்கிறோமோ, அது நம் எதிர்காலத்தை தீர்மானிக்கிறது. நாம் கடந்த காலத்தில் செய்தது எதுவோ அது ஏற்கனவே நமது நிகழ்காலத்தை நிர்ணயித்துவிட்டது. இவ்வாறுதான் நாம் விதியை வடிவமைக்கிறோம்.

நாம் ஒவ்வொருவரும் காலம் மற்றும் இடம் எனும் பரிமாணத்தில் வாழ்கிறோம். அந்தப் பரிமாணத்தில், நமது சக்திக் களத்தில் பதிவுகளை ஏற்படுத்திக் கொள்வதன் மூலம் தொடர்ந்து நமது அடையாளத்தை பதித்துக் கொண்டிருக்கிறோம். இவ்வாறு நாம், ஒரேவகையான தன்மைகளின் தொகுப்பாக விளங்கும் ஒரு தனித்துவத்தை, தனிமனிதப் பண்பை - அதாவது, ஒரு தனிப்பட்ட

ஒழுக்கம் அல்லது நமது எதிர்கால கர்மாவிற்கான செயல்திட்டத்தை நமக்காக உருவாக்கிக் கொள்கிறோம். கரும்பலகையை துடைப்பது போல சுத்தமாக அந்தப் பதிவுகளை நாம் நீக்க முடிந்தால், கர்மவினைகள் எனும் செயல்திட்டம் அழிக்கப்பட்டுவிடும். அதனால் நம் வரையறைகள் நீங்கி, எதிர்கால விதியமைப்பிற்கான சாத்தியக்கூறுகள் விரிவடையும். அத்தகைய பதிவுகளை எளிதில் நீக்கி, அதன் மூலம் சக்தி களத்தை தூய்மைப்படுத்தி, நமது இயல்புகளையும், கர்மாவையும் மாற்ற முடியும் என்பது ஒரு நற்செய்தியாகும். இப்புத்தகம் முழுவதிலும், இது எவ்வாறு செய்யப்படுகிறது என்பதை கண்டறிவோம், மேலும் பதிவுகளை நீக்குவது நமது வாழ்க்கையை எவ்வாறு முற்றிலும் மாற்றுகிறது என்பதையும் புரிந்துகொள்வோம்.

விதியை பற்றிய விளக்கம்

விதி எனும் இவ்விஷயத்தை நடைமுறைக்கேற்ற வழியில் அணுகுவதற்கு சில அடிப்படையான கோட்பாடுகள் நமக்கு உதவுகின்றன. விதியைப் பற்றிய முதல் கோட்பாடு என்னவெனில், அதை மாற்றமுடிவது என்பது நிகழ்காலத்தில் மட்டுமே இயலும். கடந்தகாலம் முடிந்துவிட்டது, அதை மாற்றமுடியாது. கடந்தகால நினைவுகளிலேயே சிக்கிக் கொண்டிருக்கக்கூடாது. ஏனெனில், குறிப்பாக, கடந்தகாலத்தில் ஏற்பட்ட பதிவுகளின் செயல்திட்டங்களை அழிப்பதற்காக அப்பதிவுகளை நீக்குவதற்கான பயிற்சியை நாம் மேற்கொள்ளும்போது, அது நமது விலைமதிப்பற்ற சக்தியை வீணடித்துவிடும். நிகழ்காலத்தில், இப்போது நாம் எப்படி வாழ்கிறோமோ, அதுவே எதிர்காலத்தை நிர்ணயிக்கிறது. இன்று நாம் என்ன செய்கிறோமோ, அதுவே முக்கியமானதாகும். நம் எதிர்கால பயணப்பாதை எனும் விதியை வடிவமைப்பதற்கு ஒவ்வொரு நாளும், அதில் ஒவ்வொரு கணமும் நமக்குக் கிடைத்துள்ள பொன்னான வாய்ப்பாகும்.

விதியைப் பற்றிய இரண்டாவது கோட்பாடு என்னவெனில், நமது ஆசைகள், நம்மைக் கவரக்கூடியவை மற்றும் விலக்கக்கூடியவை, நமது விருப்பங்கள் மற்றும் விருப்பமின்மைகள் ஆகியவற்றைச் சார்ந்த நமது தினசரி எண்ணங்களின் மூலம், நாம்தான் நமது விதியை உருவாக்கிக் கொள்கிறோம். சில விஷயங்கள் நம்மைக் கவர்வதையும், வேறு சில நம்மை விலக்குவதையும் மற்றும் சில விஷயங்கள் நடுநிலையில் இருந்து நம்மை பாதிக்காமல் இருப்பதையும் நீங்கள் கவனித்திருக்கிறீர்களா? நாம் சில விஷயங்களை விரும்பும்போது, அவற்றை நம் சக்திக் களத்தில் ஈர்த்துக்கொள்கிறோம். சிலவற்றை

விரும்பாதபோது, அவற்றை நம்மிடமிருந்து விலக்குவதாக நாம் நினைக்கிறோம், ஆனால் உண்மையில் நமது விருப்பங்களைப் போலவே அவையும் நம்மை வெகுவாக பாதிக்கின்றன; நேர்மறையான விதத்தில் இல்லாவிடினும், எதிர்மறையான விதத்தில் அவற்றையும் நம்முடன் பிணைத்துக்கொள்கிறோம். உதாரணத்திற்கு, நேசிப்பதைப் போலவே, வெறுப்பதும் ஒருவரை அதிக அளவில் நினைக்கச் செய்கிறது. ஒரு முறை நான் ஒரு குழுவினருக்கிடையில் ஏற்பட்ட முரண்பாட்டுக்கு சமரசம் செய்யவேண்டியதாக இருந்தது. அவர்கள், தங்களது குழுவின் தலைவியின் மீது மனவருத்தம் கொண்டிருந்தனர் - அவள் அவர்களின் மீது அடக்குமுறையைக் கையாண்டதால், அவர்கள் புண்பட்ட மனநிலையில் இருந்தனர். அவளைப் பற்றி என்னிடம் வந்து புகார் செய்தனர். அவர்கள் எந்நேரமும் அவளைப் பற்றியே நினைத்துக்கொண்டிருந்ததை அப்போது என்னால் உணர முடிந்தது. அவளது பலவீனத்தின் மீதும், குறைபாடுகளின் மீதும் தியானம் செய்து கொண்டிருந்தனர்! அவர்கள், தாம் செய்துகொண்டிருப்பதை உணர்ந்ததும், தங்களது அணுகுமுறையை முழுவதுமாக மாற்றிக்கொண்டனர். அதன் பின்னர், விஷயம் சுமூகமான நிலையை அடைய ஆரம்பித்தது.

பல நேரங்களிலும் விருப்பம் மற்றும் விருப்பமின்மை எனும் செயல்பாட்டில், அதைப்பற்றிய விழிப்புணர்வு நமக்கு இல்லாதபோதுகூட நமது எண்ணங்கள் மும்முரமாக ஈடுபடுகின்றன: ‘எனக்கு உண்மையிலேயே அந்த வீடு மிகவும் பிடித்திருக்கிறது, எனக்கு அது வேண்டும்!’, ‘அவள் மிகவும் அகந்தை கொண்டவள் - அவளுடன் வேலை செய்வதில் எனக்கு விருப்பமில்லை’, ‘நான் அவனைப்போல இருக்க விரும்புகிறேன் - அவன் மிகுந்த திறமைசாலி’, ‘இவர்கள் ஆபத்தானவர்களாக தெரிகிறார்கள், அவர்களை விட்டு ஒதுங்கியிருப்பது நல்லது’, ‘அவள் மிக அழகாக இருக்கிறாள், நானும் அவளைப்போல இருக்க விரும்புகிறேன்’, என்பது போன்றவை. நமக்கு விருப்பமோ, விருப்பமின்மையோ ஏற்படும் தருணங்களில், அவற்றிற்கு எதிர்ச்செயலாற்ற நம்மை அனுமதிப்பதன் மூலம் தொடர்ந்து நம் மனதில் பதிவுகளை ஏற்படுத்திக் கொள்கிறோம்.

துரதிர்ஷ்டவசமாக, நம்மில் பெரும்பாலானோர், இந்த அலைக்கழிக்கின்ற, எதிர்ச்செயல் ஆற்றக்கூடிய முறையிலிருந்து விடுபட, நம்மை பயிற்றுவித்துக் கொள்ளவில்லை. இலையுதிர் காலத்தில் மரத்திலிருந்து உதிரும் இலைகள் காற்றடித்த திசையிலெல்லாம் பறந்து செல்வதைப்போல, நாமும் எந்த திசையில் செல்வது என்று தெரியாமல் அல்லது எந்த உயர்ந்த நோக்கமும்

இல்லாமல், இழுத்துச் செல்லப்படும் திசைகளில் செல்கிறோம். நம் மனம் இவ்வாறு இருக்கையில், விதியைத் தீர்மானிப்பதற்கான எந்த திட்டமும், முன் யோசனையும் நம் தரப்பில் இல்லாமல், நமது அன்றாட நிகழ்வுகளே அதை தீர்மானிக்கின்றன.

அதற்கு நாம் என்ன செய்யலாம்? நமது விதியை வடிவமைக்கப் போகும் கருவிக்கு பயிற்சியளிப்பதிலிருந்து தொடங்கலாம்.

முதலில் ஒரு உதாரணத்தைப் பார்ப்போம். உங்களிடம் ஒரு அழகான *ஃபெராரி கார்* இருக்கிறது, நீங்கள் அதை எல்லா இடங்களுக்கும் ஓட்டிச்சென்று மகிழ்கிறீர்கள். பரந்த நெடுஞ் சாலைகளின் வழியாக, நீண்டசாலைப் பயணமாக, அற்புதமான கிராமப்புறத்தில் உங்கள் விருப்பம் போல பயணிக்கிறீர்கள். அந்த *காரை*, பராமரிப்பு செய்வதற்குகூட நேரம் இல்லாத அளவிற்கு அதை நீங்கள் தொடர்ந்து ஓட்டிக் கொண்டிருக்கிறீர்கள். சிறிது காலத்திற்குப் பிறகு *கார் என்ஜின்* சரியாக இயங்க முடியாமல், இறுதியில் நின்றுவிடுகிறது. விரைவிலேயே, அந்தக் கார் ஓட முடியாததொரு நிலையை அடைகிறது.

நான் ஏன் *ஃபெராரி காரைப்* பற்றிக் கூறுகிறேன்? விதியை வடிவமைப்பதற்கு, கார் என்ஜினுக்கு சமமாக நாம் எதை நல்ல நிலையில் வைத்துக்கொள்ளவேண்டும்? அதை நாம் மனம் அல்லது இதய-மனம் அல்லது சூட்சும உடல் எனக் கூறுகிறோம். மனதை ஒரே ஒருமுறை 'பராமரித்தால்' அல்லது 'பயிற்றுவித்தால்' போதும், நமக்கு விதியை வடிவமைப்பதற்கான ஒரு கருவி கிடைத்துவிடும். இதன் பொருள் என்னவெனில், உள்ளார்ந்த அமைதியையும், தெளிவையும் காண்பதற்காக நம் எண்ணங்களை ஒழுங்குபடுத்த வேண்டும். ஆழ்மனதிலிருந்து தொடர்ந்து வெளிவரும் உணர்ச்சிகளின் குழப்பங்களை நீக்கி, இதயத்தினுள், நம்மை ஒரு ரேடாரைப் போல வழிநடத்தக்கூடிய நமது மனித உள்ளார்ந்த ஆற்றலின் ஆழ்ந்த பகுதிக்கு செல்ல கற்றுக்கொள்ள வேண்டும். இதற்கு நமக்கு ஒரு தியானப் பயிற்சி தேவையாக உள்ளது, இப்புத்தகத்தில் அதைப் பற்றி நாம் ஆழ்ந்து ஆராய்வோம்.

'நான் இப்போது இருக்கும் நிலையில் மகிழ்ச்சியுடன்தான் இருக்கிறேன். நான் ஏன் மாறவேண்டும்? எனது விதியமைப்பில் இப்போதுள்ள நிலையில் என்ன தவறு இருக்கிறது?' என்று நீங்கள் கேட்கலாம். அது உங்கள் விருப்பம். நீங்கள் மகிழ்ச்சியுடனிருந்தால், நீங்கள் எதையும் மாற்றிக்கொள்ள விரும்பாதிருக்கலாம். ஆனால் உண்மையில் நீங்கள் பரிபூரண மகிழ்ச்சியுடன் இருக்கிறீர்களா? இதைப் பற்றி சிந்தித்து பாருங்கள். நீங்கள் உங்களைச் சுற்றியும்,

உங்களுக்குள் ஆழ்ந்து சென்றும், பொதுவாக நமது மகிழ்ச்சி வெளிப்புறமான பொருட்களையும் அல்லது சூழ்நிலைகளையும் சார்ந்திருக்கிறது என்பதைக் காண்பீர்கள். அதனால் சூழ்நிலையில் மாற்றம் ஏற்பட்டு துன்பம் நேரும்போது, அதை சமாளிக்க எவ்வித உள்ளார்ந்த ஆதரவும் இல்லாமல் போய்விடுகிறது. இது இயங்காமல் நின்றுவிட்ட காருடன் சாலையோரம் உதவியின்றி தனித்துவிடப்பட்ட *ஃபெராரி காரின்* ஓட்டுநரின் நிலையைப் போன்றது. என்ன நடந்தாலும் மகிழ்ச்சியுடன் இருப்பதற்கு உங்களை பயிற்றுவித்துக் கொள்வதே புத்திசாலித்தனம். வேறொரு விதத்தில் சிந்தித்துப்பாருங்கள்: உங்களுக்கு ஒரு கடுமையான அல்லது உயிருக்கு ஆபத்தான நோய் ஏற்படும்வரை உங்கள் உடல்நலத்தை கவனிக்காமலேயே இருப்பது நல்லதா? அதேபோல, உங்கள் மனம் அமைதியிழந்து ஒடிந்து போகும்வரை, அதை கவனிக்காமல் ஏன் காத்திருக்க வேண்டும்? அதை *ஃபெராரி காரைப்* போல அருமையான நிலையில் ஏன் வைத்திருக்கக் கூடாது?

விதி நம்மை எங்கு இட்டுச்செல்கிறது?

விதி என்பது நாம் எங்கோ அல்லது எதை நோக்கியோ சென்று கொண்டிருக்கிறோம் என்பதைக் குறிக்கிறது. விதி என்பது ஏற்கனவே முடிவு செய்யப்பட்டுவிட்ட ஒன்று என்றால், பிறகு வாழ்க்கையில் தனிப்பட்ட லட்சியங்களுக்கான அவசியம்தான் என்ன? ஆனால் நம் விதியை நாம்தான் வடிவமைக்கிறோம் என்பதை நாம் நம்பினால் நமது லட்சியத்துடன் அதற்கான ஒரு பாதையை அமைத்துக் கொள்வோம். மேலும், வாழ்க்கையில் நாம் விரும்புவது என்ன? சமுதாயத்தின் அனைத்துத் தரப்பினரும், அனைத்து கலாச்சாரத்தைச் சார்ந்த மக்களும் இதற்கு சொல்லக்கூடிய பொதுவான பதில் என்னவெனில், மகிழ்ச்சி, மனநிறைவு மற்றும் அன்பு என்பதுதான். மேலும், *அஷ்டவக்ர* கீதை மற்றும் *பைபிள்* போன்ற சில உன்னதமான நூல்களில் அக்கால மகான்கள் என்ன கூறியுள்ளனர்? அஷ்டவக்கிரர் ஜனகரிடம், மன்னிப்பு, எளிமை, பரிவு, மனநிறைவு மற்றும் சத்தியத்தை கடைப்பிடித்தால், அதன் முக்கிய பலனாக, மகிழ்ச்சியும், அன்பும் வெளிப்படும் என்று கூறினார். பைபிளிலும் ஏசுநாதரின் போதனைகள், இத்தகைய கோட்பாடுகளையே அடிப்படையாகக் கொண்டுள்ளன.

எது மகிழ்ச்சியையும், மனநிறைவையும், அன்பையும் அளிக்கிறது? ஒருவேளை உங்களுக்கு தற்சமயத்தில் அது, ஒரு அற்புதமான உறவுமுறை அல்லது சிறந்த பணி, நிறைவான வாழ்க்கையுடைய

குழந்தைகள் அல்லது ஒரு சௌகரியமான வாழ்க்கைமுறை என்பதாக இருக்கலாம். ஆனால், எது இருந்தாலும், அமைதியும், சாந்தமும் இல்லையென்றால் உங்களால் ஒருபோதும் மகிழ்ச்சியாக இருக்க முடியாது.

இப்புத்தகத்தில் நாம் பார்க்கப்போவதுபோல், இவ்விஷயத்தை நாம் ஆழ்ந்து கவனிக்கும்போது, மகிழ்ச்சி வெளிப்புற விஷயங்களை அல்லது மற்றவர்களை சார்ந்திருப்பதல்ல என்று நான் கூறுவதை நீங்கள் சரியென ஏற்றுக்கொள்வீர்கள். வெற்றிகரமான கல்வி, மகிழ்ச்சியான குடும்ப வாழ்க்கை, வங்கிக் கணக்கில் தேவையான அளவு பணம், நல்ல நண்பர்கள், இன்பம் அடைதல், உடைமைகள் போன்றவை தற்காலிகமான உற்சாகத்தை தருகின்றன. அவை அன்றாட வாழ்க்கைக்கு அவசியம்தான், ஆனால் அவை நிலையான மகிழ்ச்சிக்கு உறுதி அளிப்பதில்லை. ஏன் தெரியுமா? அவை குறுகிய காலத்திற்கு மட்டுமே நிலைக்கக்கூடியவை. அவை உங்களைவிட்டு நீங்கியதும், மகிழ்ச்சி மறைந்துவிடுகிறது. மேலும், நீங்கள் மகிழ்ச்சியுடன் இருப்பதும், இல்லாதிருப்பதும் மற்றவர்களைச் சார்ந்த விஷயமாக இருப்பது புத்திசாலித்தனமான வாழ்க்கைமுறை அல்லவே! நமது மகிழ்ச்சிக்காக வெளிப்புற ஆதாரங்களைச் சார்ந்திருப்பதை, நிலையான மகிழ்ச்சியைத் தரக்கூடிய வேறு ஏதோ ஒன்றைக்கொண்டு சமன்செய்ய வேண்டியதாக இருக்கிறது. நிலையான மகிழ்ச்சியைக் கண்டுபிடிக்க நாம் நமக்குள் ஆழ்ந்து சென்று கவனிக்க வேண்டும். இது, உள்ளார்ந்த மற்றும் வெளிப்புற வாழ்க்கைக்கு இடையில் ஒரு சமநிலையைக் கொண்டு வருவதைப் பற்றிய விஷயமாகும்.

நம் மனம் அமைதியாக, சமன்பட்டு, மகிழ்ச்சியுடன் இருக்கிறது என்று ஒரு நிமிடம் எண்ணிப் பார்க்கலாம். அதிலும் குறிப்பாக, பரபரப்பான, மன அழுத்தம் தரக்கூடிய மற்றும் எவ்விஷயத்திலும் ஒரு குறுகிய கால கவனமே இருக்கக்கூடிய இந்த நவீன உலகத்தில் இதுவே ஒரு பெரிய சாதனைதான். ஆனால் மகிழ்ச்சி மற்றும் அமைதியுடன் இருப்பது மட்டுமே நமது விதியமைப்பாகி விடுமா? இல்லை. அது முன்னேற்றத்திற்கான ஒரு படி மட்டுமே. அமைதியான மனதைக் கொண்டு என்ன செய்யலாம், அதை எப்படி உபயோகிக்கலாம் என்பதை அறிந்துகொள்வதே முக்கியமானது.

நாம் என்ன செய்கிறோமோ அதில் மேம்பட்டு, நமது சாத்தியங்களை விரிவுபடுத்தும் விதத்தில் நமது சுயமுன்னேற்றத்திற்காக பாடுபடுகிறோம். மனிதர்கள் எப்போதுமே இதை செய்து வந்திருக்கிறார்கள். தமது குறிக்கோள்களை அடையும் பொருட்டு

போராட்டங்களுக்கும், அசௌகரியங்களுக்கும் உட்பட தயாராக இருந்திருக்கிறார்கள். ஒலிம்பிக்கில் தங்கம் வாங்கியவரும் சரி, வயலின் வித்வானும் சரி, ஏன், நடக்கக் கற்றுக்கொள்ளும் ஒரு சிறு குழந்தைக்கும்கூட இது தெரியும். வாழ்க்கையில் ஒரு லட்சியமோ அல்லது குறிக்கோளோ உடைய எவருமே இதை அறிவார். நாம் விரும்பும் ஏதோ ஒன்றிற்காகப் போராடுகிறோம். மனநிறைவு என்பது நமக்கு போதுமானதாக இல்லை. நாம் விரும்பும் எதிலும் மேம்படவும், முன்னேறவுமே பாடுபடுகிறோம்.

வாழ்க்கை என்பது வளர்ச்சியைப் பற்றியது, ஒவ்வொரு வாழ்க்கையும் ஏதோ ஒரு விதமான வளர்ச்சியைக் கொண்டதே. அது விவேகத்தை, திறமைகளை மற்றும் மனப்பான்மைகளை வளர்த்துக் கொள்வதாக இருக்கலாம். புதிதாக ஒன்றை உருவாக்குதலும், கண்டுபிடிப்புகளும் கூட வளர்ச்சிதான். தோல்வியும், போராட்டமும் உள்ள வாழ்க்கையும் நமக்கு நிறைய பாடங்களை கற்றுக்கொடுத்து எதிர்கால வளர்ச்சிக்கு வழிவகுக்கிறது. நாம் முன்னரே எதையும் அனுமானிக்க முடியாது; ஏனெனில், எதுவும் நிகழ்ந்த பிறகே, நமது தோல்விகளும் எவ்விதமாக நமக்கு விவேகத்தைக் கொடுக்கின்றன என்பதை புரிந்துகொள்ள முடிகிறது. நமக்குத் தெரிந்ததெல்லாம், மேம்படுவதற்கும், எல்லைகளைத் தாண்டி நாம் அறியாத ஒன்றிற்காக முன்னேறுவதற்குமான உந்துதல் மனிதனின் ஒரு இயல்பாக உள்ளது என்பதேயாகும். 'வாழ்க்கையின் நோக்கம் என்ன?' என்பதைப் போன்ற கேள்விகளை நாம் எழுப்புவதெல்லாம் நமக்கு இந்த உந்துதல் இருக்கிறது என்பதையே காட்டுகிறது. ஹோமோ சேபியன்ஸ் என்பதற்கு 'விவேகமான மனிதன்' என்பது பொருள். 'மேன்' **(Man - மனிதன்)** எனும் ஆங்கில வார்த்தையும் கூட வடமொழியின் 'மனஸ்', அதாவது, மனம் என்பதிலிருந்து வந்தது. நாம் நம்மை, நம் உடலைக் கொண்டு அடையாளம் காண்பதைவிட மனதைக்கொண்டே அடையாளம் காண்கிறோம்.

'உங்கள் முகம் சரியாக இல்லையே? உங்களுக்கு என்ன ஆயிற்று?' என்று எவராவது கேட்டால், அது உங்கள் மனதைப் புண்படுத்தலாம். ஆனால், 'உங்களுக்குப் பைத்தியமா?' அல்லது 'நீங்கள் ஒரு முட்டாள்!' என்று கூறினால், அது உங்களை இன்னும் அதிகமாகப் புண்படுத்தும். மனநலத்தைப் பற்றி அவமதிப்பாகக் கூறுவது நம் அகங்காரத்தை பாதிக்கிறது. அதனால்தான் உடல் சார்ந்த நோயைவிட மனநல பாதிப்பு என்பது ஒரு அவமானத்திற்குரிய விஷயமாக இருக்கிறது. ஷிசோஃப்ரேனியா **(schizophrenia)** எனும் மனக்கோளாறு மற்றும் நீரிழிவு நோய் இரண்டுமே கடுமையான

உடல்நலப் பிரச்சினைகள்தான் என்றாலும், மனக்கோளாறை விட நீரிழிவு நோய் ஏற்றுக்கொள்ளத்தக்கதாகிறது.

2017 ஏப்ரல் மாதம், உலக சுகாதார அமைப்பு, உலகத்தில் உடல்நலக்குறைவிற்கான காரணங்களில் மனச்சோர்வே முதல் இடம் வகிப்பதாக அறிவித்தது. அப்போது 30 கோடிக்கும் அதிகமான மக்கள் மனச்சோர்வினால் அவதியுற்றிருந்தனர். இது எதைக் குறிக்கிறது? பெரும்பாலான மக்கள் மகிழ்ச்சியற்று இருக்கிறார்கள், வாழ்க்கையில் இன்னும் அதிக நேர்மறையான, குதூகலமான குறிக்கோளை கண்டுபிடிக்க விரும்புகிறார்கள் என்பதே இதன் பொருள். இந்த அளவிற்கு அதிக மனச்சோர்விற்கு வழிவகுக்கும் சிக்கலான நிலையைக் கையாள்வதற்கு முயற்சி எடுக்க வேண்டிய, சரித்திரத்தின் ஒரு முக்கியமான காலகட்டத்தில் நாம் இருக்கிறோம்.

நமது சூழ்நிலையை ஆராய்ந்து பார்த்தால், ஒரு பக்கம் நாம் செல்வம், சொத்து, இன்பம், திருப்தி மற்றும் வெற்றி ஆகியவற்றிற்கான ஆசைகளால் இழுக்கப்படுகிறோம், மறுபக்கம் இலகுத்தன்மை, மகிழ்ச்சி மற்றும் அன்பு ஆகியவை, உயரிய ஏதோ ஒன்றை நோக்கி நம்மை ஈர்க்கின்றன. உண்மையில், உயர்ந்த லட்சியத்திற்கான இந்த உந்துதலே நமது பெரும்பாலான நடத்தையை இயக்குவிக்கிறது. உதாரணத்திற்கு, அன்பு ஏன் நமக்கு மிக முக்கியமான விஷயமாக இருக்கிறது என்பதைப் பார்ப்போம். காதலிக்கும் ஒருவரின் நடையில் ஒரு துள்ளல் இருக்கிறது, ஒரு சிறு குழந்தைக்கு ஊட்டம் மிக்க உணவைப்போன்றே தாயின் அன்பும் அவசியமாகிறது. தாத்தா, பாட்டிக்கும், பேரக்குழந்தைக்கும் இடையில் உள்ள அன்பு காண்பதற்கு மிகவும் அழகான விஷயங்களில் ஒன்றாக இருக்கிறது.

நாம் வாழ்க்கைக்கு ஒரு அர்த்தத்தையும், குறிக்கோளையும் தேடுகிறோம். அன்பையும், உள்ளார்ந்த மகிழ்ச்சியையும் தேடுகிறோம். இதை நம் அன்றாட செயல்முறைகள் பலவற்றிலும் காணலாம். இதற்கு உதாரணம் கூறுவதனால், இயல்பான வழியிலோ அல்லது இயற்கைக்கு மாறான விதத்திலோ, நாம் இவ்வுலக வாழ்க்கையிலிருந்து தப்பிக்க ஏன் விரும்புகிறோம்? குழந்தைகள் உலகத்தை ஏன் ஒரு வியப்பான உணர்வுடன் காண்கிறார்கள்? பெரியவர்கள் ஏன் பகல்கனவு காண விரும்புகிறார்கள்? இவையெல்லாமே, நம் மானிட வாழ்க்கையின் ஒரு பகுதியான ஆன்மீகப் பரிமாணம் எனும் நம் ஜீவிதத்தின் வேறொரு மட்டத்துடன், உள்ளார்ந்த தொடர்பு ஏற்படுவதற்கான தேடலின் அடையாளமேயாகும். விதியமைப்பிற்கான பரந்த கண்ணோட்டத்திலும், அதாவது, இந்த வாழ்க்கையிலும் மற்றும்

இவ்வாழ்க்கைக்கு அப்பால் உள்ள நிலைக்கும் கூட இது முக்கியமானதாகிறது. ஆனால் நம் எதிர்காலத்தை நம்மால் எந்த அளவிற்கு மாற்ற முடியும்? அது ஏற்கனவே திட்டமிடப்பட்ட விஷயம்தானா அல்லது நம்மால் நம் வாழ்க்கைக்கு வழியை ஏற்படுத்த முடியுமா?

தனிப்பட்ட விருப்பம் என்றால் என்ன?

நம் எதிர்காலத்தை நாமே உருவாக்கலாம் என்று வைத்துக் கொள்வோம். நம் வாழ்க்கையின் அனைத்து விஷயங்களிலும் இது சாத்தியமாகுமா? இதைப் பற்றி நாம் பிறகு ஆராயலாம், ஆனால் இப்போது இதை மட்டும் பார்ப்போம், நமக்கு மூன்று விதமான சரீரங்கள் உள்ளன: பௌதீக சரீரம் அல்லது *ஸ்தூல சரீரம்*, மனம் அல்லது *சூட்சும சரீரம்* மற்றும் ஆன்மா அல்லது *காரண சரீரம்*. இவை ஒவ்வொன்றுக்கும் வெவ்வேறு விதமான அணுகுமுறை தேவைப்படுகிறது.

முதலில் நம் பௌதீக சரீரத்தை எடுத்துக்கொள்வோம். அதை எந்த அளவிற்கு நம்மால் மாற்ற முடியும்? நம்மில் சிலர் குட்டையாக, திடகாத்திரமாக உள்ளோம்; சிலர் உயரமாக, மெலிதாக உள்ளோம். நாம் என்ன செய்தாலும் ஏற்கனவே இருப்பதிலிருந்து வேறொன்றாக மாற்ற முடியாது, சத்தான உணவு, தினசரி உடற்பயிற்சி, நல்ல சுகாதாரம், சரியான தூக்கம், இயற்கையுடன் இசைந்து வாழ்தல் ஆகியவற்றின் மூலம் நம் உடல்நலத்தை மேம்படுத்திக் கொள்ளலாம், ஆனால் நம் உடல் அமைப்பையும், மரபணுக்களின் அமைப்பையும் மாற்றக்கூடிய சாத்தியம் மிகவும் குறைவுதான்.

அடுத்தது, நாம் ஆன்மாவைப் பற்றி பார்ப்போம்; அதை காரண சரீரம் எனவும் கூறலாம், ஏனெனில், அதுதான் நாம் வாழ்வதற்கான காரணமாகும். இதைப்பற்றி இரண்டு வகையான கருத்துகள் உள்ளன: முதலாவது கருத்தின்படி, ஆன்மா ஏற்கனவே பூரணமானது மற்றும் மாற்ற முடியாதாகும். மற்றொன்றின்படி, ஆன்மாவிற்கும் ஒரு நோக்கம் உள்ளது, அந்நோக்கம் பரிணாம வளர்ச்சியடைவது என்பதாகும். இவ்விரு கருத்துகளில் எதை எடுத்துக்கொண்டாலும், ஆன்மாவின் பரிணாம வளர்ச்சி, நமது கட்டுப்பாட்டுக்குள் இல்லை என்பதே விஷயம். அது சில பயிற்சிகளின் பலனாகவே நிகழ்கிறது, அதை இப்புத்தகத்தில் நாம் ஆராய்வோம். ஆன்மாவின் ஜீவிதத்திற்கு ஊட்டமளிப்பதே, காரண சரீரத்திற்கு நாம் அளிக்கக்கூடிய ஆதரவாகும்.

இப்போது இதில் இவ்விரண்டுக்கும் இடைப்பட்ட மூன்றாவது சரீரமான மனம் மட்டுமே சேர்க்கப்படவில்லை. இது சூட்சும சரீரம் அல்லது நுட்ப சரீரம் என அழைக்கப்படுகிறது. இதுவே மனம் மற்றும் இதயத்திற்கான சக்தி களம். இதில் எது மாற்றமடைகிறது? உண்மையில், இதிலுள்ள அனைத்துமே மாற்றமடைய முடியும். எண்ணங்களை ஒழுங்குபடுத்துவதற்கு நம்மை நாம் பயிற்றுவிக்கலாம், மேலும் நமது செயல்பாடுகள், பயங்கள், நமது எண்ணங்கள் மற்றும் உணர்ச்சிபூர்வமான எதிர்ச்செயல்கள் போன்றவற்றின் மீது நாம் பணியாற்றலாம். முடிவெடுக்கும் திறனை, இதயத்தின் பெருந்தன்மையை, நம் மனப்பான்மையை, மனோசக்தியை மற்றும் அன்பு செலுத்தக்கூடிய திறனை நாம் வளர்த்துக்கொள்ளலாம். இவை அனைத்துமே அதிக அளவில் மாற்றமடைய முடியும். நம் விதியை வடிவமைப்பதற்கு நாம் பண்படுத்துகின்ற முக்கியமான சரீரம் இதுவேயாகும்.

ஒட்டுமொத்த விதி

இப்புத்தகத்தில் நாம் ஆராய்ந்திடும் விதியைப் பற்றிய கோட்பாடுகளில் இறுதியானது என்னவெனில், நாம் தனித்தனியாக இல்லை; அனைவரும் இணைக்கப்பட்டுள்ளோம். நாம் நமது தனிப்பட்ட விதியை வடிவமைப்பது மட்டுமின்றி, ஒரு இனமாக, சமுதாயமாக பரிணாம வளர்ச்சியடைந்து கொண்டிருக்கிறோம். இது ஒன்றிணைந்த பரிணாம வளர்ச்சி எனப்படுகிறது. தனிநபர்களாக முதலில் நாம் பரிணாம வளர்ச்சியடைந்தால் மட்டுமே இது சாத்தியமாகும்.

நம்மில் பலர் அரசியல், அரசாங்க செயல் திட்டங்கள், சமுதாய காரணங்கள் மற்றும் சிறு சிறு அமைப்புகள் போன்ற புறவிஷயங்கள் மூலம் உலகத்தையும், நமது ஒட்டுமொத்த விதியையும் மாற்ற விரும்புகிறோம், இவை அனைத்திற்குமே அவற்றிற்குரிய பங்கு இருக்கத்தான் செய்கிறது. ஆனால் சமுதாயம் என்பது தனிப்பட்ட நபர்களால் ஆனது, 'ஒவ்வொருவரும் உலகை மாற்ற எண்ணுகிறார்கள், ஆனால் எவருமே தன்னை மாற்றிக்கொள்ள எண்ணுவதில்லை' என்று லியோ டால்ஸ்டாய் ஒருமுறை கூறினார். உலகை மாற்றுவதற்கு முன்னால் நாம், நம்மை மாற்றிக்கொள்ள வேண்டும். மனித குலத்தின் விதியை வடிவமைப்பதற்கு, முதலில் நமது விதியை வடிவமைப்பதிலிருந்து ஆரம்பிக்க வேண்டும். அதன் பிறகு நமது வட்டத்தின் ஆரத்தை விரிவுபடுத்தி அதில் மற்றவர்களையும் உள்ளடக்கிக் கொள்ளலாம். அதன்பின், மனித

மூன்று சரீரங்கள்

குலம் சென்றுகொண்டிருக்கும் திசையை, நாம் அனைவரும் சேர்ந்து மாற்றக்கூடிய நாளும் நிச்சயம் வரும்.

இதை எப்படி தொடங்கலாம், இதற்காக நாம் பின்பற்ற வேண்டிய வழிகள் யாவை?

விதியை வடிவமைக்கக்கூடிய இந்த செயல்முறை மூன்று முக்கிய படிகளைக் கொண்டது. அதில் முதலாவது, **அனைத்தும் பயிற்சியின் மூலம்தான் தொடங்குகிறது** என்பதாகும். மனதை பண்படுத்துவதற்கு ஒரு பயிற்சித் தொகுப்பு தேவைப்படுகிறது, அதன் மூலம் மனம், நமது வளர்ச்சிக்கான ஒரு கருவியாக ஆகிறது. அத்தகைய உள்ளார்ந்த பயிற்சிகள், தியானப் பயிற்சிகள் அல்லது ஆன்மீகப் பயிற்சிகள் எனப்படுகின்றன. எனக்கு பலனளித்த ஹார்ட்ஃபுல்னெஸ் பயிற்சிகளை நான் உங்களுடன் பகிர்ந்துகொள்கிறேன். நாம் பயிற்சியில் ஆரம்பிக்கிறோம். ஏனெனில், மாற்றம் என்பது உள்ளிருந்து வெளிப்பட்டால் மட்டுமே அது பலன் தரக்கூடியதாகவும், நிலைத்தும் இருக்கும்.

ஹார்ட்ஃபுல்னெஸ் என்பது தியானத்திற்கு ஒரு எளிய, விஞ்ஞானரீதியான அணுகுமுறையை நமக்கு அளிக்கிறது: நாமே ஆராய்ச்சிப் பொருளாகிறோம், நாமே பரிசோதனை செய்கிறோம் மற்றும் அதன் விளைவும் நாமேதான். நம் இதயமே நமது ஆய்வுக்கூடம். இதற்கு நமக்கு என்ன தேவைப்படுகிறது? ஆர்வம், உற்சாகம் மற்றும் விருப்பம். நம் மனதையும், இதயத்தையும் தூய்மைப்படுத்தி, எளிமைப்படுத்திய பின், உண்மையில் நம்மால் உணர்வுநிலையை விரிவடையச் செய்யவும், நம் உள்ளார்ந்த திறன் முழுவதையும் உணரவும், ஒரு குறிக்கோளுடன் வாழவும் முடிகிறது.

சிறிது காலத்திற்குப் பிறகு நமது **பயிற்சியானது ஒரு வாழ்க்கைமுறைக்கு வழிவகுக்கிறது**. இது இயல்பான மற்றும் அவசியமானதொரு படியாகும். ஏனெனில் உள்ளார்ந்த மாற்றம் மட்டுமே போதுமானதல்ல. அது நம் அன்றாட வாழ்க்கையிலும் பிரதிபலிக்க வேண்டும். நாம் இன்னும் நல்ல மனிதர்களாக, கனிவானவர்களாக, பரிவுடையவர்களாக மற்றும் இன்னும் அதிகம் கொடுக்கக்கூடியவர்களாக மாறாவிடில், தியானம் செய்வதால் என்ன பயன்? அது வீணானதாகும். முடிவில், உள்ளார்ந்த மாற்றம் மற்றும் வெளிப்புற மாற்றம் என பிரிக்க முடியாத விதத்தில் நம் வெளிப்புற பழக்கங்களும், நடத்தைகளும் நம் உள்முக நிலையின் பிரதிபலிப்பாக

இருக்க வேண்டும். ஆகவே எப்போதும் நம் புற நடத்தைகளுக்கும், உள்ளார்ந்த தன்மை மாற்றத்திற்கும் இடையே ஒரு நுண்ணிசைவு இருந்து கொண்டிருக்கும். தியானத்தின் மூலம் நாம் வளர்ச்சியடைந்து நம் உள்முக ஆற்றலை விரிவுபடுத்திக் கொள்ளும்போது, நம் வாழ்க்கைமுறையையும் பண்படுத்திக் கொள்வது அவசியமாகும். இரண்டும் ஒன்றோடொன்று இணைந்துசெல்லும்.

இறுதியில், **வாழ்க்கைமுறையானது விதியமைப்பிற்கு வழிவகுக்கிறது.** பயிற்சி மற்றும் வாழ்க்கைமுறையில் மாற்றங்களின் மூலம், தனிமனிதப் பண்பை செம்மைப்படுத்தும் இந்த செயல்முறையே ஆன்மீகப் பயணம் அல்லது *யாத்ரா* எனப்படுகிறது. இது யோக வழி எனவும் அறியப்படுகிறது. இத்தகைய செயல்முறையை பின்பற்றுவதன் மூலம், விதியை வடிவமைப்பது நமது இயல்பாகவே ஆகிவிடுகிறது.

நம் வாழ்க்கைப் பயணத்தின் மூலம், நம் விதியை படிப்படியாக, சிறிது சிறிதாக உருவாக்குகிறோம். ஒவ்வொரு கணமும் வாழ்க்கையின் குறிக்கோளை நோக்கியோ அல்லது அதை விட்டு விலகியோ செல்லக்கூடிய ஏதோ ஒரு வழியை நாம் தேர்ந்தெடுக்கிறோம். ஆனால் நம் யாத்திரை ஒரு நேர் பாதையில் செல்வதில்லை, சில நேரங்களில் முன்னேறுவதற்காக பின்னோக்கியும் செல்கிறோம். நாம் தவறிழைக்கிறோம், அதன் மூலம் கற்றுக்கொள்கிறோம். இவ்வனைத்தும் பலவித அனுபவங்களால் பின்னப்பட்டிருக்கும் நம் யாத்திரையின் ஒரு பகுதிதான். நம் ஒவ்வொரு எண்ணம் மற்றும் செயலின் பங்களிப்பும் இதில் இருக்கிறது.

நம் வாழ்க்கைமுறை செம்மையடையும்போது, நம் உணர்வுநிலை விரிவடைந்து, சூட்சுமமானதாகிறது. அதன் மூலம் நாம் இயல்பாக, முயற்சியின்றி விதியை வடிவமைக்கும் திறனை அடைகிறோம். இப்போது அந்தப் பாதையை நாம் இணைந்து ஆராய்வோம்.

பகுதி இரண்டு

பயிற்சி

தியானம், உங்களுக்கு அனைத்தையும் வழங்கும் என்பதல்ல.
ஆனால் சரியான விதத்தில் செய்யப்படும் தியானம்
ஒரு உள்நிலையை உருவாக்குகிறது,
அந்த உள்நிலை உங்களை மாற்றம் அடையச் செய்யும்.

2. ஏன் பயிற்சி செய்யவேண்டும்?

எனது வாழ்வில் பெரும்பகுதி ஒரு ஆன்மீக மாணவனாக நான் இருந்ததால், எந்த ஒரு ஆன்மீகப்பயிற்சியின் நோக்கமும் உணர்வுறு நிலையினை விரிவடையச் செய்வதே என்னும் முடிவிற்கு வந்திருக்கிறேன். இந்தப் புத்தகத்தை நீங்கள் படிக்கும்போது, இந்தக் கூற்றின் அர்த்தம் உங்களுக்கு இன்னும் தெளிவாகும். கீழே கூறியுள்ளபடி, ஹார்ட்ஃபுல்னெஸ் பயிற்சிகள் நம்மிடம் இருக்கும் உணர்வுறுநிலையினை, உலகாயத உணர்வுறுநிலையிலிருந்து தெய்வீக உணர்வுறுநிலைக்கு விரிவடைந்து பரிணாம வளர்ச்சி அடைவதை சாத்தியமாக்குகின்றன என்று கூறுவது தற்போது போதுமானது:

நான் என்பதிலிருந்து நாம் என்பதற்கு,

சுயநலத்திலிருந்து சுயநலமின்மைக்கு,

எதிர்ச்செயல் ஆற்றுதலிலிருந்து இதயபூர்வ மறுமொழிக்கு,

தீவிர உணர்ச்சியிலிருந்து பரிவிற்கு

கோபத்திலிருந்து அன்பிற்கு,

ஆணவத்திலிருந்து பணிவிற்கு,

பதற்றத்திலிருந்து நிதானத்திற்கு,

பயத்திலிருந்து துணிவிற்கு,

சுருங்குதலிலிருந்து விரிவடைதலுக்கு,

அமைதியின்மையிலிருந்து அமைதிக்கு,

சமநிலையின்மையிலிருந்து சமநிலைக்கு,

பாரத்தன்மையிலிருந்து லகுத்தன்மைக்கு,

ஸ்தூலத்தன்மையிலிருந்து சூட்சுமத்தன்மைக்கு,

சிக்கலிலிருந்து எளிமைக்கு,

மாசிலிருந்து தூய்மைக்கு,

ஆசையிலிருந்து திருப்திக்கு,

பற்றுதலிலிருந்து பற்றற்ற தன்மைக்கு,

எதிர்பார்ப்பிலிருந்து ஏற்புடைமைக்கு,

சிந்தித்தலிலிருந்து உணர்தலுக்கு, உணர்தலிலிருந்து அனுபவத்திற்கு,

அனுபவத்திலிருந்து இருப்பிற்கு, இருப்பிலிருந்து ஒன்றுமில்லாத்தன்மைக்கு,

அறிவை சார்ந்திருத்தலிலிருந்து விவேகத்திற்கு,

அன்பைப்பெறுவதிலிருந்து அன்பாகவே மாறுவதற்கு.

இந்த மாற்றங்கள் மிக எளிமையான பயிற்சிகளின் மூலம் சாதிக்கப்படுகின்றன, அவற்றை இப்போது நாம் ஆராய்வோம்.

3. ஓய்வுநிலைப் பயிற்சி

ஒரு நிமிடத்திற்கு, உங்களையே கூர்ந்து கவனித்து, நீங்கள் முழுமையாக தளர்வாக இருக்கிறீர்களா என்று பாருங்கள். கவனித்துப் பார்த்தால் பெரும்பாலும், உங்கள் உடலின் ஏதோ ஒரு பகுதியில் இறுக்கத்தை அல்லது அசௌகரியத்தை நீங்கள் உணரலாம். இது நவீனகால தொற்றுநோய்களுள் ஒன்றாகும்; நீடித்த மன அழுத்தமுள்ள ஒரு நிலையில் நாம் வாழ்கிறோம்.

ஓய்வடைவது ஏன் முக்கியமானதாக உள்ளது? உடல் ரீதியில் இறுக்கத்தைத் தளர்த்திக்கொள்வது, நாம் மனகலக்கமடையும்போது சாந்தப்படுத்திக்கொள்வது, அலுவலகத்தில் பரபரப்பான நாளின் முடிவில் சோர்ந்துபோன தசைகளை தளர்த்திக்கொள்வது மற்றும் தியானம் செய்வதற்கு உகந்த விதத்தில் நம் மனதையும் உடலையும் இறுக்கமின்றி வைத்துக்கொள்வது ஆகியவற்றை உள்ளடக்கிய பல காரணங்கள் அதற்கு உள்ளன. நமது கண்களை மென்மையாக மூடி, தியானம் செய்யும்பொழுது நமது உள்முக அனுபவங்கள் வெளிப்படுவதை நம்மால் அனுமதிக்க முடியவேண்டும். ஓய்வுநிலை அடையப்பட்ட பின்னர், ஒரு நிலையான, சௌகரியமான அமரும் பாங்கும் இணைந்து, தியானத்தினுள் மூழ்க நம்மைத் தயார்செய்கிறது.

அதன் காரணமாகத்தான், ஹார்ட்ஃபுல்னெஸின் நான்கு அடிப்படை பயிற்சிகளுள் முதலாவதாக ஓய்வுநிலைப் பயிற்சி உள்ளது. அதிக சிரமமின்றி சுலபமாக நம்மை தளர்த்திக்கொள்ள அது இடமளிக்கிறது. பதஞ்சலி முனிவரின் யோக சூத்திரங்களிலிருந்து சில மேம்பாடுகளுடன், ஹார்ட்ஃபுல்னெஸ் ஓய்வுநிலைப் பயிற்சி உருவாக்கப்பட்டுள்ளது. நாம் ஆரம்பிக்கும்போது, முதலில் எங்கும் வியாபித்திருக்கும் சக்தியின்மீது, குறிப்பாக பூமித்தாயிடமிருந்து

வெளிப்படும் குணப்படுத்தும் சக்தியின் மீது, நம் கவனத்தை மையப்படுத்துகிறோம். அது நமது பாதங்களின் வழியாக மேல்நோக்கி நகரும்பொழுது, ஒவ்வொரு அங்கத்தையும், ஒவ்வொரு தசையையும், ஒவ்வொரு மூட்டு இணைப்பையும் தளர்வடைய அனுமதிக்கையில், அந்த குணப்படுத்தும் சக்தியினை நாம் கிரகித்துக் கொள்கிறோம். கால்விரல்களில் ஆரம்பித்து உச்சந்தலைவரை நாம் செல்கிறோம். மேலும், இந்தச் செயல்முறையின்போது, ஓய்வுநிலைப் பயிற்சிக்கான செயல்விளக்கக் குறிப்புகள் வழங்கிக்கொண்டிருக்கும் ஹார்ட்ஃபுல்னெஸ் பயிற்றுநரும் தன்னை மூல ஆதாரத்துடன் இணைத்துக் கொள்வார்.

இதனை நீங்கள் அனுபவித்து உணரும்போது, பூமித் தாயிடமிருந்து மேலெழுந்துவரும் குணப்படுத்தும் சக்தி, அண்டவெளியிலிருந்து இறங்கிவரும் சக்தி இரண்டினாலும் நீங்கள் ஸ்பரிசிக்கப்பட்டு, ஓய்வுநிலைப் பயிற்சி செயல்முறையானது இருமடங்காக தீவிரப்படுத்தப்படுகிறது. அந்த சக்திகளை நீங்கள் கிரகித்துக்கொள்கிறீர்கள்; அதன் பிறகு, அதுபோன்ற ஓய்வுநிலைப் பயிற்சிகளை நீங்கள் நடத்தும்பொழுது, ஓய்வுநிலைப் பயிற்சியின் அதே தாக்கத்தினை உங்களால் உருவாக்க முடிகிறது.

இந்த செயல்விளக்கக் குறிப்புகளை மற்றவர்களுக்கு நீங்கள் எடுத்துரைக்கலாம், அல்லது அவற்றை உங்களுக்கே நீங்கள் செய்து கொள்ளலாம். இந்தச் செயல்முறை மிக எளிதானதும் மிக மென்மையானதுமாகும். அனைத்து அம்சங்களையும் உங்களால் நினைவில் வைத்துக்கொள்ள முடியாமல், ஒன்றைத் தவறவிட்டாலும் கவலைப்படத் தேவையில்லை. முக்கியமான உட்கருத்து என்னவெனில், நீங்கள் உருகி கரைந்துவிடும் அளவிற்கு உங்களை முழுமையாகத் தளர்த்த வேண்டும். இறுதியாக உங்கள் மையத்தை நெருக்கமாக உணர முடிகின்ற இதயத்திற்கு உங்கள் கவனத்தைக் கொண்டு வரவேண்டும். ஓய்வுநிலைப் பயிற்சியின் இலக்கு அதுவே.

அதற்கான படிகள் பின்வருமாறு:

- வசதியாக அமர்ந்து, உங்கள் கண்களை மெதுவாக மென்மையாக மூடுங்கள்.
- கால் விரல்களிலிருந்து ஆரம்பிக்கலாம். விரல்களை மெதுவாக அசைத்து, பின் அவை தளர்வதை உணருங்கள்.

- பூமித்தாயின் குணப்படுத்தும் சக்தி உங்கள் பாதங்கள் மற்றும் கணுக்கால்களில் நுழைவதை உணருங்கள். பின்னர் அது மூட்டுப் பகுதி வரைசென்று, கால்களின் கீழ்ப்பகுதியை ஓய்வடையச் செய்வதை உணருங்கள்.
- இந்த குணப்படுத்தும் சக்தி உங்கள் கால்களின் மேல்பகுதிவரை சென்று, உங்கள் தொடைப்பகுதியை தளர்த்துவதை உணருங்கள்.
- இப்போது உங்கள் வயிறு, இடுப்பு மற்றும் இருக்கைப்பகுதியை நன்றாக தளரவிடுங்கள்.
- உங்கள் முதுகுப்பகுதியை தளர்த்துங்கள். மேலிருந்து கீழ்வரை உங்கள் முதுகுப்பகுதி முழுவதும் ஓய்வாக இருக்கிறது.
- உங்கள் மார்பு பகுதி மற்றும் தோள்களை தளரவிடுங்கள். தோள்களின் இறுக்கங்கள் மென்மையாக உருகிக்கரைவதை உணருங்கள்.
- உங்கள் கைகளின் மேல்பகுதியை தளரவிடுங்கள். முழங்கை, மணிக்கட்டு மற்றும் விரல் நுனிவரை உள்ள ஒவ்வொரு தசையையும் தளரவிடுங்கள்.
- கழுத்து தசைகளை தளரவிடுங்கள். உங்கள் கவனத்தை முகத்திற்கு கொண்டுவாருங்கள். தாடைப்பகுதி, வாய், மூக்கு, கண்கள், காதுமடல்கள், முகத்திலுள்ள தசைகள், நெற்றி மற்றும் உச்சந்தலைவரை அனைத்தையும் தளரவிடுங்கள்.
- உங்கள் உடல் முழுவதும் முற்றிலும் ஓய்வாக இருப்பதை உணருங்கள். தலை முதல் பாதம்வரை சற்று ஊடுருவி பார்க்கவும் - ஏதேனும் ஒரு பகுதியில் இறுக்கம், வலி அல்லது உபாதை இன்னும் இருப்பதாக உணர்ந்தால், அப்பகுதியை பூமியிலிருந்து பெற்ற குணப்படுத்தும் சக்தியில் மேலும் சிறிது நேரம் மூழ்கச் செய்திடுங்கள்.
- பின்னர், உங்கள் கவனத்தை இதயத்திற்கு கொண்டுவாருங்கள். சிறிது நேரம் அங்கேயே ஓய்வாக

இருங்கள். உங்கள் இதயத்தில் உள்ள அன்பு மற்றும் ஒளியில் நீங்கள் மூழ்குவதை உணருங்கள்.

- அமைதியாக சலனமின்றி இருங்கள். மெதுவாக உங்களுக்குள் ஆழ்ந்து செல்லுங்கள்.
- இந்நிலையிலிருந்து நீங்கள் வெளிவரத் தயார் என உணரும்வரை, இந்த உள்முக அமைதியிலேயே நீங்கள் விரும்பும்வரை ஆழ்ந்திருங்கள்.

ஒருமுகப்படுத்துதல் (தாரணா), தியானம் (தியானா) மற்றும் ஒன்றிவிடுதல் (சமாதி) ஆகிய யோகாவின் கடைசி மூன்று படிநிலைகளுக்கான முன் நிபந்தனையாக, ஓய்வுநிலைப் பயிற்சியை பதஞ்சலி முனிவர் பரிந்துரைத்துள்ளார். தியானத்தின்போது உங்களது உடல் தளர்வாக இருந்தாலன்றி, உங்கள் உடலின் ஒவ்வொரு பகுதியையும் சௌகர்யமாக வைத்துக்கொள்ள நீங்கள் முயற்சிக்கும் போது, உங்கள் கவனம் உங்கள் உடலின் ஒரு பகுதியிலிருந்து மற்றொரு பகுதிக்கு தாவும். கால்களை மடித்து அமர்ந்தபடி நீங்கள் தியானம் செய்யும்போது, உங்கள் கால்கள் அசௌகர்யமாக ஆகக்கூடும். அப்போது, உங்கள் கவனம் தியானத்திற்கான பொருளின் மீது அல்லாது, உங்கள் உடல் ரீதியிலான அசௌகர்யத்தின் மீது இருக்கும். எனவே அதை தவிர்க்கும் பொருட்டு, நீங்கள் தளர்த்திக்கொள்ள வேண்டும்.

ஓய்வுநிலைப் பயிற்சியை நாம் அனுபவித்து உணரும்போது, உடலளவில் மட்டும் அல்லாது, மனதளவிலும் அதன் தாக்கத்தினை நாம் உண்மையில் புரிந்துகொள்கிறோம். ஒரு ஆன்மீக மட்டத்தில் அடுத்து வருவதற்காக, அது நம்மைத் தயார்செய்கிறது. சமாதி நிலை நமது இலக்காகும்; அதை, உச்சக்கட்ட ஆன்மீக ஓய்வுநிலை என்று கூற விரும்புவேன்.

ஹார்ட்ஃபுல்னெஸ் ஓய்வுநிலைப் பயிற்சியை தினமும் நீங்களே பயிற்சி செய்யலாம், இந்தச் செயல்முறையில் ஒரு பயிற்றுநரின் வழிகாட்டுதலை நீங்கள் கேட்டுப் பெறலாம் அல்லது, **www.heartfulness.org** என்னும் இணையதளத்தில், இதனை ஒலிவடிவில் நீங்கள் கேட்கலாம். இதன் படிநிலைகளை நீங்கள் கற்றுக்கொண்டால், ஓய்வுநிலைப் பயிற்சியில் மற்றவர்களை நீங்கள் எளிதாக வழிநடத்த முடியும்.

4. தியானம்

நம்மால் ஓய்வு நிலையில் இருந்திட முடியும் என்றால் பின்னர் நம்மால், ஹார்ட்ஃபுல்னெஸ் பயிற்சியின் இரண்டாவது அம்சமாகிய தியானத்தை செய்ய முடியும். பொதுவாக, ஒரே விஷயத்தைப் பற்றி தொடர்ந்து சிந்தித்துக் கொண்டிருப்பதுதான் தியானம் என வரையறுக்கப்பட்டுள்ளது. ஆனால், அடிக்கடி இந்த வரையறைக்குள் நாம் சிக்கிக் கொண்டு விடுகிறோம். அதன் காரணமாக தியானத்தின் உண்மையான நோக்கம் என்ன என்பதைக் காணத் தவறிவிடுகிறோம். எந்தப் பொருளின் மீது நாம் தியானம் செய்கிறோமோ, அதன் உண்மையான தன்மையை தியானம் வெளிப்படுத்துகிறது. அத்தகைய வெளிப்பாடு ஒரு எண்ணமாக வருவதில்லை, ஒரு உணர்வாக வருகிறது. ஆகவே, தியானம் என்பது நாம் சிந்திப்பதில் இருந்து உணர்தலை நோக்கி நகர்வதற்கு - தெய்வீகத்தைப் பற்றி நினைப்பதில் இருந்து தெய்வீகப் பிரசன்னத்தை உணர்வதை நோக்கி நகர்வதற்கான ஒரு செயல்முறையாகும். அது, மனதின் சிக்கலில் இருந்து இதயத்தின் எளிமையை நோக்கிச் செல்லும் ஒரு பயணமாகும். இதன் காரணமாகவே அனேக தியான முறைகள் இதயத்தை உள்ளடக்கியதாக உள்ளன.

உண்மையில், நம்மில் பலருக்கும் தியானம் செய்வது எப்படி என்று தெரியும். சின்னக் குழந்தைக்கு, பிறந்த நாள் பரிசாக ஒரு பொம்மை அல்லது தோட்டத்தில் காணப்படும் ஒரு எறும்புக் கூட்டம் கூட தியானத்திற்கான பொருளாக இருந்திடக் கூடும். வயது முதிர்ந்தவர்களுக்கு, செல்வம், அதிகாரம், வெற்றி, ஒரு அன்பான உறவு அல்லது வேறொரு உயர்ந்த நோக்கம் - இவற்றுள் எதுவாகவும் இருக்கக்கூடும். நமது கவனத்தை ஒரு விஷயத்தின் மீது

குவிக்கும்போது, அதுவே தியானமாகிறது. ஆகவே தியானத்திற்கான பொருள், நாம் அடைய விரும்புகின்ற இலக்குக்குப் பொருத்தமானதாக இருந்திட வேண்டும். தியானத்தைக் குறித்த உலகளாவிய கருத்து நமக்குக் கூறுவது என்னவெனில் 'நமது சொந்த எண்ண சக்தியின் விளைவாக, நாமே நமது தியானப் பொருளாக ஆகிறோம்.'

ஒவ்வொரு விஷயமும் எண்ணத்தில் இருந்துதான் துவங்குகிறது. ஹார்ட்ஃபுல்னெஸ் தியானத்தில், 'எனது இதயத்தினுள் ஏற்கனவே இருக்கின்ற தெய்வீக ஒளியின் மூல ஆதாரம் என்னை உள்நோக்கி ஈர்க்கிறது' என்பதுதான் அந்த எண்ணம். ஆனால், ஒரு பரந்த உள்முகப் பிரபஞ்சத்தின் நுழைவாயிலாக மட்டுமே இருக்கின்ற அந்த எண்ணத்துடன், அது முடிவடைந்து விடுவதில்லை.

பலவகையான எண்ணங்கள் நமது மனங்களை சுற்றி ரீங்காரமிடுவதை நாம் வழக்கமாகக் கொண்டிருக்கிறோம். ஒன்றே ஒன்றைப் பற்றிய சிந்தனையை மட்டுமே கொண்டிருக்கும் வழக்கம் நம்மிடம் கண்டிப்பாக இல்லை. எனவே, பொதுவாக நாம் தியானத்தை ஆரம்பித்து, அமைதியாக அமர்கின்றபோது நமது மனதில் தோன்றுகின்ற எண்ணற்ற எண்ணங்களின் காரணமாக நாம் ஏமாற்றமடைகிறோம். அது இயல்பானது. உண்மையில், பல்வேறு எண்ணங்கள் உதயமாகும் என எதிர்பார்க்கப்படுகிறது. ஹார்ட்ஃபுல்னெஸ் தியானத்தில் எண்ணங்களையும், உணர்வுகளையும், உணர்ச்சி வேகங்களையும் நாம் பலவந்தமாக அடக்குவதில்லை. உள்ளுக்குள்ளேயே விட்டு வைக்கின்றபோது *பிரஷர்* குக்கருக்குள் இருக்கும் அழுத்தத்தைப் போல அவை அதிகரித்துக்கொண்டே போகின்றன அல்லது முளைத்து எழுவதற்கான ஒரு வாய்ப்புக்காக உறக்க நிலையில் காத்திருக்கின்றன. அவை உள்ளே இருப்பதைவிட வெளியில் வந்துவிடுவதே நல்லது. அவை வெளியேற வேண்டும் என நாம் விரும்புகிறோம். அவ்வாறு அவை வெளியேறும்போதுதான், அவை இருப்பதை நாம் உணர்கிறோம். அது நிகழ்கிறபோது, மனம் அவற்றை போக அனுமதிக்கும்போது நாம் அவற்றை புறக்கணிக்கக் கற்றுக்கொள்கிறோம். ஆக, அவற்றோடு சண்டையிடுவதல்ல, மாறாக நாம் தியானம் செய்கிறோம் என்பதை நமக்கு நாமே நினைவூட்டிக் கொண்டால் போதும் என்பதுதான் கருத்து.

ஆனால், டிரான்ஸ்மிஷன் அல்லது *பிராணாஹுதி* இல்லையெனில், ஹார்ட்ஃபுல்னெஸ் தியானமும்கூட மற்ற வகை தியானங்களைப் போலவே ஆகிவிடும். *பிராணாஹுதி* என்பது தன்மை மாற்றத்துக்கான திறன்மிக்க ஒரு கிரியாஊக்கியாகும். எனவே ஹார்ட்ஃபுல்னெஸை ஒரு விஞ்ஞானியைப் போல அணுகுவது புத்திசாலித்தனமாக

இருக்கும்: முதலில் *பிராணாஹுூதி* இல்லாமல் தியானம் செய்யுங்கள். பின்னர் *பிராணாஹுூதியுடன்* தியானம் செய்யுங்கள். இரண்டு அனுபவங்களையும் ஒப்பிட்டுப் பாருங்கள்.

பிராணாஹுூதியின் உதவியுடன் அல்லது *பிராணாஹுூதியின்* உதவி இல்லாமல் செய்யப்படுகின்ற ஹார்ட்ஃபுல்னெஸ் தியானத்தின் படிநிலைகள் இங்கே தரப்படுகின்றன:

- சௌகரியமாக அமர்ந்து கொள்ளுங்கள். கண்களை மென்மையாகவும், மிருதுவாகவும் மூடிக் கொள்ளுங்கள், ஓய்வாக இருங்கள்.
- உங்களது கவனத்தை உள்முகமாகத் திருப்புங்கள். உங்களது இதயத்தில் ஏற்கனவே இருக்கின்ற தெய்வீக ஒளியின் மூல ஆதாரம் உள்ளுக்குள் இருந்து உங்களை ஈர்த்துக் கொண்டிருக்கிறது என்ற மென்மையான எண்ணத்துடன் இருங்கள். இதை மென்மையாகவும், இயல்பான முறையிலும் செய்யுங்கள்.
- மனதைக் குவிக்கவேண்டிய அவசியம் இல்லை. உங்களது கவனம் வேறு எண்ணங்களுக்கு இழுக்கப்பட்டால், உங்களது இதயத்தில் ஒளி இருக்கிறது என்ற கருத்திற்குத் திரும்புங்கள்.
- உங்களது கவனம் உங்கள் இதயத்தில் நிலைத்திருக்கட்டும். நீங்கள் உங்களது இதயத்திற்குள் கரைந்து போவதை உணர்ந்திடுங்கள். உங்கள் விழிப்புணர்வு நிலையைத் தாண்டி ஒரு ஆழ்ந்த ஓய்வு நிலைக்குச் சென்றாலும் பரவாயில்லை. அது நிறைவடைந்துவிட்டது என நீங்கள் உணரும்வரை தியானத்திலேயே ஆழ்ந்து இருங்கள்.
- தியானத்தின்போது எந்த பலவந்தமும் தேவையில்லை என்பதால், அது மென்மையாக இருக்கட்டும். ஆரம்பத்தில், இது போல, அரை மணி நேரம் தியானம் செய்யுங்கள். பின்னர் ஒரு சில நாட்களில், வாரங்களில் அல்லது மாதங்களில், இந்த கால அவகாசத்தை மெதுவாக ஒரு மணி நேரம் வரை நீட்டிக்கலாம்.

தியானத்தை முடித்தவுடன், உள்ளுக்குள் நீங்கள் உணர்ந்த நிலையைக் கவனிப்பதற்காகவும், சுவைப்பதற்காகவும் ஐந்து

நிமிடங்கள் அப்படியே அமர்ந்திருங்கள். ஒவ்வொரு முறையும் அது தனித்துவம் வாய்ந்த நிலை, தனித்துவம் மிக்க பரிசு. அந்த நிலையை தக்கவைத்துக்கொண்டு, மேலும் விரிவடையச் செய்யுங்கள். அந்த உள்நிலை உங்களின் ஒரு பகுதியாக ஆகிவிட்டதால் அது உங்களுக்குள் இருக்கட்டும். அமர்ந்திருக்கும் இடத்திலிருந்து மெதுவாக எழுந்திருங்கள்.

பிராணாஹுதி

பிராணாஹுதி (*டிரான்ஸ்மிஷன்*) என்பதே ஹார்ட்ஃபுல்னெஸ் தியானத்தின் சிறப்பம்சமாகும். அது நமது உள்முகச் சிக்கல்களை அல்லது நமது ஆற்றல் களத்திலுள்ள முடிச்சுக்களை அகற்றுகிறது. அதன் மூலம் ஆன்மீக மையங்கள் அல்லது சக்கரங்கள் தூய்மையாக்கப்பட்டு, ஒளிருமாறு ஆக்கப்படுகின்றன. டிரான்ஸ்மிஷன், மூல ஆதாரத்தை நோக்கிய பயணத்தில் குறுக்கிடுகின்ற தடைகளை நீக்கி, தியானத்தை உண்மையிலேயே செயல்திறன்மிக்கதாக ஆக்குகிறது.

டிரான்ஸ்மிஷனுக்கான வடமொழி வார்த்தை *பிராணாஹுதி* ஆகும். அது 'பிராணா' மற்றும் 'ஆஹுதி' என்ற வார்த்தைகளால் ஆக்கப்பட்டிருக்கிறது. *பிராணா* என்றால் உயிர்சக்தி என்று பொருள். *ஆஹுதி* என்றால் வழங்குதல் அல்லது உட்செலுத்துதல் என்று பொருள். *பிராணாஹுதியை* வழங்குபவரின் உயிர்சக்தி உட்செலுத்தப்படுகிறது. ஆனால் வரையறைக்குட்பட்ட ஒரு ஆதாரத்தில் இருந்து தொடர்ந்து எடுத்துக்கொண்டே அல்லது வழங்கிக் கொண்டே இருப்பது, அந்த ஆதாரம் வற்றிவிடுதலுக்கு வழிவகுக்கும். எனவே பிராண சக்தியை வழங்குபவர் கண்டிப்பாக எல்லையற்றதான மூல ஆதாரத்துடன் இணைக்கப்பட்டிருக்க வேண்டும். அதன்மூலம் அவரால் தொடர்ந்து *பிராணாஹுதியை* வழங்கிட முடியும். அதை நீங்கள் வழிகாட்டியின் இதயத்தில் இருந்து, ஆன்மீகத் தேடல் உடையவர்களின் இதயத்திற்குள் பாய்கின்ற, அசலான பிரபஞ்ச சக்தியாக அல்லது தெய்வீகத்தின் சாரமாக எடுத்துக் கொள்ளலாம். குழந்தைகளின் வளர்ச்சிக்காகவும் நீடித்த வாழ்க்கைக்காகவும் இயல்பாகவே பாய்கின்ற தாயின் அன்பைப் போன்றது அது.

ஐன்ஸ்டீனின் பிரசித்தி பெற்ற $E=mc^2$ என்ற சமன்பாட்டை எடுத்துக்கொண்டால், ஒளியின் திசை வேகம் மற்றும் வரையறுக்கப்பட்ட நிறை ஆகியவற்றால்தான் ஆற்றல் எப்போதுமே கட்டுப்படுத்தப்படுகிறது. ஆனால் *பிராணாஹுதி*, பௌதீக விதிகளால் கட்டுப்படுத்தப்படுவதில்லை. *பிராணாஹுதி* உடனடியாகப் பாயத்

துவங்குகிறது, ஆர்வலர் எங்கிருந்தாலும் அதைப் பெறுகிறார். *பிராணாஹுதியைப்* பற்றி நீங்கள் நினைத்தால் போதும், அது பாயத் துவங்கிவிடுகிறது. ஒளியினால் கூட உடனடியாகப் பயணம் செய்ய முடியாது. குறிப்பிட்ட ஒரு தூரத்தைப் பூஜ்ஜிய நேரத்தில் கடந்துவிட முடியும் என்றால், திசைவேகம் எல்லையற்றதாக இருக்கிறது. ***ஐன்ஸ்டீனின்*** சமன்பாட்டில் அனுமான ரீதியாக ஒளி வேகத்திற்கு மாற்றாக, எல்லையற்றதாகிய அளவற்ற திசைவேகத்தை வைத்துப்பார்த்தால் என்ன நிகழும்? அந்த சமன்பாட்டில் எல்லையற்றதை உள்ளிடுகிறோம் என்றால் நமக்கு வருகின்ற ஆற்றலும் கூட எல்லையற்றதாக இருக்கும் என்று பொருளாகிறது. அதோடு, அதன் மூல ஆதாரமும் கூட எல்லையற்றதாக இருந்தாக வேண்டும். அதுதான் டிரான்ஸ்மிஷன் ஆகும்.

இன்னொரு அறிவியல் கோட்பாடும்கூட *பிராணாஹுதியின்* விளைவைப் புரிந்து கொள்ள நமக்கு உதவுகிறது. அதன் பெயர் ***என்ட்ரபி.*** **(entropy)** எந்த ஒரு அமைப்பிலும் இருக்கின்ற சீர் குலைவின் அளவீடுதான் ***என்ட்ரபி.*** சீர் குலைந்த நிலையின் (***என்ட்ரபியின்***) அளவினை மிகக் குறைந்த நிலையில் வைத்திருப்பதற்காக, அந்த அமைப்பிற்குள் வெளியில் இருந்து ஆற்றலை உள்ளிடுதல் அவசியமாகிறது. அத்தகைய உள்ளீடு அல்லது அதற்கான முயற்சி குறைந்துவிடுகின்றபோது, அந்த அமைப்பே சிதைக்கப்பட்டு, இல்லாமல் போய்விடுகிறது.

ஆனால், எல்லாவிதமான ஆற்றல் உள்ளீடும் அமைப்பினை சீராக்கிவிடுவதில்லை. உதாரணமாக நாம் கோபப்படும்போது அதிக அளவிலான ஆற்றல் பாய்கிறது. ஆனால் அது அமைப்பினை சீர்குலைத்துவிடுகிறது. ஏனென்றால் அது நமக்கு எதிராக வேலை செய்கிறது. எனவே ஆற்றல் உள்ளீடு மட்டுமல்லாது, ஆற்றல் உள்ளீட்டின் திசையும் கூட கருத்தில் கொள்ளப்படுகிறது. இரண்டு சூழல்களையும் ஒப்பிட்டுப் பாருங்கள்: முதலாவதில், கவனம் வெளிமுகமாக, வெளி எல்லையை நோக்கி நகர்கிறது; இரண்டாவதில், கவனம் உள்முகமாக, அமைப்பின் மையத்தை நோக்கி நகர்கிறது. கவனம் வெளி எல்லையை நோக்கி ஈர்க்கப்படும்போது, நமது அமைப்பு சீர்குலைகிறது. அதுவே மையத்தை நோக்கி ஈர்க்கப்படும்போது சீராகிறது. *பிராணாஹுதியுடன்* கூடிய தியானத்தில், நமது கவனம் இயல்பாகவே உள்நோக்கிப் பாய்கிறது. எனவே அமைப்பு அதிக அளவில் சீரடைகிறது. அது ஒழுங்கற்ற தன்மையின் அளவு குறைவதற்கு - மிகவும் குறைவதற்கு வழிவகுக்கிறது. நீர்ச்சுழிபோல் இயங்கும் நமது வாழ்க்கை சுழற்சியின் மையம் எது? அதுதான் ஆன்மாவாகும்.

தோட்டத்தில் மலர்ந்துகொண்டிருக்கும் ஒரு அழகான மலரைக் கற்பனை செய்து பாருங்கள். வேகமாக ஓடி, அதைக் கடந்து சென்றுவிட்டால், அதன் அழகினை உங்களால் ரசித்துப் பாராட்ட முடியாது. மாறாக, அதன் அருகாமையில் நடந்து சென்றால் அதன் அழகை அதிக அளவில் உங்களால் அனுபவிக்க முடியும். அதன் முன்னே அசையாமல் நின்று பார்த்தால், அதன் அழகை இன்னும் கூட அதிகமாக ரசிக்க முடியும். நீங்கள் விமானத்தில் சென்றால் கீழே பூமியில் இருக்கின்ற அந்த மலரை உங்களால் பார்க்கக்கூட இயலாது. வேகமாக நகர்ந்து கொண்டிருக்கும்போது, நாம் பல விஷயங்களை காணத் தவறுகிறோம்.

உடல்சார்ந்த எந்த ஒரு இயக்கத்தை விடவும் மனதின் இயக்கம் அதிவேகமாக இருக்கிறது. மனம் ஒரு பொருளில் இருந்து இன்னொரு பொருளுக்கு, ஒரு விஷயத்திலிருந்து இன்னொரு விஷயத்திற்கு, துணிச்சலான ஒரு முயற்சியில் இருந்து துணிச்சலான இன்னொரு முயற்சிக்கு, வேகமாக நகரும்போது, நமக்குள் இருக்கின்ற மலர் மலர்வதை உணரத் தவறுகிறோம். அதன் விவரங்களை மட்டுமின்றி, அந்த மலரின் இருப்பையே முற்றிலும் உணரத் தவறுகிறோம். அந்த மலர்தான் நமது ஆன்மா. டிரான்ஸ்மிஷன் நம்மை நமக்குள் மிக ஆழத்தில் இருக்கின்ற அமைதிக்குள் இழுத்துச் செல்கிறது. அமைதிக்குள் இருக்கின்ற நமது கவனம் அந்த மலரை நோக்கிச் செல்கிறது. அழிந்து வரும் உயிரினமாக அதைக் கருதுங்கள்: அழிந்துவரும் இந்த உயிரினத்தை நாம் எந்த அளவுக்கு நன்றாக, அன்புடன் கவனித்துக் கொள்கிறோம்? சிதறாத நமது கவனம் அதன் இருப்பை உறுதி செய்யும். ஆனால் நமது கவனமோ அடிக்கடி வெளியே எங்கோ இருக்கிறது. நாம் தொடர்ந்து நகர்ந்து கொண்டே இருக்கும்போது, தொடர்ந்து கருத்தாக்கம் செய்துகொண்டே இருக்கும்போது, தொடர்ந்து விஷயங்களை அறிந்துகொண்டே இருக்கும்போது உள்முக அழகினை தவறவிடுகிறோம். தியானம் என்ன செய்கிறது? அது மனதை மையப்படுத்துகிறது. ஸ்திரமாக, காத்துக் கொண்டிருக்கின்ற புனிதமான அந்த மலரின் உள்முக அமைதியுடன் பொருந்தும் விதத்தில் நம் மனம் ஓய்வுநிலைக்கு வருவதற்கு உதவுகிறது. உள்முக அமைதியையும், நமது ஆன்மாவின் அதிர்வு மட்டத்தையும் மனதுடன் பொருத்திப்பார்க்க நாம் முயற்சி செய்கிறோம். இது நிகழும்போது ஏதோ ஒன்று தட்டுப்படுகிறது. நாம் ஒன்றாக இணைந்திருக்கும்போது - அதுதான் நமது வெளிப்புற சூட்சும உடலுக்கும் உள்ளத்தின் மிக ஆழத்தில் இருக்கின்ற புனிதமான மலருக்கும் இடையேயான முழுமையான, நேர்த்தியான

ஒத்திசைவாகும், அதுவே மெய்ம்மையுணர்தலுக்கான தருணமாகும்.

பிராணாஹுதி என்ற சொல் பல்வேறு மொழிகளிலும் பல அர்த்தங்களைக் கொண்டிருக்கிறது. உதாரணமாக, ஹார்ட்ஃபுல்னெஸ் பாரம்பரியத்தின் முதல் வழிகாட்டியான லாலாஜி அவர்கள் 'ஒலி'யைப் பற்றி நிறைய எழுதியுள்ளார். அவர் சொன்னார், 'ஒலி என்பது உணர்வுறுநிலையின் வெளிப்பாடாகும். அது உயிர்களின் உயிர், ஆன்மாக்களின் ஆன்மா மற்றும் ஜீவிதங்களின் ஜீவிதம் ஆகும். உலகம் முழுவதும் இதையே ஆதாரமாகக் கொண்டிருக்கிறது. இதுவே அனைத்துப் படைப்புக்களின் உண்மையான அடித்தளமும், நிரந்தர அஸ்திவாரமும் ஆகும். ... ஒலி இயக்கத்தின் துடிப்புமிக்க அதிர்வலைகள் அனைத்து இடங்களிலும், தெய்வீக ஒளி வடிவத்தில் இருப்பது கண்டறியப்பட்டுள்ளது. எங்கெல்லாம் இயக்கம் இருக்கிறதோ அங்கெல்லாம் ஒலியின் அலையோட்டம் இருக்கிறது.' 'ஒலி' என்பதற்கு பதிலாக '*பிராணாஹுதி*' என்பதை வைத்துப் பார்த்தீர்களானால் அவர் சொல்வது புரியவரும். ஏனெனில், அவர் மோட்டார் ஒலிகளைப் பற்றியும், இசை ஒலிகளைப் பற்றியும் எழுதவில்லை. மாறாக, அதிசூட்சுமமான அதிர்வற்ற அதிர்வுகளைப் பற்றிப் பேசுகிறார்.

'*பிராணாஹுதி*' என்பது பாரசீக மொழியில் '*தவஜ்ஜோஹ்*' என்ற வார்த்தையால் குறிக்கப்படுகிறது. அதன் பொருள் 'கவனித்தல்' என்பதாகும். *பிராணாஹுதியை* வழங்குபவரது முழுகவனமும், அதைப் பெறுபவர் மீது இருக்கிறது. ஆக, *பிராணாஹுதி* வழங்குபவரின் மனம், 'மூல ஆதாரத்துடன் ஒன்றிணைந்திருத்தல்' என்ற ஆன்மீகக் குறிக்கோளின் மீது குவிந்திருக்கும் ஒரு நிலைதான் அது. இன்னொரு மட்டத்திலான புரிதலை அது நமக்குத் தருகிறது.

அது தவிர இன்னொரு அர்த்தமும் இருக்கிறது: *பிராணாஹுதி* என்பது அன்பு.

இந்தப் பல்வேறு அர்த்தங்களை நமது ஆன்மீகப் பயணத்துடன் தொடர்புபடுத்திப் பார்ப்போம். நாம் மூல ஆதாரத்தை நோக்கி, ஒன்றுமில்லாத்தன்மையை நோக்கி நகர்ந்து கொண்டிருக்கிறோம். எனவே, இன்னமும் நாம் அதிர்வலைகளையும் அல்லது அன்பையும்கூட கொண்டிருக்கும்போது, அந்த மூல ஆதாரத்துடன் நம்மால் எப்படி ஒன்றிணைந்திருக்க முடியும்? *பிராணாஹுதி*, மூல ஆதாரத்தில் இருந்து வருகிறது, மூல ஆதாரத்தைத் தொடுகிறது. ஆகவே கண்டிப்பாக அதுதான் ஒன்றுமில்லாத்தன்மையின் முழுமையான சாராம்சமாக இருக்க வேண்டும். அதை விவரிக்க இயலாது.

பிராணாஹுதியின் விளைவை நமது உடலில் ஏற்படுகின்ற ஓய்வு நிலையின் வடிவில் நாம் உணர்கிறோம். பதற்றம் குறைவதையும், உள்ளத்தில் அமைதி ஏற்படுவதையும்கூட உணர்கிறோம். உணர்ச்சிபூர்வமாக நாம் 'பூஜ்ஜிய'மாகி உள்ளுக்குள் ஒரு சமநிலையை உணர்கிறோம். அனைத்தும் அமைதியாகி, சூட்சும உடல் சலனமற்ற நிலைக்கு வருகிறது. இந்த நிலையை அடைவதற்கு எந்தவிதமான வெளிப்புற ஒலியாலும் நமக்கு உதவ முடியாது; மந்திரங்களை உச்சரிப்பதாலோ, ஜபங்களை சொல்வதனாலோ ஏற்படும் எந்த உள்முக ஒலியாலும் இயலாது. அவை அனைத்தும் தோற்றுப்போகின்றன. அது ஒலிக்கு அப்பாற்பட்டது. அது மன ரீதியான இயல்புகளுக்கெல்லாம் அப்பாற்பட்டது. அந்த ஒன்றுமில்லாத்தன்மையின் சாராம்சமான *பிராணாஹுதியைத்* தவிர, வேறு எந்தக் கருவியாலும் முழுமையான சலனமற்ற தன்மை என்ற அந்த நிலைக்கு நம்மை கொண்டுசெல்ல இயலாது.

மாற்றம்தான் ஆன்மீகத்தின் அழைப்பாகும்: 'இன்று நான் என்னவாக இருக்கிறேனோ, அதில் இருந்து, நான் என்னவாக ஆக வேண்டுமோ, அதுவாக என்னை மாற்றிக் கொண்டாக வேண்டும்.' என்னைத் தடுக்கின்ற 'அது' எது? எனது *சம்ஸ்காரங்களால்* உருவாக்கப்பட்ட கடினத்தன்மை, எனது பதிவுகள். ஒரு பிறவியில் இருந்து மற்றொரு பிறவிக்கு நாம் எடுத்துச்செல்கின்ற இந்தப் பதிவுகள் என்னும் தளையிலிருந்து விடுபடுவதற்கு, *பிராணாஹுதி* எவ்வாறு நமக்கு உதவுகிறது? நீக்கப்படக் கூடிய பௌதீகப் பண்புகள் கொண்டவை அல்ல அவை. அவை துணிகளில் இருக்கின்ற சுருக்கங்களைப் போன்றவை. இஸ்திரி செய்வதன் மூலம் அவை மென்மையாக்கப்பட வேண்டும்; மனதில் சிற்றலைகளை உருவாக்குகின்ற *சம்ஸ்காரங்கள்* நீக்கப்பட வேண்டும். எப்படியோ அவற்றை *பிராணாஹுதி* நீக்கிவிடுகிறது. அந்தச் செயல்முறையை நாம் 'மாயாஜாலம்' என்றுதான் விவரிக்க முடியும். ஏனெனில், அது வார்த்தைகளால் வெளிப்படுத்த இயலாத விஷயமாகும். *பிராணாஹுதி*, சம்ஸ்காரத்தின் ஆழத்துக்குள் சென்று அதை நீக்குகிறது. அது சில நேரங்களில், பதிவுகளின் அதிர்வலைகளே இல்லாத அளவிற்கு, அவற்றைக் கரைந்துபோக, அல்லது ஆவியாகிப் போய்விடச் செய்கிறது.

பிராணாஹுதி என்ற வார்த்தைக்கான ஒரு குறிப்பு கேனோ *உபநிடதத்தில்* காணப்படுகிறது. அது '*பிராணஸ்ய பிராணா*' என விவரிக்கப்பட்டுள்ளது. 'உயிரின் உயிர்' என்பது அதன் பொருள். சுருக்கமாகச் சொன்னால், அதுதான் உயிரைத் தருகின்ற ஆற்றல். ஆனால், நாம் ஏற்கனவே நமக்குள் ஒரு உயிர் ஆற்றலைப்

பெற்றிருக்கிறோம். அதுதான் ஆன்மா. இப்போது ஒரு கேள்வி எழுகிறது. 'ஆன்மா நமது வாழ்க்கையை உருவாக்குவதில் தன்னிறைவு உடையதாக இல்லையா?' இங்கு ஒரு ஒப்புவமையைக் காண்போம்: வெப்பம் மிகுந்த கோடைகாலத்தில், குறிப்பாக இந்தியாவில், மரங்களின் இலைகள் வாடிவிடுகின்றன. சில நேரங்களில் அவை பட்டுவிடும்போல் தோற்றமளிக்கின்றன. பூமிக்கு அடியில் உள்ள வேர்கள், ஈரத்தையும், ஊட்டச் சத்துக்களையும், முடிந்த அளவுக்கு தொடர்ந்து உறிஞ்சிக் கொண்டே இருந்தபோதிலும் அவை உயிரற்றவைபோல் ஆகிவிடுகின்றன. ஆனால், மழைக்காலத்தின் முதல் மழையிலேயே அந்த மரங்கள் உயிர் பெறுகின்றன. புதிய வாழ்க்கை தொடங்குகிறது. அங்கே புத்துணர்ச்சி பரவுகிறது. சுற்றிலும், எங்கும் ஆனந்தம் நிறைகிறது.

அது போலவே நமக்குள் ஆன்மா இருக்கின்ற காரணத்தால் நாம் உயிருடன் இருக்கிறோம். முதல் *பிராணாஹுதியைப்* பெறுகின்ற அந்தக் கணத்தில், ஆன்மாவிற்கான ஊட்டச்சத்தை நாம் உறிஞ்சுகிறோம். வாழ்க்கை மாற்றம் பெறுகிறது. வாழ்க்கையில் புத்துணர்வு ஏற்படுகிறது. பின்னர் அதைச் சிறந்த முறையில் பயன்படுத்திக் கொள்வது நம்மைப் பொறுத்தது. அங்குதான் நாம் அனைவரும் வேறுபடுகிறோம். மழைக் காலத்தின் ஒப்பிடுதலை நாம் தொடர்ந்து பார்த்தோமானால், மழை செழுமையான பூமியில் விழுகிறது, பாலைவன மணலில் விழுகிறது, பாறைநிலத்திலும் விழுகிறது. அதன் உயிரூட்டும் திறனுக்கு, ஒவ்வொரு சூழ்நிலையும் வித்தியாசமான வகையில் பதில்வினை புரிகின்றன. அதுபோன்றுதான், *பிராணாஹுதியைப்* பெறுகின்ற நாம் ஒவ்வொருவரும், நமது இயல்புக்கேற்ப அதற்குப் பதில்வினை புரிகிறோம். நாம் ஏற்கும் திறன் மிக்கவர்களாக, பணிவுள்ளவராக இருக்கும்போது, உணர்ச்சி ரீதியிலான ஒரு வெற்றிடம் நமக்குள் இருக்கின்றபோது, அது நமக்குள் பொழிகிறது. அதை நாம் பெறுகின்றபோது, நமது அமைப்பு முழுவதிலும் அது பாய்கிறது. அதை நாம் பெறுவது மட்டுமல்ல, அதன் சாரத்தினால் நமது இதயம் நிரம்பி வழிகின்றபோது, நம்மையறியாமலேயே மற்றவர்களுடன் அதைப் பகிர்ந்துகொள்ளவும் நம்மால் முடிகிறது. *பிராணாஹுதியினைப்* பெற்றதினால், இப்போது நம்மால் அதை பகிர்ந்தளிக்க முடிகிறது.

பிராணாஹுதி இல்லாமல் ஹார்ட்ஃபுல்னெஸ் அமர்வு இல்லை. அதன் நோக்கம் பல மடங்காக இருக்கிறது. நடக்க இயலாத ஒருவரை எண்ணிப்பாருங்கள். அவருக்கு ஒரு கைத்தடி அல்லது ஒரு ஊன்றுகோல் அல்லது ஒரு சக்கர நாற்காலி தேவைப்படுகிறது. அது போல ஒருவர் தனது மனதை ஒழுங்குபடுத்திக்கொள்ள இயலாதபோது

அல்லது உணர்வுநிலையின் பல்வேறு அடுக்குக்களைக் கடந்துசெல்ல இயலாதபோது, உயர் உணர்வு நிலைக்குள் - உணர்வுநிலையின் குறுகிய கோளத்திற்கு மேலேயுள்ள, உணர்வுநிலைக் கற்றையின், பரந்து விரிந்துள்ள நிலைக்குள் செல்வதற்கான பாதையை, *பிராணாஹுதி*தான் தயார் செய்கிறது. தமது சுய முயற்சியின் மூலம் உணர்வுநிலைக்குள் ஒரு மில்லி மீட்டர் தூரத்துக்குக் கூட அவர்களால் நகர்ந்திட இயலாது. உணர்வுநிலையை இன்னொரு பரிமாணத்தில் விரிவடையச் செய்வதற்கு *பிராணாஹுதி* துணைபுரிகிறது. ஒரு நிலையில் இருந்து மற்றொரு நிலைக்கு பயணம் செய்வதற்கு, உயர் உணர்வுநிலையின் உயர் நிலைக்கு எழுச்சி பெறவும், அதன் ஆழத்திற்குள் குதித்திடவும், மனதிலுள்ள ஆழ் உணர்வின் ஆழங்களைத் தூய்மைப்படுத்தவும் அது நமக்கு உதவுகிறது. இதுவே அதன் முக்கியமான பணியாகும்.

மூல ஆதாரம் தனது மாயாஜாலத்தைச் செயல்படுத்திடும் வண்ணம், நமது முதல் தியான அமர்விலேயே நாம் *பிராணாஹுதியின்* சாரத்தைப் பெற்றுவிடுகிறோம். *பிராணாஹுதி* இல்லாத தியானத்தை, ஹார்ட்ஃபுல்னெஸ் தியானத்துடன் நாம் ஒப்பிட்டுப் பார்த்து, வேறுபாட்டை உணரும்போது, *பிராணாஹுதியால்* உருவாக்கப்பட்ட உணர்வுநிலை மாற்றத்தை அங்கீகரித்துக் கண்டுகொள்கிறோம்.

வழிகாட்டுதல் என்ற அத்தியாயத்தில், *பிராணாஹுதியை* சாத்தியப்படுத்துவதில், வழிகாட்டியின் பங்கு குறித்து நாம் ஆராயலாம்.

பிராணாஹுதியுடன் கூடிய தியானத்தை அனுபவிப்பதற்கு:

heartfulness.org/masterclass என்ற இணைய இணைப்பின் வழியாக எமது மாஸ்டர் வகுப்புக்களில் சேர்ந்து கொள்வது, உள்ளூரில் உள்ள ஹார்ட்ஃபுல்னெஸ் மையத்துக்கு வருகை புரிவது, ஒரு சந்திப்பிற்கான நேரத்திற்கு முன்னேற்பாடு செய்துகொள்வது, உங்களது ஸ்மார்ட் ஃபோனில் 'ஹார்ட்ஸ்ஆப்' செயலியின் மூலம் ஒரு அமர்வு வேண்டுவது, www.heartfulness.org என்ற இணைய தளத்தில் சென்று ஒரு அமர்வு வேண்டுவது அல்லது info@heartfulness.org என்ற மின்னஞ்சல் முகவரிக்கு மின்னஞ்சல் அனுப்புவது என பல்வேறு வழிகள் உள்ளன.

ஆழ்ந்து செல்லுதல்

தியானத்தின் அடிப்படையை நாம் நன்கு புரிந்து கொண்டபின் அதில் ஆழ்ந்து செல்லத் தொடங்குகிறோம். *பிராணாஹுதி* பாய்வதை

உணர்ந்து, நம்முள் என்ன நடக்கிறது என்பதை சாட்சியாக இருந்து அறிகிறோம். விழிப்புடனும், உணர்வுநிலையுடனும் இருக்கச்செய்து அந்த செயல்முறைக்கு ஏற்றவாறு சரிசெய்துகொள்ள இது உதவுகிறது.

தொடக்கத்தில் நாம் ஒரு குறிப்பிட்ட ஆழ்நிலையை அடைந்து, அந்த ஆழ்நிலைக்கு நாம் பழக்கப்பட்டுவிடுகிறோம். ஆனால் சிறிது காலத்திற்குப் பின் நாம் தடைப்பட்டதுபோல் உணர்கிறோம். இனியும் ஆழ்ந்து செல்ல இயலாது என்பது போன்றும், கடந்து செல்ல முடியாத தடைக்கல் ஏதோ ஒன்று இருப்பது போன்றும் உணர்கிறோம். இந்நிலையில் நாம் செய்யக்கூடியது என்ன? சில நேரங்களில் நாம் தியானம் செய்ய விருப்பமில்லாமலும், அமைதியற்றும் மற்றும் கவனம் சிதறியது போன்றும் உணர்கிறோம். நாம் தொடர்ந்து முன்னேறிச் செல்வதே இதனை வெற்றிகொள்ளும் வழியாகும். விரைவிலேயே உங்கள் உள்நிலையில் மாற்றத்தைக் காண முடியும். உங்களால் மறுபடியும் ஆழ்ந்துசெல்ல முடியும். குறிப்பாக *பிராணாஹுதி* அளிக்கக்கூடிய ஒரு பயிற்றுநரிடம் தியான அமர்வுகள் எடுத்துக்கொள்ளும்போது ஆழ்ந்து செல்வதை உணர முடியும்.

சிறிது காலத்தில் உணர்வுநிலையானது நகர்ந்திடும் வாயிற்படியை உடையது என நாம் கண்டறிகிறோம். நமது இன்றைய நிலையை ஒரு வருடத்திற்குமுன் இருந்த நிலையுடன் ஒப்பிட முடியுமா? உணர்வுநிலையின் வாயிற்படியை நாம் கடந்து செல்லும்போது, திடீரென நாம் வேறு ஒரு மண்டலத்தில் அல்லது சூழலில் இருக்கிறோம். எனவே ஆரம்பத்தில் நம்மால் புதிய உணர்வுநிலையின் மட்டத்துடன் நம்மை இணைத்துக்கொள்ளவோ அல்லது அதை கவனிக்கவோ முடியாது. அதனால்தான் தியானத்தில் ஆழ்ந்து செல்லும்போது நாம் விழிப்புணர்வை இழந்துவிடுகிறோம்.

நாம் தியானத்தில் புதிதாக சேர்ந்தபோது உணரப்பட்ட ஆழத்திற்கும் பயிற்சியை சில காலம் மேற்கொண்ட பின்னர் உணரக்கூடிய ஆழத்திற்கும் வேறுபாடு இருக்கிறது. ஒரு சிறு குழந்தையை ஒரு அடி ஆழம் உள்ள நீரில்கூட பிடித்துக்கொண்டு செல்லவேண்டியதாக இருக்கலாம். ஆனால் நீந்தத் தெரிந்தவர்களால், ஐம்பது கிலோமீட்டர் ஆழமுள்ள கடலிலும் மூழ்காமல் நீந்த முடியும். தியானப் பயிற்சியை நாம் தொடரும்போது உணர்வுநிலையின் பல்வேறு மட்டங்களுக்கும் படிப்படியாக பழக்கப்படுகிறோம். ஏனெனில், ஒவ்வொரு படியிலும் ஒரு புதிய ஆழத்திற்குப் பயணிக்கிறோம். மேலோட்டமாகக் காண்கையில் ஒவ்வொரு ஆழ்ந்து லயித்திடும் நிலைகளுக்கு இடையேயும் எந்த ஒரு வேறுபாடும் இல்லாததுபோல் தோன்றுகிறது. ஏனெனில் ஒவ்வொரு முறையும் நாம் விழிப்புணர்வை

இழந்துவிடுகிறோம். ஆனால் தியானத்திற்கு பின் உள்நிலையை நாம் கவனித்தால் முன்னர் உணர்ந்த லகுத்தன்மைக்கும், இன்று உணர்கின்ற லகுத்தன்மைக்கும் வித்தியாசம் இருப்பதை உணர முடிகிறது. உணர்வுறுநிலையானது எப்போதும் விரிவடையும் திரைச்சீலையை போன்றது.

நன்றாக தியானம் செய்வதற்கு, நன்கு அமைதியடைந்த மனமும், இதயமும் உங்களுக்கு தேவை. உடல் அளவிலும் ஓய்வு கட்டாயம் தேவைப்படுகிறது. ஒரு சோர்வான மனமும், சோம்பல்மிக்க உடலும் உங்களை எங்கேயும் இட்டுச்செல்லாது. நீங்கள் விழித்தவுடன் தூக்கக் கலக்கம் மிகுதியாக இருப்பின், தியானத்தை தொடங்குவதற்கு முன்பு நடைப்பயிற்சி, மெதுவாக ஓடும் பயிற்சி அல்லது நீச்சல் பயிற்சி என ஏதாவதொன்றை செய்துவிட்டு பின்னர் தியானம் செய்யுங்கள்.

உடலின் தசைகளை கட்டமைப்பதற்கு நாம் தினமும் உடற்பயிற்சிக் கூடத்திற்குச் செல்ல பெரும் திட்டங்கள் தீட்டுவோம். நம்மில் சிலர் ஓரிரு நாட்கள் சென்றபின் ஆர்வத்தினை இழக்கிறோம். ஏனெனில் அது கடினமான வேலையாகிறது, அதோடு உடலும் வலிக்கிறது. தீவிரமாக அதில் ஈடுபடுபவர்கள் மூன்று மாதங்கள், ஆறு மாதங்கள் அல்லது மூன்று வருடங்கள் பயிற்சிசெய்து அதன் பலனை அடைகின்றனர். காலப்போக்கில் தசைகள் வலுவடைவதும் வெளிப்படையாகத் தெரிகிறது. தியானமும் அதைப்போன்றதுதான். ஆனால் தியானத்தினால் நாம் அடையும் மாற்றங்கள் கண்ணுக்குப் புலப்படுவதில்லை, இருந்தாலும் அவற்றை நாம் உணர்கிறோம்.

எண்ணங்களை என்ன செய்வது?

நம் அனைவருக்கும் எப்போதும் இந்தப் பிரச்சினை இருக்கிறது. நம் மனதில் சூறாவளிக் காற்றைப் போல் பல எண்ணங்கள் எப்போதும் எழுந்துகொண்டே இருக்கின்றன. என் முதல் வழிகாட்டியான பாபூஜி மகராஜ் அவர்கள், ***சத்யோதயம்*** என்ற தனது புத்தகத்தில் இந்த பிரச்சினையை எப்படி சமாளிப்பது என தெளிவான வழிகாட்டுதல்கள் சிலவற்றை நமக்கு அளித்துள்ளார்.

> பொதுவாக தியானம் செய்யும்போது தங்கள் மனதில் அனேக எண்ணங்கள் வருவதாக மக்கள் புகார் செய்கிறார்கள். மனதை ஒரே நிலையில் இருத்தினாலொழிய தங்களது அப்யாசத்தில் தவறிவிட்டதாக அவர்கள் நினைக்கிறார்கள். ஆனால் அது சரியல்ல. நாம் பயில்வது தியானமேயன்றி மனதை ஒருமுகப்படுத்துவதல்ல. தியானம் செய்யும்போது நம் மனதில்

வரும் எண்ணங்களை பொருட்படுத்தாமல் தியானத்தைத் தொடர வேண்டும். நம் வெளி உணர்வு ஓய்வில்லாமல் இருப்பதால்தான், எண்ணங்கள் தொடர்ச்சியாக வருகின்றன. நமது வெளி உணர்வு அலைபாய்ந்து கொண்டிருந்தாலும், அனேக எண்ணங்களை உருவாக்கிக் கொண்டிருந்தாலும், நாம் உள்ளுணர்வில் தியானத்திலேயே ஈடுபட்டிருக்கிறோம். ஆகையால் எந்த விதத்திலும் நாம் நஷ்டம் அடைவதில்லை. காலக்கிரமத்தில் சரியான பயிற்சிக்குப் பிறகு வெளி உணர்வு சரியாக மாறி, உள்ளுணர்வுடன் ஒத்திசைந்து செயல்பட ஆரம்பித்துவிடுகிறது. இதனால் ஏற்படும் விளைவு நிரந்தரமானது, ஆழமானது. இறுதியில் ஆன்மாவின் சுபாவமான அமைதி நிலைநாட்டப்படுகிறது.

எண்ணங்களைக் கையாள்வதற்கு இரண்டாவதாக ஒரு வழியும் உள்ளது. நாம் தியானத்தின்போது நம் மனதை சலனமற்ற, எண்ணமற்ற நிலைக்குக் கொண்டுவர முயற்சி செய்கிறோம். ஆனால் அன்றைய தினத்தில் மீதமுள்ள இருபத்திமூன்று மணி நேரமும் நம் மனதுடன் நாம் என்ன செய்கிறோம்? உங்களை கூர்ந்து கவனியுங்கள். மற்ற நேரங்களில் அலைபாய விடப்பட்ட மனம், ஒரு மணி நேரம் மட்டும் சலனமற்று இருக்கவேண்டும் என்பது எவ்வாறு சாத்தியமாகும்?

தியானத்தின்போது அனுபவித்த உள்நிலையை தக்க வைத்து, நாள் முழுவதும் தியான நிலையில் இருப்பதே மனதை ஒழுங்குபடுத்துவதற்கான ஒரு வழியாகும். பின்வரும் இந்த கருத்துத் தூண்டுதலை நாம் எங்கு சென்ற போதும் பயன்படுத்தலாம்.

> உங்களைச் சுற்றியுள்ள அனைத்தும் இறை நினைவில் ஆழ்ந்து மூழ்கியுள்ளன என்று எண்ணுங்கள். முதலில் நீங்கள் அத்தகைய உணர்வில் மூழ்கிய பின்னர் இதை தொடங்குங்கள். அப்போது அதன் எதிரொலி வெளியிலும் பிரதிபலிக்கும்.

உங்களுக்கு எண்ணங்களே இல்லாத காலமும் வருவதை நீங்கள் கவனிப்பீர்கள். மனம் சலனமற்று இருக்கும். மெல்ல மெல்ல அது நுட்பமாக சீர்படுத்தப்படுகிறது. வெளிப்புற பொருட்களும் இறை நினைவில் ஆழ்ந்து மூழ்கி இருப்பதை உணர்ந்திடும் இந்த பயிற்சி உங்கள் மனதை ஒருமுகப்படுத்துகிறது. இதுவே அதன் திகைப்பூட்டும் பலனாகும். இது *ஸ்டார் வார்ஸ்* என்ற ஆங்கில

திரைப்படத்தில் *யோடா* என்ற கதாபாத்திரம் கூறுவதுபோன்று, ‘நாம் எல்லோரும் ஒளிரும் பொருட்கள். இந்த பருப்பொருள் அல்ல. உங்களைச் சுற்றியுள்ள சக்தியை நீங்கள் உணரவேண்டும். இங்கு நமக்கு இடையேயும் மரங்கள், பாறைகள் என அனைத்திலும் உணரப்பட வேண்டும். ஆம், இந்த நிலத்திற்கும் அந்தக் கப்பலுக்கும் இடையிலும் கூட.’ அதில் இன்னுமொரு பலனும் உண்டு. நீங்கள் திரை அரங்கிலோ, வணிக வளாகத்திலோ அல்லது கல்லூரியிலோ எங்கிருந்தாலும் இந்த சங்கல்பத்தினை மேற்கொள்ளும்போது உங்களைச் சுற்றியுள்ள உணர்வு நிலையில் என்ன நிகழ்கிறது என்று உங்களால் கற்பனை செய்து பார்க்க முடியுமா? அதை ஒரு பரிசோதனையாக முயற்சி செய்து பாருங்கள்.

செய்வதற்கு வேறெந்த வேலையும் உங்களுக்கு இல்லையென்றால் மேற்கூறிய கருத்துத் தூண்டுதலை மேற்கொள்ளுங்கள். நீங்கள் இறை நினைவில் மூழ்கிவிடுவீர்கள். இந்த மூழ்கிய நிலை மெல்ல மெல்ல விரிவடைந்து உங்களைச் சுற்றியுள்ளவை மட்டுமல்லாமல் வேறெங்கோ வசிக்கும் உங்கள் நண்பரைக்கூட நீங்கள் நினைப்பீர்கள். இந்த அதிர்வுகளை எல்லா இடங்களுக்கும் அனுப்புகிறீர்கள். இந்த உணர்வு விரிவடைய அனுமதியுங்கள். இந்த விரிவடைதலை நீங்கள் கட்டுப்படுத்தாதவரை அதற்கு எல்லை என்பதே இல்லை. அன்பினால் நிறைந்த உணர்வுறுநிலையை விரிவடைய நீங்கள் அனுமதிக்கும்போது, இந்த பூமி மிகச் சிறியதாகும், இந்தப் பிரபஞ்சம்கூட மிகச் சிறியதாகிவிடும்.

தியானம் என்பதும் விரிவடைந்துகொண்டே இருக்கக்கூடிய ஒரு பயிற்சிமுறை ஆகும். இன்று நீங்கள் சிறிதளவு செய்தால், நாளை இன்னும் சிறிது அதிகமாக செய்யுங்கள். தினமும் தியானம் செய்ய முயற்சி செய்யுங்கள். பின்னர், நீங்கள் இதில் ஆளுமை பெற்றபின், தினமும் ஒரு குறிப்பிட்ட நேரத்தில் தியானம் செய்திட நேரத்தை நிர்ணயித்துக் கொள்ளுங்கள். உங்கள் தியான நிலை மற்றவர்களின் மீது பிரதிபலிக்கும் காலமும் வரும். அப்போது அவர்கள்மீது ஒரு தாக்கத்தை நீங்கள் உருவாக்குவீர்கள்.

தியானத்தின்போது உங்கள் மனதை ஒழுங்குபடுத்தியபின், மீதமுள்ள நேரங்களிலும் மனதை ஒழுங்குபடுத்துவதே அடுத்த படியாகும். எண்ணங்கள் எந்நேரமும் வந்துகொண்டுதான் இருக்கின்றன. ஆனால் தியானத்தின்போது நம்முள் என்ன நடக்கிறது என்ற முழு விழிப்புடன் நாம் இருப்பதால் அவை நமக்கு அதிகமாக வெளிப்படுகின்றன.

ஒரு பயிற்றுநரிடம் தியான அமர்வை நீங்கள் பெறும்போது, மற்ற நேரங்களைவிட அதிகமான எண்ணங்கள் எழுவதை

சிலநேரம் நீங்கள் உணர்ந்திருப்பீர்கள். அவை நல்ல எண்ணங்களாக இருந்தால், பெரும்பாலும் அவற்றை நீங்கள் ரசிப்பதால், அவை மென்மேலும் விரிவடைந்து கொண்டே செல்லும். ஆனால், அவை அந்த அளவிற்கு நல்ல எண்ணங்களாக இல்லாமல், கடினமான எண்ணங்கள் மேலெழும்போது இம்மாதிரியான எண்ணங்கள் ஏன் இப்போது வருகின்றன என வியந்து அவற்றுடன் போராடிக் கொண்டிருப்பீர்கள். இவ்வெண்ணங்கள் நல்லதோ, கெட்டதோ - அவை அனைத்தும் நீக்கப்படுவதற்காகவே உங்கள் ஆழ்மனதிலிருந்து எழுகின்றன என்பதை நினைவில் கொள்வது உதவிகரமாக இருக்கும். எழுந்த அந்த எண்ணங்களை பிற்பாடு உள்ளபடியே உங்களால் மீண்டும் நினைவுகூற இயல்வது மிக அரிதாகும். ஏனெனில் அறியாத ஒன்றிலிருந்து எழும் அவை, அறியாத ஒன்றிற்கே சென்றுவிடுகின்றன. எனவே அவை போகட்டும் என்று விட்டுவிடுங்கள். நீங்கள் தியானத்தில் இருக்கிறீர்கள் என்பதை மட்டும் மென்மையாக உங்களுக்குள் நினைவுபடுத்திக் கொள்ளுங்கள்.

முதலில் அத்தகைய எண்ணங்கள் எவ்வாறு நம் ஆழ்மனதிற்குள் நுழைந்தன, மேலும் எவ்வாறு ஆழ்மனதை அதன் இருப்பிடமாக ஆக்கிக்கொண்டன? அடுத்த அத்தியாயத்தில் பதிவுகளை சேகரித்தல் மற்றும் அவற்றை சுத்திகரித்தல் என்பதை பற்றி ஆராயும்போது அதை நாம் எளிதில் புரிந்து கொள்ள முடியும்.

கூர்ந்து கவனித்தல்

தியானத்திற்குப் பின், நான் எப்படி உணர்கிறேன் என்பதையும், உள்முகமாக என்ன நிகழ்ந்துள்ளது என்பதையும் கூர்ந்து கவனிக்கும் பொருட்டு எனது அமைப்பை ஊடுருவிப் பார்க்க சில நிமிடங்களை செலவிடுவது மிகவும் பலனளிப்பதாக இருக்கிறது என்பதை நான் எப்போதும் கண்டறிந்துள்ளேன். இவ்வாறு நான் கவனித்தவற்றை குறிப்பேட்டில் எழுதுகிறேன். எப்போதும் வெவ்வேறு விஷயங்கள் நடந்து கொண்டிருப்பதை நான் கவனிக்கிறேன், சில நேரங்களில் ஒன்றுமே நடக்காததைப் போலவும் இருக்கிறது. அதுவும் சரியானதுதான். உதாரணத்திற்கு, ‘இன்று எந்த அனுபவமும் ஏற்படவில்லை‘ அல்லது ‘என் மனம் எண்ணங்களுடன் மிக மும்முரமாக ஈடுபட்டிருந்ததால், சரியாக தியானம் செய்ய முடியவில்லை’, என்று நான் எழுதக்கூடும். ஒரு விஞ்ஞானியைப் போல், என்ன நடந்தாலும் அதனை எழுதுங்கள். அதன் மூலம் பயிற்சியின்மீது உங்களுக்குள்ள ஈடுபாடு, உள்ளுக்குள் கூர்ந்து கவனிப்பதற்கான திறன், பல்வேறு நிலைகளை விவரிப்பதற்கான

கூருணர்வுத்திறன், உங்களது மனநிலைகள், ஆகியவற்றில் சுழற்சிகளைக் காணத் துவங்குவீர்கள். வெவ்வேறு விதமான அனுபவங்களை நீங்கள் கவனிக்கத் தொடங்குவீர்கள்.

என் தனிப்பட்ட அனுபவமொன்றை உதாரணமாக இங்கே தருகிறேன். ஒரு சில வருடங்களுக்கு முன் நான் பதிவு செய்திருந்த ஒரு குறிப்பைக் கண்டு நான் மிகுந்த வியப்புற்றேன். குறிப்பிட்ட அந்த அனுபவம் அப்போது எனக்கு மிகச் சாதாரணமான ஒன்றாகவே தோன்றியது. எனது தியானத்தின்போது ஒரு குறிப்பிட்ட மனிதரைக் கண்டதாகவும், நாங்கள் இருவரும் ஐக்கியமாகிவிட்டதாகவும் நான் எழுதியிருந்தேன். நேற்று நான் தற்செயலாக, எனது குறிப்பேட்டின் அந்தப் பக்கத்தைப் புரட்டியபோது, ஒரு ஏவுகணையைப்போல், அது என்னைத் தாக்கியது. அதன் பிறகு நான் அழத் துவங்கினேன். அத்தகையதொரு தாக்கத்தை அது என்மீது ஏற்படுத்தியது. ஆனால் அதை எழுதும்போது அது ஒரு விஷயமாகவே எனக்குத் தோன்றவில்லை.

இதோ மற்றொரு உதாரணம். 1979ல், நான் இந்தியாவில் வாழ்ந்து கொண்டிருந்தபோது ஒரு கனவு கண்டேன். எனது நாட்குறிப்பில் நான் கனவில் கண்ட இடத்தைப் பற்றி விவரித்து எழுதியிருந்தேன். அந்த இடத்தில் ஒரு நீரோடை, நூற்றி ஐம்பது அடி வரை உயர்ந்த மிகப்பெரிய மரங்கள், வானளாவிய ஒரு அலங்கார மாடம், மிகப்பெரிய புல்வெளி மற்றும் ஒரு சிறிய வீடு ஆகியவை இருந்தன. அக்கனவில் நான் எனது இரண்டாவது வழிகாட்டியான சாரிஜி அவர்களின் அருகில் அமர்ந்திருந்தேன். எங்களோடு இன்னும் நான்கு அல்லது ஐந்து பேர் இருந்தனர். 'இது ஒரு வெளிநாடு, நானோ இந்தியாவில் இருக்கிறேன்', என்று அக்கனவிலேயே நான் வியந்துகொண்டேன். பின்னர் ஒருமுறை 1986ல், நாங்கள் அட்லாண்டாவில் இருந்தபோது சாரிஜி அவர்கள், 'நாம் அல்பேனி-க்கு செல்லலாம்' என்று கூறினார். நாங்கள் ஐந்தாறு பேர், நியூயார்க் மாநிலத்திலுள்ள அல்பேனி எனும் இடத்திற்கு சென்றோம். அங்கே நாங்கள் பார்த்த அந்த இடத்தை முன்னதாகவே கனவில் கண்டு குறிப்பேட்டில் விவரித்திருந்தேன். மிகச் சரியாக அதே இடத்தைத்தான் நான் எனது கனவில் கண்டிருந்தேன்.

எனவே சில விஷயங்கள் உலகாயதமானவையாகத் தோன்றினாலும், அதையும் உங்களது குறிப்பேட்டில் எழுதுங்கள். உதாரணமாக, 'நான் ஒரு அணிலைக் கண்டேன்' என்றும் எழுதலாம். ஒருவேளை எப்போதாவது அதனை நீங்கள் சந்திக்க நேரிடலாம்! தியானத்தின்போது நீங்கள் என்ன உணர்கிறீர்கள் என்பதை எழுதுங்கள். உங்கள் கனவுகளைப் பற்றியும் எழுதலாம், உங்கள் எண்ணங்கள்,

உங்கள்மீதும், உங்கள் குடும்பத்தினர் அல்லது வேறு சிலர் மீதும் நீங்கள் கொண்ட கருத்துகள், உங்கள் வழிகாட்டி மற்றும் கடவுள்மீது உங்கள் கருத்து, நீங்கள் படித்த புத்தகங்கள், நீங்கள் பார்த்து ரசித்த திரைப்படங்கள், இவற்றின்மீதான உங்கள் எண்ணங்கள், கருத்துகள், இன்னும் எத்தனையோ விஷயங்கள் இருக்கின்றன.

இப்போது, 'உள்நிலைகள்' என்றும் அழைக்கப்படுகின்ற அக சூழல்களை நாம் கூர்ந்து கவனித்து 'அறிவது' எவ்வாறு? ஒரு உள்நிலையை உருவாக்கிக்கொள்வதே முதல்படியாகும். பின்னர் அது வெளிப்பட நாம் அனுமதிக்க வேண்டும். குறிப்பேட்டில் நமது அனுபவங்களை எழுதுவது, இத்திறனை வளர்க்கிறது. அந்த 'உள்நிலையைத் தக்கவைத்து கொள்வதற்கும் இதுவே முதல் படியாகும்.

உள்முக சூழலைப் புரிந்து கொள்வது என்பது, ஒப்பிட்டுப் பார்க்கின்ற ஒரு விஷயமாகும். உங்களுக்குத் தெரியாத ஒரு அன்னிய மொழியைப் படிக்க முயற்சி செய்வதாக எண்ணிப்பாருங்கள்: உதாரணமாக, சீன மொழி, தமிழ், கிரேக்க மொழி ஆகியவற்றின் எழுத்துக்களில் எனக்கு பரிச்சயமில்லாததால், இவையனைத்துமே எனக்கு செவ்வாய் கிரகத்தை சார்ந்ததாகவே தெரிகின்றன. சில நேரங்களில், காகிதத்தில் என்ன மொழி எழுதப்பட்டிருக்கிறது என்றுகூட எனக்குத் தெரிவதில்லை. எனினும் ஏதோ எழுதப்பட்டிருக்கிறது என்று தெரிந்திருப்பதே போதுமானதாகும். எனவே இந்த விதமாக தொடங்குங்கள். 'ஏதோ எழுதப்பட்டிருக்கிறது' என்பதிலிருந்து துவங்குங்கள். பிறகு, எழுத்துக்களை அடையாளம் கண்டுகொள்ளத் தொடங்குங்கள். பிறகு சொற்களையும், பின்னர் வாக்கியங்களையும், அதன்பிறகு நுட்பமான வேறுபாடுகளையும் கண்டறியுங்கள். எங்கிருந்து துவங்கினாலும் அவை தாமாகவே வெளிப்படும்.

இந்த செயல்பாட்டிற்கு உதவும் வகையில் தியானம் செய்வதற்கு முன்பு உங்கள் முழு அமைப்பையும் ஊடுருவிப்பார்த்து, கூர்ந்து கவனியுங்கள். பின்னர் மெதுவாக தியானத்தில் நுழைந்திடுங்கள். முடிவில், தியானத்திற்கு முன்பும், அதன்பிறகும் உள்ள உள்நிலையில் ஏதாவது வேறுபாடு இருக்கிறதா என பாருங்கள். பின்னர், அந்த வேறுபாட்டினை உங்கள் மனதில் தக்கவைத்துக் கொள்ளுங்கள்.

அதற்கு - நிர்வாண நிலை, பற்றற்ற நிலை அல்லது *சத்-சித்-ஆனந்த* நிலை என - நீங்கள் ஒரு பெயரை அளிக்க இயலாமல் போகலாம். இருப்பினும் அது எவ்வாறு உணரப்பட்டது என்பதை அன்றைய நாள் முழுவதும் நினைவுபடுத்திப் பாருங்கள். அது மனதில் பதியும்படி

இருந்தால், 'சென்ற வெள்ளிக்கிழமையன்று தியானம் சிறப்பாக இருந்தது; மிக அருமையாக இருந்தது', என ஒரு வாரத்திற்குப் பிறகும் உங்களுக்கு நினைவிருக்கும். அதனால் முதலில் அனுபவங்களுக்குப் பழகிக்கொண்டு, அவற்றைக் கூர்ந்து கவனியுங்கள். அதன்பிறகு நிகழ்வது என்ன? இது மாம்பழத்தின் பெயர் தெரியாத ஒருவரிடம் அப்பழத்தைக் கொடுப்பதைப் போன்றதாகும். மறுபடியும் அப்பழத்தை உண்ண விரும்பி, அது வேண்டும் என கேட்கவே அதன் பெயரை அறிவது அவசியமாகிறது. ஆனால் அதன் பெயரை மறந்துவிட்டாலும், 'அந்தப் பழம் எனக்கு நினைவிலுள்ளது. அது மிக நன்றாக இருந்தது' என்று கூறுவார். உங்களுக்கு அனுபவங்கள் ஏற்படும்போது, அவ்வப்போது அவற்றை நினைவிற்கு கொண்டுவாருங்கள்.

முந்தைய தியான அமர்வுகளின் குறிப்பிட்ட அனுபவங்களை என்னால் இன்றும் மறக்க இயலவில்லை. ஏனெனில், அவை மிக அற்புதமாகவும் வசீகரமாகவும் இருந்தன. அந்த தியானம் அத்தனை முக்கியமானதா? இல்லை, எனக்குள் மாற்றத்தை ஏற்படுத்தி, என்னை மேலெழ செய்து, இன்னமும் அடிக்கடி நினைவில் வருகின்ற அந்த நிலைதான் முக்கியமானது. அத்தகைய ஒரு தியானத்திற்குப் பின்னர், உங்களது மனம் மற்றும் இதயத்தின் நிலையில் ஏற்படும் வேறுபாட்டை நீங்கள் உணரும் போது, அந்நிலையை நீங்கள் தக்க வைத்துக்கொள்ள முடியும். நீங்கள் அதை என்னவென்று அழைக்கிறீர்கள் என்பது முக்கியமல்ல.

ஒரு தியான நிலையை உருவாக்குதல்

ஒவ்வொரு தியானத்திலும் தனிச்சிறப்புடைய ஒன்று நமக்கு அருளப்படுகிறது. நாம் இவ்வாறுதான் ஆன்மீக ஊட்டத்தைப் பெறுகிறோம் அல்லது ஆன்மீக வளங்களை ஈட்டுகிறோம். நமக்கு இவ்வாறு அன்பளிப்பாக வழங்கப்பட்ட புதிய உள்நிலையை நாம் பாதுகாப்பது எப்படி?

நமக்கு ஆன்மீக ஊட்டம் அளிக்கப்படுகிறது என்பதை அறியும் அளவிற்கு கூருணர்வுத்திறன் உடையவர்களாக ஆவதே முதல்படியாகும்; அதன்பிறகு அதைத் தக்கவைத்துக் கொள்வதற்கும், பாதுகாப்பதற்கும் மற்றும் அதை வளரச்செய்வதற்குமான முயற்சிகளை செய்யவேண்டும். அதை நான், அடையப்பெறுதல் (Acquire), உயிரோட்டமுடன் விளங்கச்செய்தல் (Enliven), உள்ளீர்த்துக் கொள்ளுதல் (Imbibe), அதனுடன் ஒன்றாதல் (One with it), மற்றும் முடிவாக ஒன்றுபட்ட ஐக்கியநிலையை அடைதல் (Union) அல்லது சுருக்கமாக AEIOU என்று கூறுவேன். அந்நிலையை நாம் பாதுகாப்பதால்

அது நம்முடன் ஒன்றாகிறது. அதனுடன் நாம் ஐக்கியமடைகிறோம். ஆங்கில மொழியில் இந்த வார்த்தைகளின் முதல் எழுத்துக்களாகிய AEIOU என இவற்றை நினைவுபடுத்திக்கொள்வது சுலபமாகிறது.

தியானத்திற்குப் பிறகு நம்மையே உள்ளார்ந்து கவனித்து அறிந்து, அதை உணர முயன்று, அந்த உள்நிலையுடன் ஒன்றாகி, முழுமையாக அனுபவித்து, அதை உயிரோட்டமுடன் விளங்கச்செய்து அதை நம்முடையதாக ஆக்கிக் கொள்வதற்கு ஐந்து நிமிடங்கள் மட்டுமே தேவைப்படுகிறது. அப்போது அது வளர்ச்சியடைய ஒரு வாய்ப்பு உள்ளது. காய்கறிகளை நன்கு வெட்டுவதற்காகவே ஒரு கத்தியை நாம் கூர்மையாக்குகிறோம். நமது உணர்வுறுநிலையை நாம் கூர்மையாக்குவது அதை அன்றைய நாளில் பயன்படுத்திக் கொள்வதற்காகவே. நமது உணர்வுறுநிலை எவ்வளவு கூர்மையாக இருக்கிறது என்பதை நாம் அறிந்துகொள்ளவும் அது உதவுகிறது. காலை தியானத்தின்போது உணர்வுறுநிலையின் ஒரு குறிப்பிட்ட மட்டத்தை நாம் அடையப் பெறுகிறோம். அந்த நிலையிலேயே நமது அன்றாட செயல்பாடுகளை நாம் தொடரும்போது, மற்ற பணிகளில் ஈடுபட்டாலும் அன்று காலை கிட்டிய அந்த தியான உள்நிலையை முழுமையாக நம்மால் தக்கவைத்துக்கொள்ள முடிகிறது.

'உள்நிலையை பற்றிக்கொள்ளுதல்' என்பதன் பொருள் என்ன? இதோ ஒரு உதாரணம்: ஒருவர் உங்களிடம் ஒரு நகைச்சுவையை சொல்கிறார். பிறகு வீட்டிலிருக்கும்போது அந்த நகைச்சுவை உங்கள் நினைவிற்கு வந்ததும் நீங்கள் உரக்கச் சிரிக்கிறீர்கள். உங்கள் மகன் 'அப்பா, என்ன விஷயம்?' என்று கேட்கிறான். 'நான் ஒரு நகைச்சுவையை எண்ணி சிரித்தேன்' என்று சொல்கிறீர்கள். அதைப்போன்று காலை தியானத்தின்போது தோன்றிய உள்நிலை உங்களுக்கு மீண்டும் வரும் வகையில் அது நன்றாக, ஆழ்ந்ததாக, தீவிரமானதாக இருந்திருக்கும். அந்த உள்நிலையுடனே நீங்கள் நடக்கவும், வேலை செய்யவும், ஓய்வாக இருக்கவும், முழுமையாக அதை உள்ளீர்த்துக் கொள்ளவும் கற்றுக் கொள்கிறீர்கள். இரவும் பகலும் நம்மோடு கொண்டுசெல்ல முயலும் தியானநிலை அதுவேயாகும்.

தியானத்தின் மூலமாக ஆழ்ந்த அமைதியும், தூய்மையும் ஒருமுறை உருவாக்கப்பட்டுவிட்டால் அதை எப்படி பற்றிக் கொள்வது என்பதை நாம் கற்றுக் கொள்கிறோம். இந்தக் கலையே 'கண் திறந்த நிலையில் தியானம் செய்தல்' அல்லது 'நிலையான நினைவு' என்று அறியப்படுகிறது. அதில் தியானத்தின்போது நாம் பெற்ற உள்நிலையை, நம் வாழ்வின் எல்லா அம்சங்களிலும் நாள் முழுவதும் கொண்டுசெல்கிறோம்.

இதை அடைவதற்கு தியானத்திற்குப் பிறகு வரும் ஐந்து அல்லது ஆறு நிமிடங்கள் மிகவும் ஆக்கபூர்வமானதாக இருக்கின்றன. அந்த நிமிடங்களை உங்கள் நன்மைக்காக விவேகத்துடன் பயன்படுத்துங்கள். உள்ளார்ந்த தியான நிலை ஒரு ரோஜாவின் நறுமணத்தைவிட சூட்சுமமானது. அதை நாம் மீண்டும் நினைவுகூர இயலாதபடி அது மிகச் சுலபமாக வெளியேறிவிடக் கூடும். எனவே நமக்கு அளிக்கப்பட்டுள்ள உள்நிலையைத் தக்க வைத்துக்கொள்ள, தியானம் முடிந்தவுடன் தவிர்க்கவேண்டிய சில விஷயங்கள் உள்ளன.

தியானம் முடிந்தவுடனேயே உங்கள் கவனத்தை வெளிப்புற சூழலை நோக்கித் திருப்ப முயற்சிக்காதீர்கள். அதாவது வெளிப்புறச் சூழலில் விஷயங்களை மாற்றாதீர்கள் என்று இதற்கு பொருள். மின் விசிறி சுற்றிக் கொண்டிருந்தால் அது அப்படியே இருக்கட்டும். மின் விசிறி இயங்காமலிருந்தால், அதன் விசையைப் போட்டு சுற்ற வைக்காதீர்கள். ஏனெனில் அது உங்கள் கவனத்தை வெளிப்புறமாக ஈர்த்துவிடும். அதேபோல் தியானம் முடிந்த பிறகு உடனே தண்ணீர் குடிப்பதைத் தவிர்த்திடுங்கள். யாராவது அழுது கொண்டிருந்தால் அல்லது ஏதாவது கெட்ட செய்தியை யாரிடமாவது தெரிவிக்க நேர்ந்தால், அந்த நபர் அமைதியடைவதற்காக ஒரு குவளை தண்ணீர் குடிக்கச் சொல்கிறீர்கள். ஏனெனில் அது அவரது கவனத்தை உட்புறத்திலிருந்து வெளிப்புறமாகத் திருப்புகிறது. அந்த சூழ்நிலையில் தண்ணீர் கொடுப்பதன் மூலம் அவரது மனநிலையை மேலான நிலைக்கு மாற்றுகிறீர்கள். தியானம் முடிந்தவுடன் தண்ணீர் குடித்தால் நம் உள்நிலையை நாம் இழந்துவிடக்கூடும், ஏனெனில் நம் கவனத்தை அது வெளிப்புறமாக திசை திருப்புகிறது.

புதிதாகப் போடப்பட்ட ஈரமான *சிமெண்ட்* தளத்தை உதாரணமாக எடுத்துக் கொள்ளுங்கள். அது சரியான முறையில் பரவி இறுகும் வரை, அதன்மீது நடக்காமலிருப்பது நல்லது. அதற்குமுன் அதன்மீது நாம் நடந்தால், அல்லது நாய்களை ஓட அனுமதித்தால், அல்லது 'நான் மோனிகாவை நேசிக்கிறேன்' என்று அதில் யாரையாவது எழுதிட விட்டுவிட்டால், அந்த தளம் நிரந்தரமாகப் பாழாகிவிடுகிறது. *சிமெண்ட் கான்க்ரீட்* போன்றே நமது உள்முக நிலையும் நம் இதயத்தில் நிலைபெற வேண்டியிருக்கிறது, அதற்கு கவனம் தேவை. அது உங்களுக்குள் எப்படி நிலைபெறுகிறது என்பதை கூர்ந்து கவனியுங்கள்; உங்கள் அமைப்பை அது தன்னுள் எவ்வாறு முழுவதுமாக மூழ்கச் செய்கிறது என்பதை உணருங்கள்; அதன்பிறகு உங்கள் கண்கள் திறந்திருந்தாலும் கூட, கூர்ந்து கவனித்து, அதை

பற்றிக்கொண்டிருக்க முடியும் என்ற திடநம்பிக்கை ஏற்படும்போது, நம்பிக்கையோடு எழுந்து அன்றைய நாளைத் தொடருங்கள்.

தியானத்தில் நீங்கள் பெறும் உள்நிலை ஈரமான சிமெண்ட் கலவையைவிட அதிக நுட்பமானதும், சூட்சுமமானதுமாகும். வெறும் கவனக்குறைவால்கூட அதனை மறையச் செய்துவிட முடியும். எனவே அதில் மென்மையாகவும், கவனமாகவும் இருங்கள். அதை ரசித்து உள்ளீர்த்துக் கொள்வதற்கு ஐந்து நிமிடங்கள் செலவிடுங்கள். அதன்பிறகு அதற்கு ஊட்டமளிப்பதற்கும், வளரச் செய்வதற்கும் உங்களுக்குத் தேவையான அனைத்து உதவிகளும் கிடைக்கின்றன என்ற தீர்மானத்துடன் எழுந்திருங்கள். அதற்கான வழிகாட்டுதல் உள்ளிருந்தே வரும். அதைப் பாதுகாத்து, வளரச் செய்வதற்கான விருப்பத்தையும், ஆர்வத்தையும், நோக்கத்தையும் கொண்டிருங்கள்.

கண்கள் திறந்திருக்கும்போதும் அந்த தியான நிலையிலேயே நீடித்திருப்பதற்கு முயற்சி செய்யுங்கள். உங்கள் இதயத்தில் மையப்படுத்திக் கொண்டு உணர்ந்தறியும் தன்மையுடன் இருங்கள். விஷயங்களை உங்கள் இதயத்தால் புரிந்துகொள்ள முயற்சி செய்யுங்கள். உங்களைச் சுற்றியுள்ள விஷயங்களை கவனிக்கும்போது, உங்கள் கவனத்தை இதயத்தின் மீதே வைத்திருங்கள். உங்கள் உள்முக திசைகாட்டி (*ராடார்*) திறந்துகொள்ளட்டும். நீங்கள் மிகவும் ஆய்ந்தறியும் தன்மை கொண்டவராக மாற விரும்பினால், இந்தப் பழக்கத்தை வளர்த்துகொள்ள வேண்டும்.

சமநிலையற்ற மனம், அதன் திசைகாட்டியை, அதன் திசையை இழந்துவிடுகிறது. ஒரு தூய்மையான மனம் அதன் திசையை உள்ளிருந்தே கண்டறிகிறது, ஏனெனில் அது மையப்படுத்தப்பட்டு உள்ளது. நிலைபெற்ற ஒரு மனம் அதன் சுய மையத்தைக் கண்டறிகிறது. ஆகவே, தியானம் முடிவாக உங்களை உங்கள் மையத்திற்குக் கொண்டுவந்து, அதைத் தெளிவாக உணரச் செய்கிறது. அதன்பிறகு உங்களுக்கு எந்நேரமும் உள்முகமான வழிகாட்டுதல் கிடைக்கிறது. அது உங்களிடம் பேசுகிறது, முக்கியமாக தவறான விஷயங்களைப் பற்றி எச்சரிக்கிறது. உண்மையைப் பற்றி அது பேசாமலேயே இருந்துவிடக்கூடும், ஏனெனில் உண்மையே அதன் இயல்பாகும்.

ஆய்ந்தறிதல் அல்லது பகுத்தறிதலே ஆன்மீகத்தின் முதற்படி அல்லது அடையக்கூடிய முதல் பண்பாகும். சரியானது - தவறானது, நல்லது - கெட்டது, மற்றும் மதிப்புக்குரியது - மதிக்கத்தகாதது, இவற்றிற்கிடையே பகுத்தறியும் திறன் நமக்கு இல்லாவிடில் உங்கள் உள்ளிருக்கும் திசைகாட்டி செயலிழந்துவிடுகிறது. நீங்கள்

தூய்மையான இதயத்துடன் இருக்கும்போது உள்ளிருக்கும் அந்த திசைகாட்டி மிகவும் சக்தி வாய்ந்ததாக இருக்கிறது. ஒரு தூய்மையான இதயத்தைக் கொண்டிருக்கும்போது எத்தனையோ விஷயங்களை நீங்கள் அறியமுடியும்.

தியான நிலையானது நிலையான நினைவுக்குள் ஆழ்ந்து செல்வதால், உணர்வுநிலையின் முழு அலைக்கற்றையும் உங்கள் மையத்துடன் தொடர்பில் இருக்கிறது. அது உங்கள் ஜீவிதத்தின் அடித்தளமாக இருக்கிறது, மேலும் அடிப்படையாக விளங்கும் இந்த இணைப்பானது காலப்போக்கில் அன்பாக மலர்ச்சியடைகிறது. நாம் நேசிப்பவர்களை எப்போதும் நினைவில் வைத்திருப்போம், அதைப் போன்றே அதன் தலைகீழ் சமன்பாடும் உண்மையானது. நாம் எந்த அளவு அதிகமாக நினைக்கிறோமோ அந்த அளவிற்கு அதிகமாக அன்பு வளர்ச்சியடைகிறது.

மொத்தத்தில், ஹார்ட்ஃபுல்னெஸ் என்பது எதைப் பற்றியது என்று விவரிக்க வேண்டுமானால் அது அன்பை பற்றியது என்றுதான் கூறவேண்டும். அது நம் 'சுயத்திற்கும்', நம்மைப் படைத்தவருக்கும் இடையிலான ஒரு காதல் கதை. ஆரம்பத்தில், நம்மைப் படைத்தவர் அல்லது இறைவன் என்றால் என்ன என்பது நமக்குத் தெரிவதில்லை. நமக்குத் தெரியாத ஒன்றை நேசிப்பது கடினமானது. ஆகவே இந்த உறவு முறையை 'நான்' என்பதில் கவனம் செலுத்தி, உள்முகமாகப் பார்த்து நம்மிடமிருந்தே ஆரம்பிக்கிறோம். அப்போது வழிகாட்டி நமக்கு உதவிபுரிய வருகிறார். இறைவனின் இந்த ராஜ்ஜியத்தில் அனுபவம் பெற்றவராக, பரிச்சயமுடையவராக வழிகாட்டி இருப்பதால் அவர் மென்மையான விதத்தில் 'நான்' என்பதிலிருந்து 'நாம்' என்பதை நோக்கி நம் கவனத்தை திருப்புகிறார். இந்த 'நான்' மற்றும் 'நாம்' என்ற சக்திவாய்ந்த செயலாற்றலானது உணர்வுறு நிலையின் பற்பல மட்டங்களின் வழியாக காலப்போக்கில் பரிணாம வளர்ச்சியடைந்து, விரிவடைகிறது. உணர்வுறுநிலையின் இந்த மட்டங்களின் வழியே நாம் கடந்து செல்லும்போது மனித நிலையில் நம்மால் அடையாளம்கண்டு அறியக்கூடிய ஒருவராகவும் அந்த வழிகாட்டி இருக்கிறார். அவருடைய *பிராணாஹுதி* மற்றும் ஆதரவின் மூலமாக எந்த அளவிற்கு அவர் நமக்கு உதவி செய்கிறாரோ அந்த அளவிற்கு அவரது உதவியை நாம் தயக்கமின்றி ஏற்றுக்கொள்கிறோம். மேலும் அந்த அளவிற்கு அவர் மீது நன்றியுணர்வு கொள்கிறோம்; நமது கவனம் அன்பளிப்புகளிலிருந்து அதை அளிப்பவர் மீது செல்வதால் இது உருவாகிறது. இந்த நன்றியுணர்வு, அவரை அடிக்கடி நினைப்பதற்கு வழிவகுக்கிறது. சிறிது காலத்திற்குப் பிறகு அன்பும் உதயமாகிறது. ஒரு காலகட்டத்தில்

நமக்கு அவர்மீது பெருமளவு அன்பு இருப்பதை உணர்கிறோம், அது எவ்வாறு நிகழ்ந்தது என்று நமக்குத் தெரிவதில்லை.

இவையனைத்தும் தியானம் எனும் எளிமையான செயலில் ஆரம்பமாகிறது. நிலையான நினைவின் தாயாக தியானம் இருக்கிறது. தாய் இல்லாமல் குழந்தை இல்லை. அதுபோல் தாய் ஆகிய தியானம் இல்லையேல் நிலையான நினைவு இல்லை.

நாள் முழுவதிலும் மற்ற வேலைகளை நாம் செய்து கொண்டிருந்தாலும் தியான நிலையிலேயே நீடித்திருக்கும் இந்தத் திறன், நாம் அனைவரும் மிக நன்றாக அறிந்த மற்றொரு செயல்முறையாகவே இருக்கிறது - அது கடினமான ஒன்றல்ல. ஒரு குழந்தை சைக்கிள் ஓட்டக் கற்றுக்கொள்வதை எண்ணிப்பாருங்கள். உங்கள் குழந்தைக்கு முதலில் அதைக் கற்றுக் கொடுக்கும்போது மூன்று சக்கரமுடைய வண்டியைக் கொண்டுவந்து, அதை அவள் சரியாக மிதித்து ஓட்டக் கற்றுக்கொள்ளும் வரை, அதைப் பிடித்துக் கொண்டு கூடவே சென்று உதவுகிறீர்கள். அதன்பிறகு இரண்டு சக்கரங்கள் உடைய சைக்கிள் வண்டியை, அதன் பின்சக்கரத்தின் இருபுறமும் சிறிய சக்கரங்கள் பொருத்தப்பட்ட வண்டியைக் கொடுக்கிறீர்கள். சிறிது காலப் பயிற்சிக்குப் பிறகு, அந்த சிறிய சக்கரங்களை நீக்கிவிடுகிறீர்கள். இப்போது அவள் இரு சக்கர வண்டியை ஓட்டுகிறாள். அதன்பிறகு என்ன ஆகிறது? அவள் சற்றுப் பெரிய சைக்கிளில் பள்ளிக்கூடம் செல்கிறாள். அவள் நண்பர்களுடன் சேர்ந்து, பேசிக்கொண்டு, பாடிக்கொண்டு, போக்குவரத்தையும் கவனித்துக்கொண்டு, அவள் எங்கே போகிறாள் என்பதை நினைவில் கொண்டு செல்கிறாள். தனது மிதிவண்டியை ஓட்டியவாறே மற்ற விஷயங்களையும் கவனிக்கிறாள். இது அந்தக் குழந்தைக்கு சுலபமாகவே உள்ளது, அதற்கு அதிக காலம் எடுத்துக் கொள்வதில்லை.

மற்ற விஷயங்களைச் செய்யும்போதே சைக்கிள் ஓட்டும் கலையில் ஒரு குழந்தை தேர்ச்சிபெற முடியும் என்றால், நமது ஆன்மீக உள்நிலையைத் தொடர்கின்ற கலையில் நாமும் தேர்ச்சிபெற முடியும். நிச்சயமாக அதை நாம் அவ்வப்போது மறந்துவிடக்கூடும். ஆனால் நமக்கு உண்மையாகவே ஆர்வம் இருந்தால், தியானத்திற்குப் பிறகு ஒவ்வொரு உள்நிலையையும் நாம் முன்னோக்கிக் கொண்டுசெல்லத் துவங்குவோம். தியான நிலையை பராமரித்துக் கொண்டே மற்ற விஷயங்களையும் எப்படி செய்வது என்று கற்றுக்கொள்வோம். அன்றைய நாளில் நமது உள்நிலையை எவ்வாறு முன்னோக்கிக் கொண்டுசெல்வது என்பதை நாம் கற்றுக்கொண்டால், ஒரே நேரத்தில்

நாம் பற்பல விஷயங்களை செய்ய முடியும். இதுவே நிலையான நினைவு என்பதாகும் - அது எளிமையானது.

ஒரு தாமரையைப்போல் இருத்தல்

சில குறிப்பிட்ட சூழ்நிலைகளில் அந்த உள்முகமான நிலையை தக்கவைத்திருப்பது அதிக சிரமமாக இருக்கிறது. உதாரணமாக மாணவர்கள் தங்கள் கல்லூரியில் தங்குமிடம் குறித்து இம்மாதிரியான புகாரை தெரிவிக்கிறார்கள். ஆனால் எந்த ஒன்றையும் அதன் போக்கில் செல்ல அனுமதித்தால் அது தீங்கை விளைவிக்கும். நானும் ஒன்பதாம் வகுப்பு முதல், முதுகலைப் பட்டப்படிப்பு வரை விடுதியில் தங்கி இருந்தேன். எதிர்மறையான நிலைமையையும் நமக்கு சாதகமாக மாற்றிக்கொள்ள முடியும் என்பதை அப்போது நான் கற்றுக்கொண்டேன்.

உங்கள் நண்பர்களில் சிலர் நீங்கள் தியானம் செய்வதால் உங்களை கேலி செய்தால், ‘அதிக நன்மைகளை அளிக்கும் என்பது உறுதி’ எனக்கூறி, ‘நீங்கள் மாற விரும்புகிறீர்களா? இது நீங்கள் மாறுவதற்கு உதவி செய்யும்’ என்று சொல்லுங்கள். நான் கல்லூரியில் படித்துக் கொண்டிருந்தபோது, என் நண்பர்களில் ஒருவர் சரியாகத் தூங்க முடியாமல் இருந்தார். உகந்ததாக இல்லாத நேரங்களில் அவர் தூங்க நேர்ந்தது. எனவே, ‘எங்களோடு வந்து தியானம் செய். உன் தூக்கமுறை சீராகும்’, என்று தூண்டினோம். முதல் தியான அமர்விலேயே அவரது தூக்கமுறை இயல்பாக ஆனது. மற்றொருவர் நன்றாகப் படிப்பது எப்படி என அறியாமல் இருந்தார். படிப்பில் அவரது கவனம் மிக மோசமாக இருந்தது. எங்கள் பேராசிரியரே அவரிடம், ‘கம்லேஷுடன் செல். அவர் உன்னை தியானத்திற்கு அழைத்துச் செல்வார். அது உன்னை மேம்படுத்தும்’ என்று கூறினார். ஒரு காலகட்டத்தில் எங்கள் கல்லூரியில் இருபத்தைந்திற்கும் மேற்பட்ட மாணவர்கள் தியானம் செய்பவர்களாக இருந்தனர். ஆகவே பயிற்றுநர் ஒருவர் எங்கள் விடுதியில் தியான அமர்வுகள் நடத்துவார். எனவே உண்மையில் நிலைமை எதுவாயினும் அதை நாம் எப்படி அமைத்துக்கொள்கிறோம் என்பதையே அது சார்ந்துள்ளது. எளிமையாக இருப்பது ஒரு பலவீனமல்ல. தூய்மையாக இருப்பதும் பலவீனமல்ல. நாம் அனுமதித்தால் அவை மிகவும் பலம் வாய்ந்தவையாக மாறும்.

தியானத்தின்போது அருளப்பட்ட சூட்சுமமான உள்நிலைகளை நாம் பேணி பாதுகாத்தால் காலப்போக்கில் அவை ஒரு மிகச் சிறப்பான சூழ்நிலையை உருவாக்குகின்றன. நம் வீட்டில் நாம் தியானம்

செய்வதால், நம் குடும்ப உறுப்பினர்கள் மற்றும் நண்பர்களும் அங்கு தியானம் செய்வதால் எவ்விதமான சூழ்நிலையை அங்கு உருவாக்க முடியும் என்று கற்பனைசெய்து பாருங்கள். அங்கு பெருமளவு லகுத்தன்மையும், அமைதியும், உற்சாகமும் இருக்கும். அந்த இடத்தில் அனைவரும் மகிழ்ச்சியை உணர்வார்கள்.

ஒன்றாக தொகுக்கப்பட்ட நமது எண்ணங்களாலும் உணர்வுகளாலும் உருவாக்கப்பட்ட ஒரு சூழல், தனித்துவமான சூழல் **(egregore)** என்று சொல்லப்படுகிறது. நாம் அனைவரும் சேர்ந்து தியானம் செய்யும்போது ஒருமித்த அன்பின் ஒரு சூட்சுமமான களத்தை உருவாக்குகிறோம். போதிய எண்ணிக்கைகொண்ட மக்கள் சேர்ந்து தியானம் செய்யும்போது அந்த தனித்துவமான சூழல் ஒரு குறிப்பிட்ட உச்சத்தை அடையும். அப்போது மனிதகுலத்தின் போக்கில் மாற்றம் ஏற்படும்.

5. கடந்த காலத்தை கடந்துசெல்ல அனுமதித்தல்: சுத்திகரிப்பு

தியானத்தின்போது, நமது எண்ணங்கள் மற்றும் உணர்வுகளால் ஏற்படும் கவனச்சிதறலே நாம் அனைவரும் எதிர்கொள்ளும் பிரச்சினைகளில் ஒன்றாகும். மனதில் சலனமற்ற தன்மையை உருவாக்கும் விதமாக நமது உணர்வுநிலையின் களத்தை தெளிவடைய செய்வதற்கு நமக்கு ஏதோ ஒன்று தேவைப்படுகிறது. ஹார்ட்ஃபுல்னெஸ் பயிற்சியில், நம் மனதின் மாசுகளை நீக்குவதற்கு, சுத்திகரிப்பு என அழைக்கப்படும் பயிற்சி ஒன்று உள்ளது. இது நம் மனதில் நாள் முழுவதும் ஏற்படுத்திக்கொண்ட மாசுகள், சிக்கல்கள் மற்றும் உணர்ச்சிபூர்வ பாரங்களை நீக்கி, நாம் தியானத்தில் ஆழ்ந்து செல்ல நமக்கு உதவுகிறது. நாம் மிக லகுவாகவும், அதிகம் கவலை அற்றவர்களாகவும் உணர்கிறோம். ஒரே மாதிரியான உணர்வு, உணர்ச்சி மற்றும் எண்ணம் ஆகியவை மீண்டும் மீண்டும் ஏற்படுவதன் விளைவாக, சிக்கல்களும் மாசுகளும் குவிந்துவிடுகின்றன. இவை, குறிப்பிட்ட செயல்களையே மீண்டும் மீண்டும் செய்யும் நிலைக்கு நம்மை இட்டுச்செல்கின்றன. இந்த செயல்கள், நம் மனதின் மீது பதிந்திடும் பழக்கங்களாகி, காலப்போக்கில் மென்மேலும் நிலைபெற்றதாக ஆகின்ற நிலையான நடத்தை முறைகளை உருவாக்கி, நமது சூட்சும சரீரத்தில் பதிவுகளை உருவாக்குகின்றன.

ஆங்கிலப் பழமொழி ஒன்றில் சொல்லப்படுவது போல்,

ஓர் எண்ணத்தை விதைத்து, ஒரு செயலை அறுவடை செய்யுங்கள்,

ஒரு செயலை விதைத்து, ஒரு பழக்கத்தை அறுவடை செய்யுங்கள்,

ஒரு பழக்கத்தை விதைத்து, ஒரு குணத்தை அறுவடை செய்யுங்கள்,

ஒரு குணத்தை விதைத்து, ஒரு விதியை அறுவடை செய்யுங்கள்.

நாம் எவ்வாறு பதிவுகளை உருவாக்குகிறோம்?

நீங்கள் ஒரு தோட்டத்தில் நடந்துக்கொண்டிருக்கிறீர்கள்; அங்கு காற்றில் கலந்திருக்கும் ரோஜாவின் இனிய நறுமணம் உங்களைக் கவர்கிறது என்பதாக, ஒரு நிமிடம் கற்பனை செய்யுங்கள். மறுநாள் அதே இடத்தை நீங்கள் கடக்கும்போது, அந்த அழகான நறுமணம் பற்றிய விழிப்புணர்வுடன் அந்த ரோஜாச் செடியை தேடுகிறீர்கள். அதைக் கண்டுபிடித்து, அதன் அருகில் சென்று, அது எவ்வளவு அழகாக இருக்கிறது என்பதை கூர்ந்து கவனிக்கிறீர்கள். அதன் நறுமணத்தையும், அது பூத்துக்குலுங்கும் அழகையும் ரசித்தபின், சென்றுவிடுகிறீர்கள். மூன்றாம் நாள், அந்த மலரை கைகளால் வருடி நான்காம் நாள், அதைப் பறித்து உங்கள் வீட்டிற்கு எடுத்துச் சென்றுவிடுகிறீர்கள். அவ்வாறுதான், நாம் பதிவுகளை உருவாக்குகிறோம். அந்த ரோஜாவின் நறுமணத்தை ஒருமுறை முகர்வதோடு மட்டும் நாம் மகிழ்ச்சி அடைவதில்லை, அதை சொந்தமாக்கிக்கொள்ள, நம்முடன் வைத்துக்கொள்ள விரும்புகிறோம், அதன்பிறகு நாம் அகப்பட்டுக்கொள்கிறோம்!

காட்டில் நிம்மதியாக தியானம் செய்துவந்த ஒரு துறவியைப் பற்றிய ஒரு கதை உள்ளது. அவருக்கு எந்த பிரச்சினையும் இல்லை. அவர் எப்போதும் ஆனந்தமாகவும், அருகிலிருந்த கிராமத்து மக்களின் நன்மதிப்பை பெற்றவராகவும் இருந்தார். கவலைப்படுவதற்கு அவரிடம் உடைமையென ஒரே ஒரு கோவணம் மட்டுமே இருந்தது, இரவில் அதைத் துவைத்து, ஒரு மரக்கிளையில் தொங்கவிட்டு உலர்த்துவார். ஆனால், அவ்வாறு மரக்கிளையில் உலர்த்தி வைக்கும்போது சில சுண்டெலிகள் அதை கடித்துத் தின்னத் தொடங்கின; அவரது கோவணமும் மெல்ல மெல்ல சிறிதாகிக் கொண்டேபோனது.

ஆகவே 'உங்களுக்கு ஒரு பூனையைக் கொண்டு வருகிறோம்', என்று கிராமத்தினர் ஆலோசனை கூறினர்.

எலிகளைத் துரத்துவதற்காக அவரிடம் ஒரு பூனையை கொண்டுவந்து கொடுத்தனர். ஆனால், பூனையைப் பராமரிப்பதற்கு அதற்கு எந்நேரமும் பால் தேவைப்படுகிறது. எனவே பூனைக்கு உணவளிக்க யாராவது ஒருவர் தினமும் மாலையில் பால் கொண்டுவர ஆரம்பித்தனர். இதனால் மக்கள் சலிப்புற்றனர்.

இவ்வாறு மாலையில் வனப்பகுதிக்குள் தினமும் வந்து கிராமத்திற்குத் திரும்புவதில், தங்களது உயிரை எவ்வாறு பணயம் வைக்க முடியும் என்று அவர்கள் கேட்டனர்.

எனவே பசுமாடு ஒன்றை அந்தத் துறவிக்கு அளிக்க அவர்கள் தீர்மானித்தனர். இப்போது, கோவணத்தை தின்றுவரும் எலிகளைப் பிடிப்பதற்காக வளர்க்கப்படும் பூனைக்கு உணவளிக்கும் விதமாய், அந்த பசுவைப் பராமரித்து பால் கறந்திட, யாராவது ஒருவர் தேவைப்பட்டார். எனவே, அவர்கள் பசுவிடம் பால் கறக்க, ஒரு பணிப் பெண்ணை அனுப்பினர். அந்தப் பணிப் பெண்ணிடம் காதல் வயப்பட்ட அத்துறவி, அவளோடு குடும்பம் நடத்தத் தொடங்கினார். ஒரு சிறிய ஆசை, சங்கிலித்தொடராக இந்த எதிர் விளைவுகளைத் தூண்டியது!

ஒரு ஆசை நிறைவேற்றப்படுகிறதா இல்லையா, அல்லது அது அடையப்படக் கூடியதா இல்லையா என்பது ஒரு பொருட்டல்ல; அது உங்கள் மனதில் விதை வடிவில் இருக்கும் வரை, முளைப்பதற்கான வாய்ப்பை எதிர்நோக்கி அது காத்திருக்கும். அவ்வாறு பத்து பிறவிகளுக்குகூட அது புதைந்திருக்கலாம். ஒரு சிறுவனாக, குறிப்பிட்டதொரு சிறிய *ரிமோட் கண்ட்ரோல்* கார் வேண்டுமென உண்மையில் நீங்கள் விரும்பியிருக்கக்கூடும்; ஒரு இளைஞனாக, 'நான் அந்த வகைக் காரை வாங்கியாக வேண்டும்' என்று அந்தப் பதிவு இன்னமும் உங்களை வாட்டுகிறது. அதை அடையும் வரை நீங்கள் மகிழ்ச்சியற்றே இருக்கிறீர்கள். பொதுவாக அத்தகைய ஆசைகள் இருக்கின்றன என்ற உணர்வுகூட நமக்கு இல்லாமல் இருப்பதுதான் அதில் இருக்கும் பெரும் பிரச்சினையாகும்.

இந்த பதிவுகள் உருவாகும் செயல்முறையையும், அதன் விளைவாக நாம் உருவாக்கிக்கொள்ளும் தொடர்பான விஷயங்களையும், சுவாமி விவேகானந்தர் *ஞான யோகம்* என்ற அவரது நூலில், பின்வருமாறு விவரிக்கிறார்: 'நான் தெருவழியே செல்லும்போது, நாய் ஒன்றை காண்பதாக வைத்துக்கொள்வோம். அதை நாய் என்று நான் எவ்வாறு அறிவது? அதை என் மனதில் நான் ஒப்பிட்டு சரிபார்க்கிறேன்; என் கடந்த கால அனுபவத் தொகுப்புகள் அனைத்தும் என் மனதில், கூண்டுக்குள் அடைப்பட்ட பறவைகள்போல் அதனதன் இடத்தில் இருக்கின்றன. ஒரு புதிய பதிவு வந்தவுடன், அதை கூண்டின் பழைய பறவையுடன் ஒப்பிட்டுப்பார்த்து, ஏற்கனவே இருக்கும் பதிவுகளின் தொகுப்பில் பொருத்தமான இடத்தை நான் கண்டவுடன், அதை அங்கு வைத்துவிட்டு நான் திருப்தி அடைகிறேன். அங்கு ஏற்கெனவே

இருக்கும் பதிவுகளோடு அது ஒத்துப்போவதால், அது ஒரு நாய் என்பதை நான் அறிகிறேன்.'

'இந்தப் புதிய அனுபவத்தின் இயல்புடன் ஒத்துப்போகும் பதிவுகளை என்னுள் காணாதபோது, நான் அதிருப்தியடைகிறேன். ஒரு பதிவிற்கு இணையான ஒன்றை காணாமல் நாம் அதிருப்தி அடையும்போது, இந்த மனநிலை 'அறியாமை' என்று அழைக்கப்படுகிறது. ஆனால், ஏற்கனவே இருக்கும் ஒரு பதிவிற்கு ஒத்துப்போகும் ஒன்றை காணும்போது, நாம் திருப்தி அடைகிறோம், இது 'அறிவு' என்று அழைக்கப்படுகிறது. ஒரு ஆப்பிள் கீழே விழுந்தபோது, மனிதர்கள் அதிருப்தி அடைந்தனர். பின்னர் படிப்படியாக, அவர்கள் அத்தொகுப்பை கண்டறிந்தனர். அவர்கள் கண்டறிந்த அந்த தொகுப்பு என்ன? எல்லா ஆப்பிள்களும் கீழே விழும் என்பதே; ஆகவே, அதனை 'புவி ஈர்ப்புவிசை' என்று அவர்கள் அழைத்தனர். ஏற்கனவே இருக்கும் அனுபவங்களின் ஒரு குவியல் இல்லையெனும் நிலையில், எந்தப் புதிய அனுபவமும் சாத்தியமில்லாமல் போய்விடும்; ஏனெனில், புதிய பதிவினை ஒப்பிட்டுப் பார்க்க, அங்கு எதுவும் இருக்கப் போவதில்லை என்பதை இப்போது நாம் காண்கிறோம்.[1] என்று எழுதியுள்ளார்.

எந்த ஒரு எண்ணமோ அல்லது செயலோ பதிவினை உருவாக்கலாம். அவ்வாறு எண்ணங்கள் அல்லது செயல்கள் மீண்டும் மீண்டும் நிகழும்போது அவை பழக்கங்களாய் மாறி, காலப்போக்கில் மென்மேலும் இறுகி, கடினமான எண்ண வடிவங்களை உருவாக்குகின்றன.

அடிமட்டம் வரை தெளிவாக காணக்கூடிய வகையில், முழுமையாக சலனமற்று இருக்கும் பளிங்குபோன்று தெளிவான ஒரு நீர்த் தேக்கத்தினைப்போல், உங்கள் மனம் முற்றிலும் தூய்மையாகவும், சலனமற்றும் இருப்பதாகக் கற்பனை செய்யுங்கள். இப்போது, அந்தப் பரப்பில் ஒரு எண்ணமோ, உணர்ச்சியோ அல்லது அனுபவமோ உண்டாகும்போது நீரில் ஏற்படும் ஒரு இடையூறைப் போலவே, சிற்றலைகளையும் குழப்பத்தையும் அது உருவாக்குகிறது. அந்த இடையூறு நம் மனதிலிருந்து நீக்கப்படவில்லை எனில், அது ஆற்றலின் ஒரு முடிச்சை, ஒரு பதிவை உருவாக்குகிறது. அந்தப் பதிவு ஆழமாகி, கடினமானதாகும்போது, ஒரு சம்ஸ்காரமாக நிலைபெற்றுவிடுகிறது. தண்ணீர் ஒரே பாதையில் தொடர்ந்து செல்லும்போது, நீர்க்கசிவு ஒரு சிற்றோடையாக வடிவெடுத்து, இறுதியில் ஒரு நதியாக ஆவதுபோல்,

---

1. சுவாமி விவேகானந்தர், 1899. ஞான யோகம், அத்தியாயம் 12, வேதாந்தா அச்சீடு, அமெரிக்கா

நமது பழக்கவழக்கங்கள், பயங்கள் மற்றும் ஆசைகளுக்கு *சம்ஸ்காரங்களே* அடித்தளமாக இருப்பதால், அவை மீண்டும் மீண்டும் நிகழ்கின்றன.

சம்ஸ்காரங்களை நாம் நீக்காத வரை, ஒரே மாதிரி செயலாற்றும் அமைப்பில் நாம் சிக்கிக்கொள்கிறோம்; மாற வேண்டுமென நாம் எவ்வளவுதான் விரும்பினாலும், நாம் அதிலிருந்து விடுபட்டு வெளியே வரமுடியாது.

கடந்த காலத்தை நாம் மாற்ற முடியாது என்றாலும், நமது கடந்த காலத்தின் விளைவினால் உருவான *சம்ஸ்காரங்களை* நாம் நீக்க முடியும். நிகழ்கால வாழ்க்கை என்பது பழைய *சம்ஸ்காரங்களை* அனுபவித்துத் தீர்ப்பதற்கே எனில், நமது வருங்கால வாழ்க்கை எவ்வாறு உருவாக்கப்படுகிறது? நமது முந்தைய *சம்ஸ்காரங்கள்* அனைத்தையும் இந்த வாழ்க்கையிலேயே நாம் நீக்கிவிட முடியும், இருப்பினும் இன்னும் அதிக சம்ஸ்காரங்கள் உருவாக்குவதை நாம் தொடரப் போகிறோமா? இந்தத் தலைப்பு, நம் எதிர்கால விதியை நாம் எவ்வாறு வடிமைக்கிறோம் என்பதன் மிக முக்கிய அம்சங்களுள் ஒன்றாகும்.

மற்றொரு வழியிலும் நாம் பதிவுகளை உருவாக்கிக்கொள்கிறோம். தொலைக்காட்சி மற்றும் திரைப்படங்கள் பார்ப்பது, *வீடியோ கேம்ஸ்* விளையாடுவது போன்றவற்றின் மூலமாக அது நிகழ்கிறது. ஒரு வன்முறை காட்சியையோ அல்லது ஒரு காதல் காட்சியையோ பார்க்கும்போது நாம் பாதிப்படைகிறோம். நாடகங்களில் வரும் நிகழ்வுகள் நமது சொந்த வாழ்க்கையிலிருந்து இல்லாமல் இருக்கலாம், ஆனால் அந்த நிகழ்ச்சியைப் பார்த்த பின்னர், நாம் அந்தப் பதிவுகளை ஈர்த்துக்கொள்வதோடு, உறங்கச்செல்லும் முன் நமது மனத்திரையில் அதே காட்சிகள் தொடர்ந்து ஓடுகின்றன. அந்த நேரத்தில் நமது இதயத்திற்கு என்ன நேர்கிறது? அது அமைதியாக, பாதிப்படையாமல் நீடிக்கிறதா? பெரும்பாலும் அது நிஜ வாழ்வில் நிகழ்வது போன்றே பாதிக்கப்படுகிறது. அத்தகைய பதிவுகளிலிருந்து நம்மை பாதுகாத்துக்கொள்ள இயலுமா?

அதற்காக, தொலைக்காட்சி மற்றும் திரைப்படங்கள் காண்பதை நிறுத்த வேண்டுமென்பது இல்லை. ஆனால், அத்தகைய பதிவுகள் உருவாகாதவாறு, நாம் கூருணர்வு படைத்தவர்களாக ஆகவேண்டிய தேவையுள்ளது. மேலும், சாத்தியமானபோதெல்லாம் அவற்றிற்கு எதிராக தற்காப்பு கவசத்தை உபயோகிக்க வேண்டும். எனக்குத் தெரிந்த, அதற்கான ஒரே தற்காப்பு கவசம் என்னவெனில், நம்முள் இருக்கும் மிக உயர்ந்த சுயத்துடன் நம்மை இணைத்துக்கொள்வதன் மூலம், நமது

உணர்வுறுநிலையின் மிக ஆழ்ந்த நிலையில் லயித்திருப்பதே ஆகும். அப்போது, நம்மை சுற்றியுள்ள சேற்றினால் பாதிக்கப்படாத வண்ணம், தண்ணீரில் மிதக்கும் தாமரை மலர்போல் நாமும் நிலைத்திருக்கிறோம். இல்லையேல், நாம் எளிதில் பாதிப்படைந்தவர்களாக இருப்போம்.

இந்த நவீன பொழுதுபோக்கான தொலைக்காட்சி மற்றும் இணையதளத்திற்கு மற்றுமொரு அம்சமும் இருக்கிறது. அவை யாவை? நமது முழுமை பெறாத தன்மைகளை அவை நமக்கு நினைவூட்டுகின்றன. ‘உங்கள் கணவர் இதைப் போலில்லை’, அல்லது ‘உங்கள் குழந்தைகள் இதைப்போல் இருக்கவேண்டும்’ போன்றவற்றை நமக்கு அவை நினைவூட்டுகின்றன. மேலும், இதுபோன்ற ஒரு வீடு நம்மிடம் இல்லை, இதுபோன்ற கார் நமக்கு வேண்டும், இதுபோன்ற நண்பர்கள் நமக்கு இல்லை, நாம் இவ்வகையான உணவினை உண்ணவேண்டும், மற்றும் அத்தகைய சுற்றுலாத் தலங்களுக்கு விடுமுறையில் செல்லவேண்டும் என்பன போன்றவற்றை அவை நமக்கு நினைவூட்டுகின்றன. நமது வாழ்வில் நடக்காத மாயாஜாலங்கள், கற்பனைக் கதைகள், மனக்கிளர்ச்சிகள் ஆகியவற்றோடு எதிர்பார்ப்புகளாலும் கனவுகளாலும் நம் மனதை நிரப்பிக் கொள்கிறோம். ‘எனது வாழ்க்கை அவ்வாறு அமைந்திருந்தால் மட்டுமே’ என்ற திருப்தியற்ற உணர்வை நாம் எப்போதும் உணர்வோம்.

பதிவுகளின் வகைகள்

நம் வாழ்க்கையில் எவ்விதமான பதிவுகள் மேலோங்கியிருக்கின்றன? இதில் பல வகைகள் இருக்க முடியும். உதாரணமாக, உலகியல் கவலைகள், மற்றவர்கள் மீது பாலுறவு சார்ந்த ஈர்ப்பு மற்றும் உறவு முறைகளில் பிரச்சினைகள், முன்கணிப்புகள், பேராசை, துயரம், வருத்தம், சுய–பரிவு, குற்ற உணர்வு மற்றும் அவமானம் இப்படி எத்தனையோ உள்ளன. ஆனால் நம் எண்ணங்கள் மற்றும் செயல்களினால் பதிவுகள் உருவாக்கப்படுவது போன்றே, நாம் செய்ய வேண்டியவற்றை செய்யத் தவறுவதால்கூட பதிவுகளை உருவாக்குகிறோம். அதனால் நாம் அதிக குற்ற உணர்விற்கு உள்ளாகிறோம். இப்படி நாம் செய்ய வேண்டிய, ஆனால் செய்யாமலிருக்கும் விஷயங்கள் நம் வாழ்நாள் முழுவதும் நம்மை வாட்டுகின்றன. உதாரணமாக நமக்கு மிகவும் பிரியமான ஒருவரது மனதை புண்படுத்தியிருக்கலாம். அதற்காக ஒருபோதும் வருத்தம் தெரிவிக்காமல் விட்டிருக்கலாம். இம்மாதிரி பதிவுகளை நீக்குவது கடினம்.

நம் சொந்தப் பதிவுகளை உருவாக்குவது போன்றே, மற்றவர்களின் வாழ்க்கையில் பதிவுகள் உருவாகுவதற்குக் கருவியாக நாம் மாறுகின்ற அத்தருணங்கள் பற்றிய நிலை என்ன? உதாரணமாக மிகச்சாதாரணமாக நாம் செய்யும் ஒரு விமர்சனம், இன்னொரு மனிதரின் மனதை மிக ஆழமாகப் புண்படுத்தி, பல நாட்களுக்கு அவரது அமைதியைக் குலைக்க முடியும். ஒரு அழகான பெண்ணின் வசீகரமான கணநேரப் பார்வை ஒரு இளைஞனை பல வாரங்களுக்கு கிறுக்குப் பிடிக்கச் செய்யமுடியும். நமது அக்கறையில்லாத வாழ்க்கை முறைகளினால் இப்படி இந்த அழகான கிரகத்தை நாம் மாசுபடுத்திக் கொண்டே இருந்தால், நிச்சயமாக நமது இந்தச் செயல்களுக்கு பின்விளைவுகள் இருக்கும்.

இவையனைத்தையும் இன்னொரு விதத்தில் பார்த்தால், அன்பு நிறைந்த வாழ்க்கை நடத்தவேண்டும் என்ற கொள்கையிலிருந்து விலகும்போது, சம்ஸ்காரங்கள் உருவாவது நிகழ்கிறது, இதனால் நாம் இயற்கைக்கு மாறாக வாழ்கிறோம். இப்படி இயற்கைக்கு மாறான வாழ்க்கை என்பதன் பொருள், நாம் சம்ஸ்காரங்களை உருவாக்குகிறோம் என்பதாகும்.

இதுபற்றி நகைச்சுவையான ஒரு கதை உண்டு: முன்னொரு காலத்தில், ஒரு பல்கலைக்கழக பேராசிரியர், ஜென் தத்துவத்தை பற்றி அறிந்துகொள்வதற்காக ஒரு ஜப்பானிய குருவிடம் வந்தார். அவரை வரவேற்ற அந்த ஜென் குரு அவருக்காக கோப்பையில் தேநீர் ஊற்றினார். அந்தப் பேராசிரியரின் கோப்பை நிரம்பிய பிறகும், குரு தேநீரை ஊற்றிக்கொண்டே இருந்தார்.

கோப்பை நிரம்பி தேநீர் வழிந்தோடுவதை சிறிது நேரம் புரியாமல் பார்த்துக் கொண்டிருந்த பேராசிரியர், ஒரு கட்டத்தில் சும்மா இருக்க முடியாமல்; கோப்பை நிரம்பி வழிகிறது. தயவு செய்து தேநீர் ஊற்றுவதை நிறுத்துங்கள் என்று சொன்னார்.

'இந்தக் கோப்பை நிரம்பியிருப்பது போல, உங்கள் சொந்த கருத்துகள் மற்றும் நம்பிக்கைகளால் நீங்கள் இப்போது நிரம்பி இருக்கிறீர்கள். முதலில் உங்கள் கோப்பையை (உங்கள் மனதை) நீங்கள் காலி செய்தாலன்றி நான் எப்படி உங்களுக்குக் கற்பிக்க முடியும்?' என்று அந்த ஜென் குரு கேட்டார்.

சுத்திகரிப்பு செய்வது எப்படி?

ஹார்ட்ஃபுல்னெஸ் பயிற்சியின் சுத்திகரிப்பை அன்றைய நாளின் வேலைகளின் முடிவில் - சூரியன் மறைவதற்கு சற்றுமுன் செய்வது

சிறப்பானது - செய்து, நமக்குப் புத்துணர்ச்சியூட்டிக் கொள்கிறோம். நமது உடலமைப்பினுள் நாம் சேர்த்துக் குவித்திருக்கும் கனத்தன்மையை நீக்கி சுத்திகரித்து, நமக்குள் ஒரு வெற்றிடத்தை உருவாக்குகிறோம். அது எளிமையானது என்றாலும், சுத்திகரிப்பு செய்வதில் பல படிகள் உள்ளன; ஆகவே ஆரம்பத்தில் அதை வரிசைக்கிரமப்படி கீழ்க்கண்டவாறு செய்வது சிறந்தது:

- அன்றைய நாளில் சேர்த்துக் கொள்ளப்பட்ட பதிவுகள் அனைத்தையும் நீக்கவேண்டுமென்ற நோக்கத்துடன் ஒரு வசதியான நிலையில் உட்காருங்கள்.
- உங்கள் கண்களை மூடிக்கொண்டு ஓய்வாக உணருங்கள்.
- அனைத்து சிக்கல்களும் அசுத்தங்களும் உங்கள் உடலமைப்பு முழுவதிலும் இருந்து வெளியேறுவதாக கற்பனை செய்யுங்கள்.
- அவை உங்கள் பின்புறத்திலிருந்து, உங்கள் உச்சந்தலை முதல், முதுகெலும்பின் கடைசி எலும்பு வரை உள்ள பகுதியிலிருந்து வெளியே செல்கின்றன;
- அவை உங்கள் உடலமைப்பின் பின்புறத்திலிருந்து புகையாக வெளியேறுவதாக உணருங்கள்.
- இந்தச் செயல்முறை நிகழும் நேரம் முழுவதும், வானத்தில் மேகங்கள் நகருவதை ஒரு சாட்சியாகப் பார்த்துக் கொண்டிருப்பது போல, விழிப்புடன், கவனமாக இருங்கள்.
- நம்பிக்கை மற்றும் மன உறுதியுடன், தேவையான அளவுக்கு உங்கள் மனோசக்தியை பிரயோகித்து மென்மையாக இந்த செயல்முறையை துரிதப்படுத்துங்கள்.
- உங்கள் கவனம் திசைமாறி, அந்த நாளின் நிகழ்ச்சிகள் மனதில் வர ஆரம்பித்தால், மென்மையாக உங்கள் கவனத்தை சுத்திகரிப்பு செயல்முறைக்கே மீண்டும் திருப்புங்கள்.
- இந்தப் பதிவுகள் உங்கள் பின்புறத்திலிருந்து நீங்கிச் செல்லும்போது, உங்கள் இதயத்தில் லேசான தன்மையை உணரத் துவங்குவீர்கள்.

- இந்தச் செயல்முறையை இருபது முதல் இருபத்தைந்து நிமிடங்கள் தொடர்ந்து செய்யுங்கள்.
- உள்ளார்ந்த லேசான தன்மையை நீங்கள் அனுபவத்தில் உணரும்போது, மூல ஆதாரத்துடன் இணைந்திருப்பது சுலபமாக இருப்பதை நீங்கள் இயற்கையாகவே காண்பீர்கள். அப்போது அந்த மூல ஆதாரத்திலிருந்து தூய்மையின் பிரவாகம் உங்கள் உடலமைப்புக்குள் முன்புறமாக நுழைவதை உணருங்கள்.
- இந்த புனிதமான பிரவாகம் உங்கள் உடல் முழுவதும் பாய்ந்து, மீதியிருக்கும் சிக்கல்களையும் அசுத்தங்களையும் வெளியேற்றுகிறது.
- இப்போது நீங்கள் மேலும் எளிமையான, இன்னும் தூய்மையான மற்றும் அதிக சமநிலையுடைய ஒரு நிலைக்குத் திரும்பியிருக்கிறீர்கள். உங்கள் உடலின் ஒவ்வொரு அணுவும் எளிமையை, லேசான தன்மையை மற்றும் தூய்மையை வெளிப்படுத்துகிறது.

சிறிது பயிற்சிக்குப் பிறகு, இந்தச் செயல்முறையை ஒவ்வொரு அடியாக உங்களுக்கு நீங்களே சொல்லிக்கொள்ளவேண்டிய தேவை இருக்காது. சைக்கிளை ஓட்டுவதுபோல, நீங்கள் கண்களை மூடியவுடன், தானாகவே அவை நிகழ ஆரம்பித்துவிடும்; அப்போது வார்த்தைகள் உங்களுக்குத் தேவைப்படாது.

ஆனால் நாள்தோறும் நீங்கள் சுத்திகரிப்பு செய்தாலும், 'நான் அதை சரியாகச் செய்தேனா?' என்று நீங்கள் யோசிக்கலாம். சுத்திகரிப்பை எப்படிச் செய்ய வேண்டுமோ அந்த முறைப்படி நீங்கள் செய்து முடித்தீர்களா என்று எப்படி நீங்கள் தீர்மானிக்க முடியும்? அதற்கு இது ஒரு வழி: ஹார்ட்ஃபுல்னெஸ் தியானப் பயிற்சியாளர் ஒருவரிடம் போகும்போது இதை ஒப்பிட்டுப்பாருங்கள். ஒரு பயிற்சியாளருடன் நீங்கள் ஒரு தனிஅமர்வு எடுத்துக்கொண்ட பிறகு உங்கள் உள்நிலையை கவனித்து அது எப்படி இருக்கிறது என்று பாருங்கள். வீட்டில் நீங்களாக சுத்திகரிப்பு செய்துமுடித்தபின், இதே போன்ற லகுத்தன்மையை உணர்கிறீர்களா? இதற்கு உங்கள் பதில் 'ஆம்' என்றால், அப்போது சுத்திகரிப்பாகிய செயல்முறையை நீங்கள் நல்லவிதமாகச் செய்திருக்கிறீர்கள் என்று பொருள். அப்படி இல்லையெனில், மேலும் தொடர்ந்து செய்யுங்கள்.

எது சுத்திகரிக்கப்படுகிறது?

மாலையில் நாம் சுத்திகரிப்பு செய்யும்போது, அன்றைய தினம் சேர்த்துக் கொண்ட பதிவுகளை நீக்குகிறோம்; இதனால் இதயத்தில் ஒரு வெற்றிடத்தை உருவாக்குகிறோம். நம் உடலில் சேரும் அழுக்குகளை நீக்கி சுத்தம் செய்ய நாம் குளிப்பதுபோலவே சுத்திகரிப்புப் பயிற்சி நம் சூட்சும சரீரத்தில் சேர்ந்துள்ள பதிவுகளை நீக்குகிறது.

இங்கு எது தூய்மையாக்கப்படுகிறது? நமது உணர்வுநிலைதான் தூய்மையாகிறது. அதன் பிறகு இது நமது மொத்த உலகளாவிய பார்வையில் ஒரு சிற்றலை விளைவை உருவாக்கி அதில் ஒரு தெளிவை, புரிந்துகொள்ளும் தன்மையை மற்றும் விவேகத்தைக் கொண்டுவருகிறது. ஒரு தூய்மையான உணர்வுநிலையால், சுலபமாக பகுத்தறிந்து, புத்திசாலித்தனமான தேர்வுகளைச் செய்ய முடிகிறது. உண்மையில் லாலாஜி அவர்கள், 'ஒரு மனிதனின் ஆன்மா அவன் அடையப் பெற்றுள்ள பகுத்தறியும் சக்தியின் விகிதத்துக்கு ஏற்றவாறு தூய்மையாக இருக்கும்' என்று ஒருமுறை சொன்னார். ***இதயம் எந்த அளவுக்கு தூய்மையாக இருக்கிறதோ, அந்த அளவுக்கு நம்மிடம் விவேகம் அதிகம் இருக்கும்.*** இந்தப் பாதுகாக்கும் விவேகம் போய்விடும்போது, நாம் பாதிக்கப்படக் கூடியவர்களாக ஆகிறோம். விவேகம் நிறைந்த ஒரு வாழ்க்கையை வாழவிரும்புகிற எந்த ஒருவருக்கும் இது மிகவும் அனுபவபூர்வமான வழிகாட்டுதலாகும். இது சுத்திகரிப்புப் பயிற்சியின் முக்கியத்துவத்தையும் சிறப்பித்துக் காட்டுகிறது.

எப்போது சுத்திகரிப்பை செய்யவேண்டும்?

பொதுவாக நாம் ஒரு நாளின் முடிவில் சுத்திகரிப்பைச் செய்கிறோம். ஆனால், பகல் நேரத்தில் நாம் அமைதியாக இருப்பதற்கு எவ்வளவோ முயற்சி செய்தாலும் அதையும் மீறி நம்மை பாதிக்கிற விதத்தில் ஏதாவது நிகழ்ந்தால் என்ன செய்வது? அதன் விளைவை நம்மிடமிருந்து நீக்க மாலை நேரம் வரையில் காத்திருக்க வேண்டுமா? பகல் நேரத்தில் வேலை செய்யும்போது உங்கள் கைகள் அழுக்காகிவிட்டால் மாலையில் குளிக்கும்போது கழுவிக்கொள்ளலாம் என்று அதுவரை காத்திருப்பீர்களா? மதிய உணவு சாப்பிடும்போது தற்செயலாக உங்கள் சட்டையில் உணவு சிந்திவிட்டால், மாலை வீட்டுக்குச் சென்று துவைக்கும் வரை அது அப்படியே கறையுடன் இருக்கட்டும் என்று விட்டுவிடுவீர்களா? இல்லை அல்லவா? நீங்கள்

உடனே சென்று சோப்பும், தண்ணீரும் கொண்டு அதை சுத்தம் செய்து, அந்தக் கறை இன்னும் அதிகரிக்காதபடி செய்ய முற்படுவீர்கள்.

அதேபோல, நீங்கள் ஏதாவது விவாதத்தில் ஈடுபட்டால் அல்லது உங்களைத் தொல்லை செய்கிறபடி ஏதாவது நேர்ந்தால் அதை அங்கேயே, அப்போதே நீக்கிவிடுங்கள், 'இப்போது இந்நேரத்தில் என்னை பாதித்தது எதுவோ, அது இப்போது என் பின்புறமாக புகை வடிவில் நீங்கிச் செல்கிறது', என்று ஒரு சூட்சுமமான சங்கல்பம் செய்து கொள்ளுங்கள். சில நிமிடங்களில், அந்தப் பதிவு நீங்கிவிட்டது என்ற நம்பிக்கை ஏற்படும்போது, அது உண்மையாகவே போய்விட்டது என்ற உறுதியான தீர்மானம் எடுத்துக்கொள்ளுங்கள். நீங்கள் ஒரு வகுப்பறையில் அல்லது ஒரு அலுவலகக் கூட்டத்தில் இருந்து, ஒருக்கால் கண்களை மூடிக்கொள்வது சாத்தியமில்லை என்றால், அப்போதும் கூட சில நிமிடங்கள் நீங்கள் கண்களைத் திறந்துகொண்டே இந்த சுத்திகரிப்பைச் செய்யமுடியும்.

ஆகவே சுத்திகரிப்பு அனைத்தையும் மாற்றுகிறது! சம்ஸ்காரங்கள் நீக்கப்படுவதால், நமது கடந்த காலம் நம் மீதான அதன் பிடியை இழக்கிறது. நம் கர்ம விதியின்படி செல்லும் பாதை இனியும் நிலைத்து இருக்காது. எனவே நம் வாழ்க்கையை அது எப்படி இருக்க வேண்டுமோ அவ்விதமாக அதை உருவாக்கும் சந்தர்ப்பம் நமக்குக் கிடைக்கிறது.

பதிவுகள் உருவாகாமல் தவிர்ப்பது எப்படி?

சுத்திகரிப்புப் பயிற்சி நம் உடலமைப்பில் ஏற்கனவே உருவாக்கப்பட்டுள்ள பதிவுகளை நீக்குகிறது. ஆனால் முதலில் அவை உருவாவதையே தடுப்பது எப்படி? இதற்கு சில எளிமையான மனப்பான்மைகளும், நடந்துகொள்ளும் முறைகளும் உதவி செய்யும். உதாரணமாக, நீங்கள் ஒரு விவாதத்தில் கலந்து கொள்கிறீர்கள், அதில் எந்த முடிவும் கிடைக்கப் போவதில்லை என்பது உங்களுக்குத் தெரிகிறது. மேலும் அந்த நாளின் மீதிப் பொழுது முழுவதும் உங்கள் உணர்வுறுநிலைக்கு அது தொல்லை தரப்போகிறது என்றால், உடனே வாதம் செய்வதை நிறுத்திவிட்டு, 'மன்னிக்கவும்' என்று சொல்லுங்கள். இவ்வாறு சொல்லும்போது ஒரு அடி பின்னால் தள்ளிச் சென்று அமைதியாக இருங்கள். இதில் உங்களுக்குத் தேர்ந்தெடுக்கும் வாய்ப்பு உள்ளது. நம்மைத் தடுத்துக்கொள்வது புத்திசாலித்தனமான ஒரு தேர்வு.

உங்கள் அலுவலகத்தில் ஒரு மோசமான நாளைக் கற்பனை செய்யுங்கள். அதனால் ஏராளமான மன இறுக்கம் மற்றும் மனச்சோர்வுடன் வீடு திரும்புகிறீர்கள். உங்கள் மனைவிக்கும், அது மிகவும் கடுமையான, சிரமமான நாளாக இருந்திருக்கிறது. களைத்து, பசியோடு இருக்கும் குழந்தைகளுக்காக அவள் இரவு உணவு சமைக்க ஏற்பாடு செய்து கொண்டிருக்கிறாள். அப்போது என்ன நிகழ்கிறது? நீங்கள் ஒருவரையொருவர் இதமாகப் பேசி சமாதானப்படுத்துவீர்களா? பெரும்பாலும், இம்மாதிரி சூழ்நிலைகளில் நீங்கள் வாதம் தான் செய்கிறீர்கள். இதற்கு பதிலாக உங்களுடைய அந்த நாள் மன அழுத்தம் உடையதாக இருந்திருக்கிறது என்பதை நீங்கள் அறியும்போது, முதலில் உங்களை அமைதிப்படுத்திக் கொள்ளுங்கள். வீட்டினுள் நுழைந்தவுடன் உங்கள் முகத்தை கழுவிக் கொண்டு சுத்திகரிப்பு செய்ய உட்காருங்கள். அதன் பிறகு உங்களுக்கு புத்துணர்ச்சி பெற்ற உணர்வுநிலை இருக்கும். புதுப்பிக்கப்பட்ட உணர்வுநிலை இருக்கும். அப்போது நீங்கள் உங்கள் குடும்பத்தாருடன் அல்லது நண்பர்களுடன் எந்த ஒரு சச்சரவையும் தூண்டிவிடமாட்டீர்கள். இப்போது நீங்கள் வாதம் செய்யமாட்டீர்கள். ஏராளமான பதிவுகள் சேருவதையும், அவை உங்கள் உணர்வுநிலையைக் கெடுப்பதையும் தடுத்துவிடுவீர்கள் என்பதால் உங்கள் உணர்வுநிலை பாதுகாக்கப்பட்டதாக இருக்கிறது என்று சொல்ல முடியும்.

ஒவ்வொரு சிறு விஷயத்துக்கும் எதிர்வினை செய்வதை விட இம்மாதிரி ஒரு வாழ்க்கை முறை மிகவும் மேலானது. ஆனால் இதுவும்கூட முடிவான, சிறப்பான வாழ்க்கைமுறை அல்ல. ஏனெனில் இது தற்காப்பு முறையாகவே இன்னும் இருக்கிறது. சிறப்பான வாழ்க்கைமுறை என்பது எதைப்பற்றியும் கவலைப்படாதது. ஏனெனில் அதில் நாம் பதிவுகளை உருவாக்குவதே இல்லை. அதுவே சுய ஆளுமை. அது ஒரு மாஸ்டரின் அல்லது வழிகாட்டியின் வாழ்க்கை. பதிவுகளை உருவாக்கிக் கொள்வதற்கு பதிலாக, மற்றவர்கள் பதிவுகளை உருவாக்கிக் கொள்ளாமல் இருப்பதற்கு அவர்கள் உதவுகிறார்கள். எதுவுமே நம்மைத் தொட இயலாத அம்மாதிரியானதொரு வாழ்க்கை முறையைத்தான் நாம் நோக்கமாகக் கொண்டிருக்கிறோம். நாம் இந்த உலகில் வாழ வேண்டியிருக்கும் போது, அது எப்படி சாத்தியமாகும்? தியான நிலையை நினைவில்கொள்ளுங்கள். நமது உணர்வுநிலை இருபத்து நான்கு மணி நேரமும் இருக்கின்ற ஒரு விஷயம். நமது உணர்வுநிலையை வளர்ச்சி அடையச் செய்வது மற்றும் விரிவடையச் செய்வதால், சில காலத்திற்குப் பிறகு நாம் அதை பாதுகாக்க வேண்டியதாகக்கூட நினைப்பதில்லை. ஏனெனில்

அது நம் ஜீவிதமாகவே இருக்கிறது. அது ஏதோ நாம் விரும்பி அழைக்க வேண்டிய ஒன்றாக இல்லை. ஏனெனில் நாம் அதுவாகவே இருக்கிறோம்.

காலை தியானத்திற்குப் பிறகு அந்த தியான நிலையை எவ்வளவு அதிகமாக நாம் தக்கவைத்துக் கொள்கிறோமோ, அந்த அளவுக்கு பதிவுகள் உருவாகாத ஒரு வாழ்க்கையை நடத்துவது சுலபமாக இருக்கிறது. இதைச் செய்வதற்கான வழிமுறை நமக்கு ஏற்கனவே தெரியும்: அதாவது திறந்த கண்களுடன் தியானம் செய்வது. இந்த நிலையில் நாம் அன்பில் மூழ்கியிருக்கிறோம், நம் வழிகாட்டியுடன் முழுமையாக ஒத்திசைந்த நிலையில் இருக்கிறோம். மேலும் இந்த நிலையிலேயே நமது மற்ற அனைத்து நடவடிக்கைகளிலும் தொடர்ந்து ஈடுபடுகிறோம். இதற்கு உணர்வுறுநிலையுடைய வாழ்க்கைமுறை தேவைப்படுகிறது.

உணர்ச்சி பூர்வமான எதிர்வினைகள்

இதய நிறைவுப் பயிற்சியின் சுத்திகரிப்பினால் பதிவுகளை நாம் நீக்க முடியும். ஆனால் நம்மை தனித்தனி மனிதர்களாக எடுத்துக்காட்டும் நமது தனிப்பட்ட நடத்தை முறைகள் மற்றும் பழக்கங்களைப் பற்றி என்ன சொல்வது? நாம் பதிவுகளை நீக்கும் போது அவையும் தானாகவே மறைந்துவிடுகின்றனவா அல்லது அவற்றுக்காக இன்னும் அதிகமாக நாம் ஏதாவது செய்ய வேண்டுமா?

நாம் நடந்துகொள்ளும் அந்த முறைகள் பெரும்பாலும் உணர்ச்சிபூர்வமான எதிர்வினைகளுக்கும், பழக்கமாகி இருக்கின்ற தனிப்பட்ட பண்புகளுக்கும் வழிவகுக்கின்றன. முல்லா நஸிருதீன் என்பவரின் கதையைப் பாருங்கள். அவர் ஒவ்வொரு நாளும் பகல் உணவின்போது நாள் தோறும் *சாலட்* (நறுக்கிய காய்கறி கலவை) வைக்கப்பட்ட ரொட்டித் துண்டுகளைச் சாப்பிட்டு அலுத்துவிட்டது என்று குறை கூறிக்கொண்டிருந்தார். அவருடைய தோழர்கள் வாரக்கணக்காக திரும்பத்திரும்ப அவர் குறை கூறுவதைக் கேட்டுக் கொண்டிருந்தார்கள். அதன் பிறகு ஒரு ஆலோசனை கூறினார்கள்.

‘அன்புள்ள முல்லா, வேறு ஏதாவது சமைக்கும்படி உங்கள் மனைவியிடம் சொன்னால் என்ன? இன்னும் கொஞ்சம் புதிதாக ஏதாவது செய்யும்படி உற்சாகப்படுத்துங்களேன்’ என்றார்கள்.

‘எனக்கு இன்னும் திருமணம் ஆகவில்லையே’ என்று முல்லா பதில் கூறினார்.

'அப்படியானால் உங்களுக்காக பகலுணவு தயாரிப்பது யார்?' என்று கேட்டார்கள்.

'நான் தான்!' என்றார் முல்லா.

நம்மிடம் இப்படி 'சாலட் வைக்கப்பட்ட ரொட்டித் துண்டுகள்' போன்ற ஒரே விதமான நடைமுறைகள் என்ன இருக்கின்றன? அவற்றை மாற்றுவதற்கு நாம் என்னதான் செய்கிறோம்?

பதிவுகளையும், நம் நடத்தை மற்றும் சுபாவங்களையும் நாம் ஒரு ஆற்றில் பாயும் தண்ணீருடன் ஒப்பிட முடியும். ***சம்ஸ்காரங்களை*** ஆற்றில் ஓடும் தண்ணீராக கற்பனை செய்து கொள்ளுங்கள். ***சம்ஸ்காரங்களை*** நீக்குவது போல, ஆற்றின் தண்ணீரையும் வற்றச் செய்ய முடியும். ஆனால் மழை பெய்யும்போது மறுபடியும் என்ன ஆகிறது? ஆற்றுப் படுகை அங்கு இருந்தால் அதில் மழைநீர் முன் போலவே பாய்ந்தோடத் துவங்கிவிடும். அந்த ஆற்றுப் படுகை போலவே நமது பழக்கங்களின் களம் இருக்கிறது. ஆகவே அதே ***சம்ஸ்காரங்களை*** நாம் மீண்டும் உருவாக்குகிறோம். ஏனென்றால் நம் நடத்தை முறைகளை நாம் போக விடுவதில்லை. அந்த ஆற்றுப் படுகையையே நீக்குவதுதான் இதற்கு ஒரே தீர்வு.

அதை எப்படிச் செய்வது? தனிப்பட்ட முறையில், ஒரு கவலையற்ற மனப்பான்மையை உருவாக்கிக்கொள்ள நான் கற்றுக்கொண்டேன். அது ஏற்றுக்கொள்ளும் ஒரு நிலைக்கு என்னைக் கொண்டு செல்கிறது. அது சாத்தியமானது என்பது மட்டுமல்ல, அது நீங்கள் கற்பனை செய்யக் கூடியதையும்விட இன்னும் சுலபமானது. அதற்கான எளியவழிமுறை சூத்திரம்: தியானம் செய்தல், அந்த நிலையைத் தக்கவைத்துக்கொள்ளுதல், வளர்ச்சியடைதல் என்பவையேயாகும். இதில் ஒரு படி என்பது உங்களை அடுத்த படிக்கு எடுத்துச் செல்கிறது. ஒரு சமயத்தில் ஒரு படியை எடுத்துக் கொள்ளுங்கள். முதலில் பயிற்சியைச் செய்யுங்கள், மற்றவை அனைத்தும் அதைப் பின்தொடரும். சில நேரங்களில் அது சிரமமாக இருக்கிறது. ஏனென்றால் அதைப் பின்தொடர்ந்து என்ன வரும் என்பது நமக்குத் தெரிவதில்லை. அது பனிமூட்டம் உடைய ஒரு சாலையில், மலையில், இரவு நேரத்தில், எதையும் பார்க்க முடியாமலிருக்கும்போது காரோட்டிச் செல்வதைப் போன்றது. நீங்கள் மெதுவாக ஓட்டிச் செல்கிறீர்கள். நீங்கள் தொடர்ந்து போகப்போக பாதை தெளிவாகிறது. நீங்கள் காரோட்டுவதை நிறுத்திவிட்டால் உங்களால் எங்கும் போக முடியாது. ஆன்மீகப் பயணமும்கூட அந்த மாதிரி தான். நம் சொந்தத் திறமைகளின் மீதும், நம் சொந்த நம்பிக்கை, தன்னம்பிக்கை மீதும் பற்றுறுதி வைத்து, நாம்

நடந்து செல்ல வேண்டும். அதை விரும்பி வரவழையுங்கள். நம் பங்கை நாம் நன்றாகச் செய்தோமேயானால், வழிகாட்டியால் தன் பங்கை அதில் இன்னும் அதிகச் சிறப்பாக செய்ய முடிகிறது.

மிகவும் இனிமையான இசை பற்றி நினைத்துப்பாருங்கள். அந்த இசைக்கருவிகள் சரியாகப் பராமரிக்கப்படவில்லை என்ற நிலையைக் கற்பனை செய்துபாருங்கள். அப்போது அந்த இனிமையான இசை வெளிப்படுமா? ஒரு புல்லாங்குழலை அழுக்கும், எச்சிலும் அடைத்துக் கொண்டிருந்தால், அதிலிருந்து வெளிப்படும் இசை மாறுபட்டுவிடும். ஒரு கிடாரில் கம்பிகள் துருப்பிடித்திருந்தால் என்ன ஆகும் என்று கற்பனை செய்யுங்கள். ஒரு புல்லாங்குழலையும், கிடாரையும் போலவே, இதயமும், வாழ்க்கையின் சிக்கலான மனப்பான்மைகளில் அகப்பட்டுக் கொள்ளாமலிருக்கும் போது, நல்ல இனிமையான இசையை (நல்ல பண்புள்ள தன்மைகளை) உருவாக்குகிறது. சுத்திகரிப்பினால் நாம் எளிமையாகவும் தூய்மையாகவும் மாறும்போது, இதயம் மிக உயர்ந்த அளவற்ற வளங்களைப் பெற்றுக் கொள்ளத் தயாராக மாறுகிறது. அப்படிப்பட்ட ஒரு இதயத்தில் சொர்க்கம் வந்திறங்குகிறது.

6. ஆதிமூலத்துடன் நம்மை இணைத்துக்கொள்ளுதல்: பிரார்த்தனை

இதுவரை நாம், ஓய்வுநிலை, தியானம் மற்றும் சுத்திகரிப்பு ஆகியவை பற்றி ஆழ்ந்து ஆராய்ந்தோம். ஹார்ட்ஃபுல்னெஸ் தியானப் பயிற்சியில் அடுத்ததாக வருவது பிரார்த்தனை. பெரும்பாலான மக்கள் பிரார்த்தனையை மதத்துடன் சம்பந்தப்படுத்தி கடவுளிடம் இறைஞ்சி வேண்டுவதற்கான ஒரு வழிமுறையாக நினைக்கிறார்கள் - நம்மை நிறைவடையச் செய்ய நாம் இருக்கும் நிலையைவிட அல்லது நாம் பெற்றிருப்பதைவிட அதிகமான ஒன்றிற்காக, அதை மிகவும் விரும்பியோ அல்லது கிடைக்கும் என்று நம்பியோ கடவுளிடம் கோருகிறார்கள். அது நமது தற்போதைய நிலையிலிருந்து நாம் விரும்பும் நிலைக்கு நம்மை கொண்டு செல்வதற்காக வடிவமைக்கப்பட்டிருக்கிறது.

நம்மிடம் இல்லை என்று உணர்கின்ற விஷயங்களுக்காக நாம் பிரார்த்திக்கிறோம். பெரும்பாலும் நாம் சிரமங்களை சந்திக்கும்போது பிரார்த்தனை செய்கிறோம். நாம் உதவிக்காக, நம்பிக்கை பெறுவதற்காக, மோட்சத்திற்காக பிரார்த்தனை செய்கிறோம். நாம் நேசிப்பவர்களின் நல்வாழ்விற்காக, நாம் செய்துவிட்ட தவறான காரியங்கள் மன்னிக்கப்படுவதற்காக பிரார்த்திக்கிறோம், நம் குணாதிசயத்தில், மனப்பான்மைகளில் மாற்றம் ஏற்படுவதற்காக பிரார்த்தனை செய்கிறோம், மேலும் மகிழ்ச்சியை வேண்டியும், இன்னும் நிறைய பணம், மேலான உத்தியோகம் அல்லது ஆரோக்கியமான

குழந்தைகளை வேண்டியும் பிரார்த்திக்கிறோம். நம் துன்பங்களையும் பிரச்சினைகளையும் கடவுள் சரிசெய்வார். அதனால் நம் வாழ்க்கையும் மற்றவர்களின் வாழ்க்கையும் இன்னும் சிறப்பாக மாறிவிடும் என்று நம்புகிறோம். பெரும்பாலும் இது நாம் மிகுந்த மனக்குழப்பதிற்கு ஆளாகி, நம்மால் இந்தப் பிரச்சினையைத் தீர்க்க இயலாது என்ற நிலையில், நமது சொந்த இயலாமை நம்மைச் சுற்றியுள்ள உலகில் பிரதிபலிப்பதை பார்க்கும்போது இதைச் செய்கிறோம்.

இன்னும் ஆழ்ந்த மட்டத்தில், நம்மிடம் முன்னேற்றமும் வளர்ச்சியும் ஏற்படுவதற்காக, நம்மிடம் இல்லை என்று நாம் உணர்கிற ஆன்மீக நிலைகளை வேண்டி பிரார்த்தனை செய்கிறோம். மெய்யொளி பெற, நிர்வாண நிலை அடைய, சொர்க்கத்திற்காக, முக்திக்காக, இறையுணர்வு நிலை அடைய நாம் பிரார்த்திக்கக் கூடும். பிரார்த்தனை சுயநலத்திற்காக இருக்கலாம் அல்லது சுயநலமற்றதாகவும் இருக்கலாம்; அது மிகுந்த சக்தி வாய்ந்ததாகவோ அல்லது சூட்சுமமானதாகவோ இருக்கலாம்; அது சிறிய விஷயங்களுக்காக இருக்கலாம் அல்லது வாழ்க்கையையே மாறச் செய்யும் நிகழ்ச்சிகளுக்காகவும் இருக்கலாம்; உலகியல் சார்ந்த விஷயங்களுக்காகவோ, ஆன்மீக உயர்நிலைகளுக்காகவோ இருக்கலாம்.

பிரார்த்தனை என்பதே ஒரு கருத்துப்பரிமாற்றம் ஆகும். அது, மேலோட்டமான நிலையிலிருந்து ஆழ்ந்த நிலை வரை இருக்க முடியும். அது ஒரு சாதாரண உரையாடலாக இருக்கலாம், அதுவே படிப்படியாக தொடர்பின் ஆழ்ந்த நிலைகளுக்கு உயர்வடைந்து, முடிவில் ஒன்றிணைதலாக மாற முடியும். இவ்விதமாக பிரார்த்தனை கடவுளுடன் நெருங்கிய தொடர்புகொள்வதற்கு ஒரு சக்திவாய்ந்த வழியாக விரிவடைகிறது. பிரார்த்தனை ஒரு இணைப்பாக இருக்கிறது, அவ்விணைப்பின் மூலம் *பிராணாஹுதி* பாய்வதை எவ்வாறு செயல்படுத்துவது என்பதைப் பற்றியது. இறுதியில் அந்தப் *பிராணாஹுதியின்* ஓட்டத்துடன் நாம் எவ்வாறு ஒரு ஒத்திசைந்த நிலையை ஏற்படுத்துவது என்பதையும் பற்றியதாக அது இருக்கிறது.

தாவரங்கள் மற்றும் விலங்குகளிடம், அவற்றின் அணுக்களுக்குள் ஊட்டமளிப்பதற்காக நுண் சத்துக்கள் செல்வதற்கு உதவியாக, அந்த அணுக்களின் செல் சுவர்களின் ஊடே திரவங்கள், வேறுபட்ட தன்மைகளை உருவாக்கும். இங்கும் அதே கோட்பாடுதான் நிலவுகிறது. பிரார்த்தனையில், தெய்வீகத்தன்மை நமக்குள் பாய்ந்து ஆன்மீக மட்டத்தில் நாம் ஊட்டம் பெறுவதற்கு இடமளிக்கும் வகையில் தெய்வீகத்திற்கும் நமக்கும் இடையே, ஒருவித வேறுபட்ட தன்மையை நாம் உருவாக்குகிறோம். இது ஒரு எளிமையான விஞ்ஞானமாகும்.

நம் இதயத்தில் ஒரு வெற்றிட நிலையை உருவாக்கிக் கொள்வதால், தெய்வீக சக்தி நம்முள் பாய்கிறது. அதையடுத்து தெய்வீகத்துடன் ஒரு ஒன்றிணைந்த நிலை ஏற்பட வழிவகுப்பதற்காக அந்த வேறுபட்ட தன்மையை நாம் உருவாக்குகிறோம். அந்த வெற்றிட நிலை அல்லது இன்மை நிலை தெய்வீகத்தின் மீது பக்தியான ஒரு உறவுமுறையையும் ஏற்படுத்துகிறது. இதுவே நாம் மிக உயரிய தூய்மை நிலையை அடைய இடமளிக்கிறது.

எப்படி பிரார்த்தனை செய்வது?

நாம் பிரார்த்தனை செய்யும்போது, அதைச் செய்யும் விதமும், அதன் நோக்கமும் முக்கியமானவை ஆகும். செய்யும் விதம் என்பது நாம் பிரார்த்தனையைச் செய்யும் முறையாகும். அந்த நேரத்தில் நம் மனப்பான்மை எப்படி இருக்கிறது? தெய்வீக சக்தி நம் இதயத்திற்குள் பாய்வதற்காக நமக்குள் நாம் ஒரு நிலையை எப்படி உருவாக்குகிறோம்?

இந்தச் செயல்முறை மிக எளிமையானது, மிகவும் அழகானது மற்றும் மிகவும் விஞ்ஞானபூர்வமானது. நமது பணிவுடைமை, இறைஞ்சுதல், அறியாமை மற்றும் சுய முக்கியத்துவம் இன்மை ஆகிய மனப்பான்மைகள் நம் இதயத்தில் வெற்றிடத்தை உருவாக்குகின்றன. அதனால் ஆதிமூலத்திலிருந்து தெய்வீக சக்தியானது, மின் சக்தி நேர்மறை துருவத்திலிருந்து ஒரு மின் கம்பி வழியே எதிர்மறை துருவத்திற்குப் பாய்வது போன்று பாய்ந்து வந்து, நம் இணைப்பை உயிர்ப்புடையதாக்குகிறது. நம் இதயத்திற்குள் ஏற்புத்தன்மையுடைய, இணங்கும் தன்மை உருவாக இடமளித்து இந்த எதிர்மறை துருவத்தை உருவாக்குவது நம் பணியாகும்.

அந்த சக்தி பாய்வதற்கு இடமளிக்காத விதத்தில், சுயமுக்கியத்துவம் அல்லது எதிர்ப்பு மனப்பான்மையுடன், விடாப்பிடியாகவோ அல்லது நிபந்தனை விதிப்பதாகவோ நம் மனப்போக்கு இருந்தால், அப்போது இதயத்தில் வெற்றிடம் உருவாகாது; எனவே அங்கு சக்தி பாய்வதில்லை. இது ஒரு இயற்கையான நிகழ்வுதான்; நாம் பிரார்த்தனை செய்யும் விதம்தான், தெய்வீக சக்தி நமக்குள் வந்து பாயும் நிலையை தூண்டுகிறதா இல்லையா என்பதை தீர்மானிக்கிறது. நாம் பிரார்த்தனையை சமர்ப்பிப்பதில் இருக்கும் சூட்சுமத்தன்மையே இந்த சக்தி பாய்வதில் மிகப்பெரிய வித்தியாசத்தை ஏற்படுத்துகிறது. நமது வேண்டுகோள் எவ்வளவு மென்மையாகவும், இணங்கும் விதத்திலும் இருக்கிறது? அதை நாம் எவ்வளவு கனிவாக

நெருங்குகிறோம்? பிரார்த்தனை ஒரு சடங்காக மாறிவிடுகின்ற கணத்தில் அது தன் வல்லமையை இழந்துவிடுகிறது.

ஒருமுறை நானும் சாரிஜியும் ஒரு பயணம் மேற்கொண்டபோது, சாரிஜியுடன் அவரது படுக்கையறையில் நானும் இருந்தேன். அப்போது அவர் திடீரென கண் விழித்து, படுக்கையில் உட்கார்ந்து கண்களை மூடிக்கொண்டார். சில விநாடிகளில் அந்த அறையின் சூழ்நிலை முற்றிலுமாக மாறிவிட்டது. அதை மிகவும் தெளிவாக உணரமுடிந்தது. அவர் அதை முடித்து கண் திறந்தவுடன், அவர் என்ன செய்து கொண்டிருந்தார் என்று கேட்டேன். அவர், 'பாபூஜியிடம் பிரார்த்தனை செய்து கொண்டிருந்தேன்' என்று சொன்னார். எனவே பிரார்த்தனை அத்தகைய ஆற்றல்மிக்க செயல்முறையாக இருக்க முடியும். இருப்பினும், அதை நம்மில் பலரும், பெரும்பாலும் தாழ்ந்த வகையில் பயன்படுத்துகிறோம்.

ஒருவிதத்தில் பிரார்த்தனை என்பது உள்முக வேண்டுதலாகும். அங்கு கண்ணீர் முத்துக்கள் மெதுவாக நம் கன்னங்களில் வழிந்து இதயத்தின் அக சிக்கல்களை நீக்குகிறது. பிரார்த்தனை நிறைந்த ஒரு இதயம், தான் செல்கின்ற இடங்களில் எல்லாம் நிரந்தரமான நறுமணத்தை அல்லது தெய்வீகத்தன்மையின் சாராம்சத்தை எடுத்துச் செல்கிறது. அது அன்பருடன் மட்டுமே பங்கிட்டுக்கொள்ள முடிகிற அன்பின் ஒரு வெளிப்பாடு. பிரார்த்தனையில் மூழ்கியிருக்கும் ஒரு இதயம் நம் லட்சியம் பற்றிய விழிப்புடன் நம்மை வைத்திருக்கிறது. இந்த ஆழ்ந்திருக்கும் தன்மை நம் குறைபாடுகளை கண்டறியவும், அவற்றை நீக்குவதற்கான தீர்வுகளைக் காணவும் கூட உதவுகிறது.

அதன்பிறகு நம் பிரார்த்தனைகளில் கேட்கப்படும் விஷயம் வருகிறது. நாம் பல்வேறு விஷயங்களுக்காகப் பிரார்த்திக்கிறோம். அதில் ஒருவகைப் பிரார்த்தனை நமது விரும்பாத நடத்தைகள், கவலைகள், நமக்கு துன்பம் அளிக்கும் நிலைமைகள் அல்லது சூழ்நிலைகள் இவற்றை நீக்குவதற்காகச் செய்யப்படுகிறது. இத்தகைய பிரார்த்தனைகள் வழக்கமாக உதவி கோரி வேண்டுவதாக இருக்கின்றன. அவை பலநேரங்களில் மற்றவர்களின் துன்பங்களைக் குறைப்பதற்காகவே இருக்கின்றன. அவை நமது சொந்த துன்பங்களை நீக்குவதற்காகவும் இருக்கலாம். குறிப்பாக நிலைமை மிகவும் மோசமாக இருக்கும் போதும், வேறுவகையில் எந்த உதவியும் கிடைக்காமல் இருக்கும் போதும் செய்யப்படுகிறது. ஒரு கர்ம யோகியின் கடைசி புகலிடம் இதுவே. அப்படி ஒருவரின் இதயத்திலிருந்து வரும் உணர்வின் குரலாக ஒரு பிரார்த்தனை, இருக்கும் போது, அது விரைவாக பலனளிக்கிறது.

இரண்டாவது வகை பிரார்த்தனை, தனது தொடர்ந்த மேம்பாட்டிற்காக, உயர்ந்த நற்பண்புகளை அடைவதற்காக, முன்னேற்றம் மற்றும் பரிணாம வளர்ச்சிக்காக மிகவும் ஆக்கபூர்வமான வேண்டுதலாகும். நான் மிகவும் விரும்புகின்ற அத்தகைய பிரார்த்தனை நிறைந்த சங்கல்பங்களின் சில உதாரணங்கள் இங்கே:

- மக்கள் அனைவரும், நற்சிந்தனை, சரியான புரிந்து கொள்ளுதல் மற்றும் வாழ்க்கையில் நேர்மையான அணுகுமுறை ஆகியவற்றை வளர்த்துக் கொள்கிறார்கள். அவர்கள் செயலில் நேர்மைத் தன்மையையும், பண்பில் முழுமையும் அடைகிறார்கள்.
- நம்மைச் சுற்றியிருக்கும் அனைத்தும் - மனிதர்கள், காற்றின் துகள்கள், பறவைகள், மரங்கள் - ஆகிய யாவும் கடவுளின் நினைவில் ஆழ்ந்திருக்கின்றன.
- உலக மக்கள் அனைவரும் அமைதியை விரும்புபவர்களாக வளர்ச்சியடைகிறார்கள்.

அதையடுத்து நாம் எதையும் மாற்றத் தேவையில்லாததாக பிரார்த்தனைகள் உள்ளன. நிகழ்வது எதுவாயினும் அதை ஏற்றுக்கொள்கின்ற நன்றியுணர்வு நிரம்பிய பிரார்த்தனைகளை செய்கிறோம். உதாரணமாக இறைவனுடன் நமது துயரத்தை ஒரு உள்ளார்ந்த அழுகையினால் பகிர்ந்துகொள்வது போலவே, நம் இதயம், ஆனந்தக் களிப்பில், அகமகிழ்ந்து இருக்கும்போதும் நம்மால் அந்த சந்தோஷத்தையும் பகிர்ந்துகொள்ள முடிகிறது. மரியாதை மற்றும் நன்றியுணர்வில் இதயம் களித்திருக்கும்போது, அது நம்மை தெய்வீகத்துடன் இணைக்கின்றது. அனைத்து சமுதாயங்களிலும் இந்த உள்ளார்ந்த மகிழ்ச்சியானது நடனம், பக்திப் பாடல்கள், கலை, இவற்றின் மூலமாக பிரார்த்தனை ரீதியில் தெரிவிக்கப்படுகிறது.

ஆனால் நமது நன்றியுணர்வுகூட ஒரு குறிப்பிட்ட நிலைக்கு பதில்வினையாக இருக்கிறது. இந்த விஷயத்தில் அது சந்தோஷம் மற்றும் களிப்பிற்காக இருக்கிறது. நமக்கு நிகழ்ந்த அற்புதமான ஏதோ ஒன்றிற்காகவே நாம் நன்றியுணர்வுடன் இருக்கிறோம் என்று அதில் இன்னும் ஏதோ ஒரு எதிர்பார்ப்பு இருக்கின்றது.

ஹார்ட்ஃபுல்னெஸ் பயிற்சியின் பிரார்த்தனை முற்றிலும் வேறுபட்ட ஒரு பரிமாணத்தில் இயங்குகிறது. அதில் நாம் எந்த மாற்றத்தையும்

கோருவதில்லை. அதற்கு பதிலாக நமது மானிட நிலையை விளக்குகின்ற மூன்று எளிமையான கூற்றுக்களை சமர்ப்பிக்கிறோம். அதிலிருக்கும் வார்த்தைகள் நமது ஆன்மீக லட்சியத்தை, அதை நோக்கிய பயணத்தில் நாம் சந்திக்கின்ற தடைகளை மற்றும் அங்கே சென்றடைவதற்கு நமக்கு எது உதவிசெய்கிறதோ அதை நினைவுபடுத்துகின்றன. இந்தப் பிரார்த்தனையில் எந்த எதிர்பார்ப்பும் சொல்லப்படவில்லை; ஆனால் நாம் இன்னமும் - ‘அந்த நிலைவரை’ எட்டவில்லை என்ற வேறுபட்ட உணர்வு இருக்கிறது. அதாவது நம் முன்னே ஒரு எல்லையற்ற பயணம் இருக்கிறது, நுட்பமான ஆன்மீக நிலைகளை மென்மேலும் அனுபவிக்க வேண்டுமென்ற எதிர்பார்ப்பு இருந்தால் நாம் தொடர்ந்து நம்மை தூய்மையாக்கிக் கொண்டும், நமது ஆசைகளை நீக்கிக் கொண்டும் இருக்க வேண்டும் என்ற வேறுபட்ட உணர்வு இருக்கிறது.

இந்தப் பிரார்த்தனையை நாம் சமர்ப்பிக்கும்போது, நம் பயணத்தில் தற்போதைய நிலைக்கு நாம் மதிப்பளிக்கிறோம்; அதே நேரம் இந்தப் பயணம் தொடர வேண்டும் என்பதையும் ஒப்புக்கொள்கிறோம்.

ஹார்ட்ஃபுல்னெஸ் பயிற்சியின் பிரார்த்தனை இரவில் தூங்குவதற்கு முன்பு, ஆதி மூலத்துடன் நம்மை இணைக்க உதவுவதற்காக, பத்து முதல் பதினைந்து நிமிடங்கள் செய்யப்படுகிறது. அது காலை தியானத்திற்கு முன்பும் கூட அந்த இணைப்பை மீண்டும் உறுதிப்படுத்தும் விதத்தில் சில நிமிடங்கள் செய்யப்படுகிறது. இந்த விதத்தில் ஒரு நாளை ஆரம்பிப்பதும், முடிப்பதுமாக இருப்பதால் பகலிலும், இரவிலும் ஆதிமூலத்துடன் ஒரு இணைப்பு நிலை நிறுத்தப்படுகிறது. இந்த உள்முக இணைப்பினால் காலப்போக்கில் சுயத்தின் மீதான ஆளுமை மேம்படுகிறது.

ஹார்ட்ஃபுல்னெஸ் பிரார்த்தனை

வசதியாக அமர்ந்து கொண்டு உங்கள் கண்களை மென்மையாக மூடி தளர்வாக இருக்கவும். அன்பும் பணிவும் கலந்த உணர்வுடன், உங்கள் இதயத்தில் உள்ள வெற்றிடத்தில் அதிர்வை ஏற்படுத்தும் வகையில், இவ்வார்த்தைகளை அமைதியாகவும், மெதுவாகவும் கூறுங்கள். இடைவெளி விட்டு இதை இரண்டு முறை திரும்பக் கூறலாம்.

ஓ மாஸ்டர் !

மனித வாழ்வின் உண்மை லட்சியம் நீரே!

நாங்கள் இன்னமும் ஆசைகளுக்கு அடிமைகளாய் இருப்பது

எங்கள் முன்னேற்றத்தை பாதிக்கிறது.

எங்களை அந்நிலைக்கு இட்டுச்செல்லும்

ஒரே தெய்வமும் சக்தியும் நீரே!

இவ்வார்த்தைகளின் உண்மையான அர்த்தத்தின் மீது, சுமார் 10-15 நிமிடங்கள் வரை தியானம் செய்யவும். மற்றும் அதில் ஆழ்ந்து விட முயற்சிக்கவும்.

இவ்வார்த்தைகளின் பின்னுள்ள உணர்வு, உங்களை வந்தடையட்டும்.

இப்பிரார்த்தனை நிலையில் நீங்கள் உருகிக்கரைந்திட உங்களை அனுமதியுங்கள்.

இவ்வார்த்தைகள், அவற்றிற்கு பின்னாலுள்ள உணர்வை நமக்கு நினைவுபடுத்துமாறு அமைந்த, உந்து விசையாகும். இறுதியில் அங்கு விவரிக்க வார்த்தைகளே இருக்காது. அந்தத் தருணம் எதை அளித்தாலும் அதை முழுமையாக ஏற்றுக்கொள்கிறோம். மேலும் இது நமக்குள், மிக ஆழமான பிரார்த்தனை நிலையை கொண்டு வருகிறது.

ஹார்ட்ஃபுல்னெஸ் பிரார்த்தனையானது நம்மை, ஒன்றியிருத்தல் எனும் இறுதி நிலைக்கு அழைத்துச் செல்கிறது. அதாவது இறைவனுடன் ஐக்கியமாகும் நிலை அல்லது அதை ஒத்த நிலை. ஆனால் இது ஒரு அணுகுக்கோடு. உண்மையில் ஒருபோதும் அடைய முடியாதது. பிரார்த்தனையின்போது, நமக்கும், இறைவனுக்கும் இடையே இருக்கும் வேற்றுமையை நாம் உணர்வது எப்போதும் அவசியமாகிறது. அந்த வேற்றுமையின் காரணமாகத்தான் நாம் தொடர்ந்து மையத்தை நோக்கி நீந்திச்செல்ல முடிகிறது. நமது இதயத்தின் மூலம் பாய்ந்தோடும் ஆற்றல் நம்மை நமது மையத்துடன் இணைக்கிறது.

பிரார்த்தனையின் பயன் யாது?

பிரார்த்தனை எனும் செயல்பாட்டில், இரண்டு முக்கியமான விஷயங்கள் ஒன்றுபடுகின்றன. அவை இரண்டும் ஒன்றுபடும் போது, நிலையான மாற்றத்திற்கும், உண்மையான வளர்ச்சிக்குமான சாத்தியக்கூறு உருவாகிறது. இது இயற்கையின் வெளிப்படையான இரகசியங்களுள் ஒன்றாகும்.

ஒரு புறம், பிரார்த்தனை, உங்களின் மேன்மையான சுயத்துடன், இதயத்தின் மூலம் உங்களை இணைத்து, ஆழத்தில் மூழ்கி, எல்லாவற்றிற்கும் ஆதாரமான மூலத்துடன் ஒன்றிட வகைசெய்கிறது. மறுபுறம், எண்ணத்தின் சக்தியைக் கொண்டு, நம்மிடம் மாற்றத்தை ஏற்படுத்துகிறது. இதை நாம் யோகத்தில் 'சங்கல்பம்' என்று கூறுகிறோம்.

கட்டளை அல்லது அறிவுரையைவிட *சங்கல்பம்* சிறப்பாக வேலை செய்கிறது. ஏனெனில் அது அவ்வளவு ஆற்றல் வாய்ந்தது. பொருத்தமான மொழிபெயர்ப்பாக இல்லாவிடினும் பொதுவாக அது ஆலோசனை என ஆங்கிலத்தில் மொழிபெயர்க்கப்பட்டுள்ளது. ஆலோசனை என்பது மாற்றத்தைக் குறிக்கும் ஒரு கருத்தாக பொதுவாக முன்னேற்றம், தொலைநோக்கு போன்றவற்றைப் பற்றியதாக உள்ளது. ஆகையால், பிரார்த்தனை நிறைந்த ஆலோசனையானது மிகவும் சூட்சுமமானது. அது தெய்வீகத்துடன் இணைந்துள்ள தூய்மையான, திறந்த, அன்பு நிறைந்த இதயத்தில் ஒத்ததிர்கிறது. இது ஒருபுறம் இருக்க, மனித சமுதாயத்தின் பெரும்பாலான வீழ்ச்சிகளுக்குக் காரணம் எதிர்மறையான எண்ணங்கள்தான் என்ற உண்மையை நீங்கள் என்றாவது எண்ணிப்பார்த்ததுண்டா? சுய-சங்கல்பத்தின் மூலம் நம்மைக் குறித்து நமது ஆலோசனைகளுக்கும் இது பொருந்தும்.

பிரார்த்தனையில் நாம், நமது சங்கல்பத்தை எவ்விதம் பயன்படுத்துகிறோம் என்பது மிக முக்கியமானது. 'தயவுசெய்து' என்ற வார்த்தையை உபயோகிக்கத் தேவையில்லை. ஏனெனில் அந்த வார்த்தைகூட பாரமானதாகும். அதேபோல், 'இம்மாதிரியானவை நடைபெறட்டும்' என்ற எண்ணம் அதைவிட லேசானதாகத் தோன்றினாலும், அதுவும் போதிய அளவிற்கு நுட்பமாக இல்லை. தெய்வீகத்தின் அமைதி கலையாத வண்ணம் நாம் எவ்வாறு பிரார்த்தனை செய்யமுடியும்? அதுவே முழு நிறைவான பிரார்த்தனையாகும்.

இணைதல் மற்றும் சங்கல்பம் எனும் இந்த இரண்டு செயல்முறைகளும். இரசாயனக் கலவையில் இரண்டு தனிமங்கள் ஒன்றுகலப்பது போல் சேர்ந்து, நமது உள்ளார்ந்த சாரத்துடன், ஒரு ஆற்றல் மிக்க இணைப்பை உருவாக்குகிறது. பிரார்த்தனையின்போது நாம் இதயத்தின் ஆழத்திற்குச் செல்கிறோம். எனவே நாம் இறைவனிடம் பிரார்த்திக்கும் எண்ணம் அல்லது உணர்வானது வெறும் அறிவு சார்ந்த அல்லது தத்துவம் சார்ந்த விஷயமாக இருப்பதில்லை. நீங்கள் விரும்பினால் அது, இதயத்தின் வழியாக, திரைசீலையை போன்ற உணர்வுநிலையில் ஒத்ததிர்ந்து அண்டவெளியின் களத்தில்

அல்லது **குவாண்டம்** எனப்படும் துளியன் புலத்தில் அதிர்வுகளை ஏற்படுத்துகிறது. அதன் விளைவு அளப்பரியது. அது இனிமேலும் நமது தனிப்பட்ட நிலைக்கு உரியதல்ல. அது, பரிணாம வளர்ச்சிக்கான திறவுகோலாகி, தன்மை மாற்றத்திற்கு வழிவகுக்கிறது.

ஹார்ட்ஃபுல்னெஸ் பிரார்த்தனையில், நாம் நமது மேன்மையான சுயத்துடன், தெய்வீகத்துடன் தொடர்பு கொள்கிறோம். இந்த செயல்முறையில் நமது வாழ்வின் மையத்தில் இருக்கும் உயரிய சுயத்திற்கான சரியான இடத்தை அங்கீகரிப்பதின் மூலம் நமது சுயமேம்பாட்டை வளர்த்துக் கொள்கிறோம். ஆனால் இது வெறும் அங்கீகரிப்பு மட்டுமல்ல. நாம் பிரார்த்தனையின்போது நமது உயரிய சுயத்துடன் தொடர்பு கொள்கிறோம், மேலும் படிப்படியாக இதயம் சொல்வதை கவனிக்கும் கலையில் சிறந்தவராகிறோம்.

பிரார்த்தனையின் சொற்களானது நம்முள் உணர்வுகளை உருவாக்க வேண்டும். அந்த உணர்வு நிலை இருக்கும்போது சொற்களுக்கு இனியும் அங்கு அவசியமில்லை. இரவு பிரார்த்தனை செய்கின்ற அந்த சில நொடிகள் 24 மணிநேரமும் பரந்து விரிகின்ற ஒரு காலமும் வருகிறது. நாம் எப்போதும் பிரார்த்திக்கும் மனநிலையில் ஆழ்ந்திருப்போம். நம் கவனம் நம்முள் வீற்றிருக்கும் மாஸ்டர் மீதே இருக்கும். நாம் நம்முடனேயே ஒத்திசைந்து, பிரார்த்தனையுடன் நமது உள்நிலையை எப்போதும் நம்முள் தக்க வைத்திருப்போம்.

நாம் பிரார்த்தனை நிறைந்த நிலையில் இருக்கிறோம். அதை தக்க வைத்துக்கொள்கிறோம் மற்றும் அது வளர அனுமதிக்கிறோம். ஆகையால், நாம் புற வாழ்வில் என்ன செய்தாலும், படித்தாலும், தொலைக்காட்சி பார்த்தாலும், குளித்தாலும், சாப்பிட்டாலும், நண்பர்களுடன் கேளிக்கைகளில் ஈடுபட்டாலும், நமது உள்ளார்ந்த தொடர்பு எப்பொழுதுமே நிலையாக உள்ளது.

இதுவே ஹார்ட்ஃபுல்னெஸ் பயிற்சியின் அழகாகும். நம் நேரத்தை அது அபகரிப்பதில்லை. இப்பயிற்சியில் நாம் நிபுணத்துவம் அடையும்போது, பயிற்சிக்காக செலவிடும் நேரம் மென்மேலும் குறைகிறது, எனினும் இருபத்தி நான்கு மணிநேரமும் நீடித்திருக்கும் செயல்பாடாகிறது.

எனவே வார்த்தைகளுடன் தொடங்குங்கள். இந்த இரவுநேர பிரார்த்தனையின் ஒவ்வொரு வார்த்தையும், உங்கள் இதயத்தில் ஒருவித உணர்வை வெளிக்கொணர்கிறது. அவ்வுணர்வுகளின் பின்சென்று, அவற்றை ஆழ்ந்து சிந்தித்து, அதே மனநிலையில் உறங்கச் செல்லுங்கள். அது உங்கள் வாழ்வை தன்மைமாற்றம் அடையச்செய்யும்.

7. மனப்பான்மை

ஹார்ட்ஃபுல்னெஸ் பயிற்சிகளான ஓய்வுநிலை, தியானம், சுத்திகரிப்பு, பிரார்த்தனை ஆகிய இந்த நான்கு பயிற்சிகளையும் தினசரி செய்வதாக கற்பனை செய்து கொள்ளுங்கள். நம்முள் மிகச் சிறந்தவராக இருப்பவர்களுக்குக் கூட, நீச்சல் பயிற்சி, தடகளப் பயிற்சி, இசைக் கருவியை வாசிப்பது, அழகிய கையெழுத்துப் பயிற்சி, இருதய அறுவை சிகிச்சை அல்லது தியானம், போன்ற எந்தவொரு பயிற்சித் தொகுப்பையும் தினசரி செய்யும்போது அது திரும்பத் திரும்பச் செய்யும் ஒன்றாக ஆகிவிடும். இயந்திரவியல் என்பது எப்போதுமே திரும்பத் திரும்பச் செய்யப்படுவது. ஆகவே, ஒரு பெரு முயற்சிக்கு உயிர் கொடுத்து அதனுள் அதிர்வலைகளை உருவாக்குவது எது? மனப்பான்மையும் ஆர்வமும்தான். மனப்பான்மையே வெற்றியில் 95 சதவீத பங்களிப்பைச் செய்கிறது. அன்பு, பணிவு, பிரார்த்தனை மிக்க மனோபாவங்கள் எனக்கு நிறைய உதவி புரிந்தன என்பதை நான் கண்டுணர்ந்தேன்.

இதனை இவ்வாறு யோசித்துப் பாருங்கள்: நீங்கள் முதல் முறையாக ஒரு பெண்ணை உங்களுடன் சினிமாவுக்கு வரும்படி அழைக்கிறீர்கள். அவளை சந்திப்பதற்கு மிகவும் ஆர்வமாக இருப்பதனால் முன்கூட்டியே அல்லது மிக முன்னதாகவேகூட நீங்கள் திரையரங்கத்திற்கு சென்றுவிடுகிறீர்கள். உள்ளுக்குள் மிகுந்த உற்சாகத்துடன் அவளது வருகையை எதிர்பார்த்துக் காத்திருக்கிறீர்கள். திரைப்படம் தொடங்குவதற்கு ஐந்து நிமிடங்களே இருக்கிறது. ஆனாலும் அவள் இன்னும் வந்து சேரவில்லை என்றால் என்ன நடக்கிறது? முடிவே இல்லாத காத்திருப்பாக அதை உணர்கிறீர்கள். நீங்கள் மிகவும் அமைதியற்றவராக இருக்கிறீர்கள்.

தியானம் செய்வதற்கும் அதே போன்ற பொறுமையின்மை, உற்சாகம், பேரார்வம் ஆகியவற்றை நீங்கள் கொண்டிருக்கிறீர்களா? தியானத்தின்போது உங்களது உள்முக சுயத்தைச் சந்திப்பதற்கான பேரார்வத்துடன் இருப்பதை உணர்கிறீர்களா? அந்த மனோபாவம் தியானத்திற்கு உயிரோட்டத்தை அளிக்கிறது.

உறங்கச் செல்வதற்கு முன்பு, மறுநாள் காலைக்கான உங்களது தியானத்தை எதிர்நோக்குங்கள். உங்களது உயர் சுயத்திடம், 'நான் நாளைக் காலை உன்னை சந்திப்பதற்கு மிகுந்த ஆவலுடன் எதிர்நோக்கிக் காத்திருக்கிறேன்' என்று பரிந்துரைத்திடுங்கள். உங்களுக்குள் ஊடுருவிச் செல்கின்ற அனைத்தையும், *பிராணாஹுதி* மற்றும் சம்ஸ்காரங்கள் ஆகிய இரண்டையும், உணர்ந்தறிந்திடும் அளவிலான ஆர்வத்துடன் பயிற்சி செய்யுங்கள். சம்ஸ்காரங்கள் வெளியே செல்வதற்கு முன்னால் உங்களுடையவையாக இருந்தன, ஆகவே, அவை சென்ற பிறகுள்ள வேறுபாட்டை உணர்ந்துகொள்ளுங்கள். அது பயிற்சியை நோக்கி இட்டுச் செல்வதற்கான வசீகரிப்பு, வேதனை, அமைதியற்ற நிலை ஆகியவற்றை உருவாக்குவதில் பெருமளவில் உதவுகிறது. அப்படியில்லையென்றால், அது வெறும் உடல் உழைப்பாக, சுவாரஸ்யமற்றதாக, இயந்திரத்தனமானதாக மட்டுமே இருக்குமேயன்றி பயனுள்ளதாக இருக்காது.

தோட்டத்தில் வேலை செய்யும் வேலையாள் ஒருவர் கடுமையான உடலுழைப்பின் மூலம் தனது அன்றாடக் கூலியைப் பெறுகின்ற அதே நேரத்தில் தனது வேலையைப் பற்றி தொடர்ந்து புகார் கூறிக்கொண்டே இருப்பதாக கற்பனை செய்துபாருங்கள். அவர் நாள் முழுவதும் வேலை செய்யலாம், ஆனால் உடற்பயிற்சி கூடத்திற்குச் சென்று ஒரு நாளில் அரை மணிநேரம் மட்டுமே உடற்பயிற்சி செய்பவன் பெறுகின்ற தசை வலிமையை அவர் பெறுவதில்லை. அதற்கெல்லாம் மனப்பான்மையே காரணம். உங்களது பயிற்சி வெறும் இயந்திரத் தனமானதாக இருந்தாலோ, 'இல்லை! நான் எழுந்து தியானம் செய்தாக வேண்டும்' என்று எண்ணினாலோ, அல்லது, வேறு யாரையோ திருப்திப்படுத்துவதற்காக செய்தாலோ, அவ்வாறு செய்யத் தேவை இல்லை. ஏனென்றால், நீங்கள் உங்கள் நேரத்தை வீணடிக்கிறீர்கள்.

நீங்கள் எதைச் செய்வதாக இருந்தாலும் சரி, அதை மகிழ்ச்சியுடனும் குதூகலத்துடனும் செய்வதை உறுதி செய்து கொள்ளுங்கள். மேலும், நீங்கள் உண்மையிலேயே தியானத்தை அனுபவித்துச் செய்கிறீர்கள் என்றால், அதை நாள் முழுவதும் மீண்டும் மீண்டும் செய்வதற்கு உங்களால் இயலும். நிச்சயமாக, நீங்கள் மற்ற விஷயங்களைச் செய்வதை நிறுத்த வேண்டிய அவசியமில்லை, ஆனால், நீங்கள்

தினமும் காலையில் ஒரு முறை மட்டும் தியானம் செய்தால் போதுமானது என்று வரையறுத்துக் கொள்ள வேண்டிய அவசியமும் இல்லை.

ஒரு தினசரி நடைமுறை

இத்தனை ஆண்டுகளில், எனது தியானப் பயிற்சியை இன்னும் ஆழப்படுத்திக் கொள்வதற்கும் அதனை உயிரோட்டமானதாக ஆக்கிக் கொள்வதற்கும் உதவிய இன்னுமொரு மிக முக்கியமான மனப்பான்மையை எனது வழிகாட்டிகளிடமிருந்து நான் கற்றுக் கொண்டிருக்கிறேன்: அது 'தானியங்கும்' தன்மை. இதன் மூலம் நான் என்ன சொல்ல வருகிறேன்? தானியங்கும் தன்மையில் இரண்டு அம்சங்கள் இருக்கின்றன. எந்தவொரு குறிப்பிட்ட தருணத்திலும், கண்கள் திறந்திருக்கும் போது கூட, தியான நிலையைத் திரும்பக் கொண்டு வருவதற்கு நான் கற்றுக் கொண்டிருக்கிறேன் என்பது முதலாவது அம்சம். இரண்டாவது என்னவென்றால், செய்யும் எதையும் குறிப்பிட்ட நேரத்தில் செய்வது என நான் அமைத்துக் கொண்டிருப்பதன் மூலமாக, எனது பயிற்சியில் ஓர் உயிரியல் கடிகாரத்தை நிறுவுகிறேன்.

இந்த உயிரியல் கடிகாரம் என்பது என்ன? 1890ல் ரஷ்ய விஞ்ஞானியான இவான் பாவ்லோவ் என்பவர் 'சிறந்த நடத்தை சோதனை' மூலம் வெளியிட்ட விஷயங்களைப் பற்றி நீங்கள் கேள்விப்பட்டிருக்கக்கூடும். அவர் ஒவ்வொரு நாளும் குறிப்பிட்ட ஒரு நேரத்தில் ஒரு மணியை அடித்துவிட்டு, அந்த நேரத்தில் நாய்களுக்கு உணவளித்து பரிசோதனை செய்து வந்தார். அந்த நாய்களை சில காலத்திற்கு அதே நிபந்தனைக்கு உட்படுத்தினார், பின்னர் ஒருநாள், அவர் மணியை அடித்துவிட்டு, நாய்களுக்கு உணவு எதுவும் தரவில்லை, ஆதலால், நாய்கள் பித்துப் பிடித்தவை போலானதோடு, நிற்காது குரைத்துக் கொண்டும், உமிழ்நீரை மிக அதிகமாகச் சுரந்து கொண்டும் இருந்தன. அதுதான் 'தொடர்புபடுத்திக் கற்றுக்கொண்டு பதில்வினை புரிதல்' ஆகும்.

நாமும் தியானத்தை ஒவ்வொரு நாளும் ஒரு குறிப்பிட்ட நேரத்தில் செய்து வருவதன் மூலம் 'தொடர்புபடுத்திக் கற்றுக் கொண்டு பதில்வினை' புரியும் பழக்கத்தை வளர்த்துக் கொள்கிறோம், சிறிது காலத்திற்குப் பிறகு, நாம் தியானம் செய்வதற்கு அமர்ந்தவுடனேயே நம்மால் எளிதாக தியானத்திற்குள் சென்றுவிட முடிகிறது, ஏனெனில், நாம் அதற்கென்று ஒத்திசைக்கப்பட்டுவிடுகிறோம். அவ்வாறு செய்வது, உங்களது தியானத்திற்கென்று ஒரு குறிப்பிட்ட நேரத்தை நிர்ணயித்துக்

கொள்வது எனத் தீர்மானித்து அதில் உறுதியாக இருப்பதைப்போன்று அத்தனை எளிதானதாகும். அது ஆறு மணியாகவோ, ஏழு மணியாகவோ அல்லது உங்களுக்கு சௌகரியமான எந்தவொரு நேரமாகவும் இருக்கலாம். அது மாறாமல் ஒரு குறிப்பிட்ட நேரமாக இருக்க வேண்டும் என்பது தான் முக்கியமான விஷயமாகும். ஒரு நாள் எட்டு மணிக்கும், ஒரு நாள் ஒன்பதுக்கும், ஒரு நாள் ஆறு மணிக்கும் மற்றும் ஒரு நாள் காலை மூன்று மணிக்கும் இரண்டு மணிநேரமோ அல்லது ஒரு மணி நேரமோ தியானம் செய்வதைக் காட்டிலும், ஒரு குறிப்பிட்ட நேரத்தில் தியானம் செய்வதே மிகவும் சிறந்ததாகும். சிறிது காலம் சென்றபின்னர், ஒரு நாள், வழக்கமான நேரத்தில் தியானம் செய்யமுடியாத நாளில், உமிழ் நீரை வழிய விடும் நாய்களைப் போன்ற, அதே உணர்வை நீங்களும் பெறுவதை உணர்வீர்கள். நீங்கள் அதைத் தவற விடுவது போல உணர்கிறீர்களா? அது தான் திறவு கோலாகும்.

நீங்கள் தியானம் செய்யும் நேரங்கள் எவை என பிறர் அறியும் விதத்தில் இருந்தால், மற்றவர்களும் உங்களது வழக்கமான நடைமுறைகளுக்கு மதிப்பளித்து அதற்கான வாய்ப்பை அளிக்கிறார்கள். நீங்கள் 6 மணிக்கு தியானம் செய்வீர்கள் என்பது உங்களது குடும்பத்தினருக்கும், நண்பர்களுக்கும் தெரிந்துவிட்டது என்றால் அந்த நேரத்தில் அவர்கள் உங்களை தொந்தரவு செய்ய மாட்டார்கள். ஆனால், நீங்கள் மனம் போனபடி எந்த நேரத்திலும் தியானம் செய்வதை வழக்கமாகக் கொண்டிருந்தால், நீங்கள் எப்பொழுது தியானம் செய்கிறீர்கள் என்று யாருக்கும் தெரியாது. அப்போது, அவர்கள் உங்களைத் தொந்தரவு செய்வார்கள்.

நான் இந்தியாவில், குஜராத்தில் உள்ள ஒரு கிராமத்தில் வளர்ந்தேன். காலையில் சூரிய உதயத்திற்குப் பிறகு, எருமை மாடுகள் மேய்ச்சலுக்காக கிராமத்திலும் வயல்களிலும் சுதந்திரமாக அவிழ்த்து விடப்படும். மாலையில், அவையனைத்தும் ஒன்றாக கிராமத்திற்குள் திரும்பி வந்து, ஒவ்வொன்றும் அதனதன் தெருவை அடையாளம் கண்டுகொண்டு, அந்தத் தெருவில் உள்ள தொழுவத்திற்குச் சென்று, அவற்றைக் கட்டி வைக்கும் மரத் துண்டுக்கு அருகில் சென்று நிற்கும். தவறுதலாகக்கூட அது வேறு எங்கும் செல்லாது. அவை தவறு செய்வதில்லை. அது சரியான வீட்டிற்குச் சென்றது, சரியான மரத்துண்டுக்கு அருகில் சென்றது, இரவு அங்கேயே கட்டப்பட்டது.

தியானத்திற்கென்று ஓர் இடத்தை நாம் ஏற்படுத்திக்கொள்ள முடியும். சில நேரங்களில், *சோபா*வில் அமர்ந்து தியானம் செய்கிறோம், அடுத்த

நாள் படுக்கையில் அமர்ந்து தியானம் செய்கிறோம். வேலைக்குச் செல்வதற்கு தாமதம் ஆகிவிட்டதென்றால், இரயிலில் தியானம் செய்யும் வழக்கத்தைக் கொண்டிருக்கிறோம். தியானத்திற்கென்று ஒரு குறிப்பிட்ட இடத்தை அமைத்துக் கொள்வதால், அந்த இடத்தில் உள்ள சூழல் காலப்போக்கில் பண்பட்டு விட உதவுகிறது. அதன்பிறகு நாம் தியானம் செய்வதற்காக அமரும்போது அது மிக மிக எளிதானதாக ஆகிவிடுகிறது. நாமும் எருமை மாடுகளைப் போலவே விவேகமுள்ளவர்களாக இருந்தோமானால் நமக்கென்று ஓர் இடத்தைக் கண்டு கொள்வோம்.

அன்பு கவர்ந்திழுக்கிறது

'அன்பு கவர்ந்திழுக்கிறது' என்பது நான் இத்தனை வருடங்களில் கற்றுக்கொண்ட இன்னுமொரு அழகான விஷயமாகும். கடினமான இதயமும், கடுமையான முகமும் கொண்டுள்ளவர்கள் அருளாசியைத் தடுத்து நிறுத்துகிறார்கள். அதே சமயம் மகிழ்ச்சியான இதயம் கொண்டுள்ளவர்கள் கருணையை எளிதாகவும் இயல்பாகவும் கவர்ந்திழுக்கிறார்கள். நான் ஐம்பது தொழிலாளர்களை வைத்துக் கொண்டு வியாபாரம் செய்து வந்தபோது, மக்களிடம் உள்ள வேறுபாடுகளைப் பற்றி எனக்குத் தெரிய வந்தது. அவர்கள் வேலை செய்யும் முறையில் பல்வேறு விதமான முகபாவனைகளும் மனப்பான்மைகளும் இருந்தன. வேலையை மகிழ்ச்சியோடு செய்வதுடன், சரியான நேரத்திற்கு வேலைக்கு வருபவர்களுடன் சேர்ந்து வேலை செய்ய நான் விரும்பினேன். எனது நிறுவனத்தில் அவர்கள் இருப்பதில் நான் மகிழ்ச்சியடைந்தேன். ஒருவர், 'எனக்கு இது பிடிக்கவில்லை, இதை நான் செய்ய மாட்டேன், என்னால் இப்போது வர முடியாது' என்று எப்போதும் குறை கூறிக்கொண்டே இருந்தால் அவர்களைப் பொறுத்துக் கொள்வது என்பது அத்தனை எளிதல்ல. அவர்கள் அங்கிருந்து சென்றுவிட்டால் அதை யாரும் இழப்பாகக் கருதுவதில்லை. ஆனால், உண்மையிலேயே வேலையில் நிபுணத்துவம் பெற்ற ஒரு நல்ல பணியாளர், ஒரு நாள் வேலைக்கு வரவில்லையென்றாலும் கூட அது பெரிய இழப்பாகத் தெரிந்தது. அவர்கள் அங்கே இருப்பதை விடவும் அவர்கள் அங்கே இல்லாமல் இருப்பது அதிகமாகப் பேசப்பட்டது.

அதைப்போலவே, நம்மாலும், நமது ஆன்மீகப் பயிற்சியில் ஒழுங்குமுறை, மனமகிழ்ச்சி மற்றும் மிகச் சிறந்தவற்றை அடைவதற்கான அமைதியற்ற நிலை ஆகியவற்றைக் கொண்டுவர முடியுமானால், நாம் வேறோர் பரிமாணத்திற்கு நகர்ந்து செல்கிறோம்.

காலையில் நாம் அடையப் பெறும் ஆன்மீக நிலையும், எல்லா நேரத்திலும் அந்த உந்துதலுடன் இணக்கமாக இருப்பதும் நமது அன்றாட செயல்பாடுகளுக்கு இடையூறாக இருக்கப்போவதில்லை. உண்மையில், நாம் உணர்வுறுநிலையின் உயரிய மட்டங்களில் இருக்கும்போது நமது வேலைகளைச் செய்து முடிப்பதற்காக நாம் செலவிடும் நேரமும் குறைகிறது. வேலை செய்வதற்கு மிக மிகக் குறைவான நேரமே தேவைப்படுகிறது. படிக்க வேண்டிய நேரத்தில், நம்மால், அமைதியுடனும், சாந்தம் நிறைந்த, ஒன்றிணைக்கப்பட்ட மனதுடனும் படிக்க முடிகிறது. ஒரே வாசிப்பில் அனைத்தையும் நாம் உள்வாங்கிக் கொள்கிறோம். மற்றவர்களுக்கு அதே பத்தியைத் திரும்பத் திரும்பப் படிக்க வேண்டியிருக்கிறது.

ஹார்ட்ஃபுல்னெஸ் பயிற்சிகளின் மூலமாக, நமது செயல்பாடுகள் முழுமையை நோக்கி நகர்கின்றன. செம்மைப் படுவதற்கான வாய்ப்பு எப்போதுமே அங்கு இருக்கும். என்றாலும் கூட, முழுமை அடைவதற்காக நாம் எப்போதுமே கடுமையாகப் பாடுபட்டுக் கொண்டேதான் இருப்போம். வழிகாட்டியும் கூட ‘எனது பணி மென்மேலும் பலன் மிக்கதாக ஆவதற்கு நான் எந்த அளவுக்கு மாற வேண்டும்?’ என தொடர்ந்து கேட்டுக்கொண்டே தனக்குள்ளும், தனது பணியிலும் முழுமை அடைவதற்காகக் கடுமையாகப் பாடுபட்டுக் கொண்டுதான் இருக்கிறார். எல்லா நேரங்களிலும் மேலும் மேலும் சிறந்து விளங்குவதற்காக நம்மால் முடிந்த அளவுக்கு நாம் அனைவரும் முயற்சி செய்வோம்.

ஒத்துழைப்பு

ஆன்மீகப் பயிற்சியில் இன்றியமையாத ஒரு பண்பாக இருப்பது ஒத்துழைப்பு ஆகும். நாம் மலையேறிச் சென்று *எவரெஸ்ட்* சிகரத்தின் உச்சிக்குச் செல்கிறோம் என்றோ, அல்லது ஒரு விண்வெளி வீரனாக விண்வெளியில் பயணிப்பதாகவோ ஒரு கணம் கற்பனை செய்துகொள்ளுங்கள். அதுபோன்ற சூழ்நிலைகளில் தரப்படும் அறிவுறுத்தல்களைப் பின்பற்றுவதன் முக்கியத்துவத்தை நாம் ஏற்றுக்கொள்கிறோம். நம் உயிருக்கு அச்சுறுத்தல் ஏற்படுத்தக்கூடிய நோய் வந்தால் மருத்துவரின் ஆலோசனைகளைப் பின்பற்றுவதன் முக்கியத்துவத்தையும் நாம் ஏற்றுக் கொள்கிறோம். அதேபோல், ஆன்மீகப் பயணத்திலும், அந்தப் பயணத்தில் நிபுணத்துவம் பெற்ற ஒரு வழிகாட்டியைப் பின்பற்றுவது முக்கியமானது, ஏனெனில், நாம் உள்முக பிரபஞ்சத்தைக் கடந்து செல்கிறோம்.

தியானம், உங்களுக்கு அனைத்தையும் வழங்கும் என்பதல்ல. ஆனால் சரியான விதத்தில் செய்யப்படும் தியானம் ஒரு உள்நிலையை உருவாக்குகிறது, அந்த நிலை உங்களை மாற்றம் அடையச் செய்யும். அந்த உள்முக சூழல் மாறினால், இயல்பான வகையில் பற்றுறுதி வளர்கிறது. பற்றுறுதி வளர்கிறதென்றால், ஏற்றுக்கொள்ளும்தன்மை உருவாகிறது. அது நிலைநிறுத்தப்பட்டுவிட்டால் சரணாகதி வளர்கிறது. பின்னர் நாம் கொடுப்பவரிடம் நேசம் கொள்கிறோம். இது கொடுப்பவரிடம் ஒன்றுகலந்து, நம்மை நாமே இழக்கக் கூடிய ஒரு நிலைக்கு இட்டுச் செல்கிறது. அது ஒரு குழந்தையின் விளையாட்டாக ஆகிறது. இதுதான் ஆன்மீகத்தில் ஐக்கியமாதல் எனப்படுகிறது. ஆகவே, இந்த விதத்தில், புரிந்து கொள்ளும்போது நம்முள் யாரால் ஒத்துழைக்க முடியாதோ, அவர்களுக்குத்தான் ஆன்மீக வளர்ச்சி கடினமானதாக இருக்கும்.

கருத்துத்தூண்டுதலின் (ஆலோசனையின்) சக்தி

ஹார்ட்ஃபுல்னெஸ் என்பது கருத்துத்தூண்டுதலின் சக்தியின் அடிப்படையிலானது. இதனை *சங்கல்பம்* என்றும் கூறுவர். இது குறித்து ஏற்கனவே பிரார்த்தனை என்ற தலைப்பில் நாம் சிறிது பார்த்தோம். ஆனால் சங்கல்பம் என்பதில் பலவித சூட்சுமமான நிலைகள் உள்ளன. இவை பின்வரும் உதாரணத்தின் மூலம் விளக்கப்பட்டுள்ளன:

மூன்று நண்பர்கள் இரவு உணவுக்காக உணவகம் சென்றனர். உணவகம் மிகவும் பரபரப்பாக இருந்தது. அவர்கள் அவசரமாக செல்ல வேண்டியிருந்ததால் அவர்களுக்கான உணவுப்பட்டியலை தெரிவிக்க பொறுமையின்றி காத்திருந்தனர்.

ஒரு *வெய்ட்டர்* (உணவு பரிமாறுபவர்) அவர்களை கடந்து சென்றபோது அவரை நோக்கி அந்த நண்பர்களில் ஒருவர், ‘ஏய், இங்கே வா! நாங்கள் ஆர்டர் கொடுக்கவேண்டும்’ என்று சத்தமாக சொன்னார்.

இது ஆணையிடுவதுபோல் இருந்தது. *வெயிட்டர்* அவரைப் பார்த்து தலையசைத்துவிட்டு விரைவில் திரும்பி வருவதாக கூறிச் சென்றார். ஐந்து நிமிடங்கள் சென்றன. வேறு ஒரு *வெயிட்டர்* வருகிறார்.

இரண்டாவது நண்பர் மிகவும் மரியாதையாக ‘நாங்கள் ஆர்டர் கொடுக்க விரும்புகிறோம்’ என்று கூறுகிறார்.

இது ஒரு வேண்டுகோள் - இதில் கடுமையில்லை, இருப்பினும் இது அதிகாரம் செலுத்துவது போன்று உள்ளது. இரண்டாவது *வெயிட்டரும்* விரைவில் திரும்பி வருவதாக கூறிச் சென்றுவிடுகிறார்.

சிறிது நேரத்திற்குப் பின்னர், *வெயிட்டர்* வருகிறார், மூன்றாவது நண்பர் 'நாங்கள் தயாராக இருக்கிறோம். நீங்கள் எப்போது வேண்டுமானாலும் வரலாம், நன்றி' என்று புன்சிரிப்புடன் தன் எண்ணத்தினை தெரிவிக்கிறார்.

வெயிட்டர் பதிலுக்கு சிரித்துவிட்டு உணவு பட்டியலை குறித்துக்கொள்கிறார்.

மூன்று நபர்களில் கடைசி நபர் மிக சூட்சுமமான ஆலோசனையை கிட்டத்தட்ட ஒரு குறிப்பு போல் தெரிவித்தார். இந்த மூன்று அணுகுமுறைகளுக்கு இடையே என்ன ஒரு மிகப்பெரிய வித்தியாசம். எது மிகவும் சக்தி வாய்ந்ததாக இருந்தது என எண்ணுகிறீர்கள்? இயற்கையில் உள்ள ஒவ்வொன்றிலும் சூட்சுமமாக இருப்பதுதான் அதிக ஆற்றல் வாய்ந்தது. *நியூட்டனின்* இயக்கம் குறித்த மூன்றாவது விதியில், எந்த ஒரு செயலுக்கும் அதற்கு சமமான எதிர்ச்செயல் உண்டு என்று கூறப்பட்டுள்ளது போன்று வலுக்கட்டாயமான அணுகுமுறை அனேகமாக எதிர்ப்புகளை சந்திக்க நேரிடும்.

இதைப்போல, பயிற்சி செய்யும்போது வெவ்வேறு நிலைகளில் உள்ள சூட்சுமமான எண்ணங்களை நீங்கள் பயன்படுத்தலாம். உதாரணமாக நீங்கள் சுத்திகரிப்பு செய்கின்றபோது, 'இந்த பதிவுகள் நீங்க வேண்டும்! என்னுடைய நண்பன் என்னை ஏமாற்றிவிட்டான், என்னிடம் உள்ள எல்லா கோப உணர்வும் என்னைவிட்டு என் முதுகுப்புறமாக போகவேண்டும்!' என்று எண்ணுவதாக வைத்துக்கொள்வோம். இத்தகைய கடுமையான அணுகுமுறையுடன் நீங்கள் போராட நேரிடும், ஏனெனில் ஒரு குறிப்பிட்ட விஷயத்தை வலுக்கட்டாயமாக நீக்க முயற்சி செய்யும்போது, உண்மையிலேயே நீங்கள் அதன் தாக்கத்தை இன்னும் ஆழமாக்குகிறீர்கள். 'இது என்னை விட்டு கட்டாயமாக போகவேண்டும்' என்று எண்ணிய அக்கணமே நீங்கள் விஷயத்தை இன்னும் மோசமான நிலைக்குக் கொண்டு செல்கிறீர்கள்.

இதனை செய்வதற்கு மிகவும் தணிவான, சூட்சுமமான வழிமுறை இருக்கின்றது: அமைதியாக அமர்ந்து, முதலில் பிரார்த்தனை நிலையினை உங்கள் இதயத்தின் ஆழத்தில் உருவாக்கவும். பிறகு எவ்வளவு இயலுமோ அவ்வளவு குறைந்த

ஆற்றலே அதில் இருக்கும் வண்ணம் ஆலோசனையை மிக மென்மையாக அளியுங்கள்: 'என் பிரபுவே, இது நீக்கப்படட்டும்.' இது இதயத்தின் ஆழத்திலிருந்து வரும் பிரார்த்தனையுடன் கூடிய சங்கல்பமாகும். பிரார்த்தனை ஏன் மிகவும் முக்கியம் என்பதற்கு இது மற்றொரு காரணம் - பிரார்த்தனை செய்வதில் நாம் நிபுணத்துவம் அடையும்போது, மாற்றத்தைக் கொண்டுவரும் வகையில் நம் சூட்சும சக்தியானது மிக்கவும் ஆற்றல்மிக்கதாக இருக்கும்.

நாம், 'இவையெல்லாம் இன்று கட்டாயம் நீங்க வேண்டும்' என்று வலுக்கட்டாயமாக எண்ணும்போதும் ஓரளவு விளைவு உண்டாகும் என்பதில் சந்தேகம் இல்லை. நாம் ஆணையிட்டாலோ, கேட்டுக்கொண்டாலோ, சூட்சுமமான சங்கல்பத்தை உருவாக்கினாலோ அல்லது அன்புடன் பிரார்த்தனை செய்தாலோ எப்படியிருந்தாலும் அது பலனளிக்கும், ஏனெனில் இயற்கை எப்போதும் பதில்வினை ஆற்றிடும். ஆனால் பயன்படுத்தும் சூட்சும அளவினைப் பொறுத்து, சரிவிகித அளவில் பதில்வினையின் தாக்கம் இருக்கும்.

எனவே நீங்கள் மாலையில் சுத்திகரிப்பு பயிற்சியினை செய்கின்றபோது, உங்கள் இதயத்தின் அடி ஆழத்திற்குச் செல்ல முயற்சி செய்யுங்கள், வழிமுறைகளை உங்களால் இயன்ற அளவு மென்மையாக சூட்சுமமாக பயன்படுத்துங்கள், பிறகு சுத்திகரிப்பு நடக்கின்றபோது தூய்மையானது எவ்வாறு கீழ் இறங்கி வருகிறது என்பதை கவனியுங்கள்.

நாம் ஆன்மீக வாழ்க்கையில் மென்மேலும் தொடர்ந்து செல்கின்றபோது விஷயங்கள் தானாகவே நடைபெறுகின்ற வகையில், அதற்கான எண்ணம்கூட தேவைப்படாத ஒரு காலமும் வரும். தொடக்கத்தில் நாம் நம்மை பண்படுத்திக்கொள்வதை தொடர்ந்து செய்துவருகிறோம், மேலும் நமது பிரார்த்தனையுடன் கூடிய சங்கல்பங்கள் 'இது நடக்கட்டும்,' 'இது நீக்கப்படட்டும்,' 'அவள் தைரியத்தினை வளர்த்துக் கொள்ளட்டும்.' என்று மென்மேலும் மென்மையாக மாறுகின்றன. ஆனால் அதன்பிறகு சில காலம் சென்ற பின்னர் எது நடக்கவேண்டுமோ அது நடக்கும் என்ற எண்ணத்துடன் நாம் ஓய்வு கொள்கிறோம். இறுதியாக 'நான் எதுவுமே செய்யவில்லை, ஆனால் இன்று ஏதோ நடந்துள்ளது' என்று நாம் வியப்படைகிறோம். அதன் காரணம் என்னவெனில், தற்போது என்ன பணி நடக்கவேண்டும் என நாம் கட்டளையிடுவதில்லை, அந்தப் பணியானது நம் மூலமாக நடைபெற நாம் இயல்பாக அனுமதிக்கிறோம்.

இதன் பொருள் நாம் சங்கல்பத்தினை மேற்கொள்ளத் தொடங்கும் முதல் நாளிலேயே ஒன்றுமே செய்யாமல் சோம்பலுடன் இருக்க

வேண்டும் என்பதாகுமா? அல்ல, முதலில் ஒவ்வொரு படியாக கடந்துசென்று சூட்சுமத்தன்மை மேம்படும் வகையில், இந்த செயல்முறையினைக் கற்றுக்கொள்ள வேண்டும். இதனை ஆரம்பித்து, பிறகு அது உங்களை எங்கு கொண்டுசெல்கிறது எனப் பாருங்கள். உதாரணமாக நீங்கள் சுத்திகரிப்பு செய்கின்றபோது, அனைத்து சிக்கல்களும் மாசுகளும் உங்கள் முதுகுப்புறமாக வெளியேறுகின்றன என்ற ஆலோசனையுடன் துவங்குவீர்கள். இறுதியில் நீங்கள் மாலையில் அமர்ந்தவுடன் இந்த வார்த்தைகள் எதுவும் தேவையில்லை எனும் காலமும் வரும். விஷயங்கள் தானாக நடைபெற துவங்கும்.

இது கருத்துகளை புரிந்துகொள்ள உதவி செய்கிறது. நமது அன்றாட செயல்பாடுகளில் நாம் கருத்துகளைத் தொடர்ந்து உருவாக்கி வருகிறோம்: ‘அவரது சட்டையைப் பார். அவர் இதை எங்கு வாங்கியிருப்பார்?’ ‘அவளது உடை அவ்வளவு நன்றாக இல்லை’ ‘என் விரிவுரையாளர் நல்ல உத்வேகத்துடன் இருக்கிறார்,’ ‘இன்று என் மனநிலை சரியாக இல்லை’ என நாம் நமது புத்தியில் கருத்துகளை, அவை வெளியில் கேட்கும்படி உரக்க பேசவில்லை எனினும், தொடர்ந்து எழுப்பிக்கொண்டே இருக்கிறோம். நாம் இந்தப் புத்தகத்தில் முன்பே விவாதித்துள்ளது போன்று இத்தகைய எண்ணங்களின் அமைப்புகள் அனைத்தும் விருப்பம் மற்றும் விருப்பமின்மையின் வெளிப்பாடுகளாகும். அவை சலனமற்ற தன்மையை உருவாக்குமா?

மனதை ஆக்கபூர்வமாக பயன்படுத்துவதற்கு இன்னும் ஒரு சிறந்த வழி இருக்கிறது. கங்கை நதி கசியத் துவங்கி உற்பத்தியாகும் அதன் மூல ஆதாரத்திலிருந்து வெளிவந்த முதன் முதலான தருணத்தில் நீங்கள் சென்றது போன்று கற்பனை செய்துபாருங்கள். நீர்த்துளிகளால் முதலில் தோன்றிய ஓடையின் கரையின் வழியே நடந்து சென்றீர்களேயானால் எவ்வளவு அற்புதமாக இருந்திருக்கும் - எங்கு நதி பாய்ந்தோடுகிறது, அது எத்தகைய தடைகளை வெற்றிகொண்டது, தடைகளைத் தாண்டி சென்று இறுதியில் எவ்வாறு கடலில் கலந்தது என அறியலாம். இதைப்போன்றே நீங்கள் உங்கள் இதயத்தில் ஒரு கருத்துத் தோன்றியவுடன் அந்த கருத்து எங்கே செல்கிறது, எவ்வாறு உங்களுடைய உள்நிலையினை பாதிக்கின்றது என்பதை உங்களால் கவனிக்க முடியும். நதி பாய்ந்தோடுவது போன்று, உங்கள் எண்ணங்களும் பெரிய அளவில் மாற்றம் அடைகிறது, அந்த எண்ண ஓட்டங்கள் வளர்ச்சிபெற்று விரிவடைவதை உங்களால் கவனிக்க முடியும். எண்ணங்கள் தோன்றுவதை கவனித்து அது உங்கள் மூலமாக செல்ல அனுமதித்து மென்மையாகவும் சூட்சுமமாகவும் அந்த நிகழ்வுக்கு சாட்சியாக இருப்பதுதான் மனநிறைவுநிலை

என்பதாகும். இதுதான் யோகத்தில் பிரத்யாஹாரா எனும் முதல் படி. இது எண்ணத்தின் சக்தியை விவேகத்துடன் பயன்படுத்திக் கொள்ள உங்களை அனுமதிக்கும்.

மேற்கொண்டு வார்த்தைகளால் விவரிக்க இனிமேலும் இயலாது எனும்போது, உங்கள் சுயத்தில் மூழ்கிவிடுகிறீர்கள், உங்கள் எண்ணங்கள் தெய்வீகத்துடன் ஒன்றுபடத் துவங்குகிறது. அதன்பிறகு சங்கல்பங்களுள் மிக சூட்சுமமான மற்றும் மிக சக்தி வாய்ந்த ஒன்றை அடைவது சாத்தியமாகும், ஏனெனில் நீங்கள் உயரிய நோக்கங்களுக்கான ஒரு எளிமையான கருவியாகிவிடுகிறீர்கள்.

8. தியானம், யோகா மற்றும் நரம்பியல் விஞ்ஞானம்

அறியாதவற்றை நோக்கி

பிராணாஹுதியின் காரணமாக, நமது பயிற்சியின் ஆரம்ப நிலையிலேயே, தியானத்தின்போது ஆழ்ந்துசென்று, உள்முக நிலையில் மூழ்கி லயித்திருக்க நம்மால் முடிகிறது. சம்ஸ்க்ருதத்தில், இது சமாதி நிலை என்று அறியப்படுகிறது. மேலும், யோகாவில் இது மிகவும் விரும்பி நாடப்படுகிறது. இது, பதஞ்சலி முனிவரின் அஷ்டாங்க யோகத்தின் எட்டாவது, மற்றும் உச்சகட்ட நிலையும் ஆகும். தனது யோக சூத்திரங்களில், சமாதி நிலையின் முதல் நிலையை ஒரு கல்போன்ற உணர்வுறுநிலை என்று பதஞ்சலி முனிவர் விவரிக்கிறார். அந்நிலையில் நாம் எதையும் உணர்வதில்லை. விழிப்புணர்வு நிலைக்கு அப்பாலுள்ள மனதின் பகுதிகளுக்குள் நாம் பயணிக்கின்ற காரணத்தினால், என்ன நிகழ்ந்துகொண்டிருக்கிறது என்று அறியாமல் அங்கு நாம் இருக்கிறோம். ஹார்ட்ஃபுல்னெஸ்வில், மிக விரைவாக, மிக சூட்சுமமான நிலைகளுக்குச் சென்று, சமாதி நிலையின் மேலும் லகுவான, உயரிய நிலைகளை நம்மால் அனுபவித்து உணர முடிகிறது. இரண்டாவது நிலையில், ஒரு கனவுபோன்ற ஆழ் உணர்வு நிலை சமாதி நிலையில் இருக்கிறோம். மூன்றாவது நிலையில், ஒரே நேரத்தில், நாம் முழு விழிப்புணர்வுடனும், லயித்துப்போன நிலையிலும் இருக்கிறோம். இதுவே சகஜ சமாதி நிலை எனப்படுகிறது.

தியானத்தில் ஆழ்ந்து லயித்திருக்கும் அதே நேரம், நிகழ்பவை அனைத்தையும் பற்றி, முழு உணர்வுடன் இருக்கும் ஒரு நிலையே

சகஜ சமாதி ஆகும். யோக சாஸ்திரங்களில், இது *துரிய* நிலை அல்லது நான்காவது நிலை என்று அறியப்படுகிறது. அனைத்தும் பார்வையில் உள்ளன. மற்ற விஷயங்களை செய்வதில் நாம் மும்முரமாக இருக்கும் அதே நேரம், நாள் முழுவதும் இந்த நிலையில் நம்மால் தொடர்ந்து இருக்கவும் முடியும். ஒரே நேரத்தில் பணியின்மீது, சுற்றுப்புறங்களின் மீது, தொலைக்காட்சியின் மீது, வெளியில் நிகழ்ந்துகொண்டிருக்கும் ஏதோ ஒன்றின் மீது கவனம் செலுத்திக்கொண்டே, நமது உள்முக ஆன்மீக நிலை, *பிராணாஹுதி*, உள்ளுக்குள் மேலோங்கியிருக்கும் நிலை, நமது அமைப்பினுள் வரவிருக்கும் ஏதோ ஒன்று, எழுகின்ற எண்ணங்கள் மற்றும் நாம் மேற்கொள்ளவேண்டிய அடுத்த நடவடிக்கை ஆகிய இவை அனைத்தின் மேலும் கவனம் செலுத்த நம்மால் முடிகிறது. ஒரே தருணத்தில் இவை அனைத்தையும் பார்த்துக்கொண்டு நாம் அமைதியாக இருக்கிறோம். யோகாவில், இது *துரியாதீத்* நிலை என்று அறியப்படுகிறது. இங்கு, கண்கள் திறந்த நிலையில், நாம் 360 டிகிரி உணர்வுநிலையினைப் பெற்றிருக்கிறோம். எந்த குறிப்பிட்ட விஷயத்தின் மீதும் கவனத்தை மையப்படுத்த வேண்டிய அவசியம் இல்லை. ஒரு விஷயத்தின் மீது நாம் கவனத்தை மையப்படுத்தும் அந்தத் தருணமே, அது இனியும் தியானமாக இருப்பதில்லை, அது மனம் குவிப்பாக ஆகின்றது.

ஓம் மற்றும் நரம்பியல் விஞ்ஞானம்

இப்பல்வேறு நிலைகளை, நாம் யோகா மற்றும் நரம்பியல் விஞ்ஞானம் ஆகிய இரண்டு கண்ணோட்டங்களிலிருந்து புரிந்துகொள்ளலாம். யோக சாஸ்திரத்தில் படைப்பின் தருணத்தில் வெளிப்படுத்தப்பட்ட மூல ஒலி **ஓம்** என்றுள்ளது. அந்த ஒலியானது, 'அ'வில் தொடங்கி 'உ' ஆகவும், 'உ'விலிருந்து 'ம்' ஆகவும், இறுதியில் 'ம்'ஐத் தொடர்ந்து வரும் வெறுமையாகவும், நமது ஆன்மாவினுள் இருக்கும் உள்ளார்ந்த நினைவில் இன்னமும் இருக்கிறது. நாம் வசப்படுத்திக்கொள்ள வேண்டியது 'ம்'ஐத் தொடர்ந்து வரும் ஒலியற்ற ஒலியினைத்தான். இந்த மூன்று ஒலிகளும், அவற்றைத் தொடர்ந்து வரும் ஒலியற்ற ஒலியும், மிகப்பெரிய முக்கியத்துவம் பெற்றுள்ளன. ஏனெனில், **ஓம்** என்னும் ஒலியினைத் தொடர்ந்து வரும் வெறுமையான நிசப்தம், நான்காவது நிலை அல்லது *துரிய* நிலையை நமக்கு நினைவூட்டுகிறது.

உணர்வுநிலையின் இந்த நிலைகள் நம் அனைவராலும், அன்றாடம் அனுபவித்து உணரப்படுகின்றன. EEG (Electroencephalogram) எந்திரத்தாலும் கீழ்க்காணும் விதங்களில் இவற்றை அளவிட முடியும்:

1. எச்சரிக்கையான, விழிப்புடன்கூடிய நிலைகள், உயர் அதிர்வெண்கள் (**higher frequencies**) கொண்ட மூளை அலைகளால் (**brainwaves**) குறிக்கப்படுகின்றன:

   31 முதல் 120 வரை அதிர்வெண் அலகு (**Hertz**) கொண்ட காம்மா அலைகள் (**Gamma waves**), கற்றுக்கொள்ளுதல், பிரச்சினைகளுக்குத் தீர்வு காண்பது போன்ற மூளையின் உயர் நடவடிக்கையின்போது ஏற்படுகின்றன.

   13 முதல் 30 வரை அதிர்வெண் அலகு (**Hertz**) கொண்ட *பீட்டா* அலைகள் (**Beta waves**), உரையாடலிலும், பிற நடவடிக்கைகளிலும் நாம் ஈடுபட்டிருக்கும்போது ஏற்படுகின்றன. 8 முதல் 12 வரை அதிர்வெண் அலகு (**Hertz**) கொண்ட *ஆல்ஃபா* அலைகள் (**Alpha waves**), நாம் ஓய்வாக, ஆழ்ந்த சிந்தனையில், அழகியதொரு இன்னிசையில் லயித்திருக்கையில், அல்லது தியானம் செய்யத் தொடங்கும்போது ஏற்படுகின்றன.

2. கனவு நிலையானது, 4 முதல் 7 வரை அதிர்வெண் அலகு (**Hertz**) கொண்ட தீட்டா அலைகளால் (**Theta waves**) குறித்துக் காட்டப்படுகிறது. நாம் அரைத்தூக்கத்தில் இருக்கும்போதும், மற்றும் தூக்கத்திற்குள்ளும் கனவுகளுக்குள்ளும் நழுவும்போதும், இது நிகழ்கிறது.

3. ஆழ் உறக்க நிலையானது, 0.5 முதல் 3 வரை அதிர்வெண் அலகு (**Hertz**) கொண்ட டெல்டா அலைகளால் (**Delta waves**) குறித்துக் காட்டப்படுகிறது.

விழிப்புடன் கூடிய நிலைகளில், உணர்வுறுநிலையானது, அறிவாற்றலுக்கான தேடுதலில், மூலத்திலிருந்து விலகி வெளிப் புறமாக நகர்ந்துகொண்டிருக்கிறது. இதில் இருந்துதான் நவீன விஞ்ஞானத்துறை பிறக்கிறது. மூளை அலைகளின் அதிர்வெண்கள் குறையும்போது, நாம் உள்முகமாகத் திரும்பி, உணர்வுறுநிலையின் அதிக ஆழமான நிலைகளுக்குள் நகர்கிறோம் என்பதை அது காட்டுகிறது. கனவு நிலையின் உணர்வுறுநிலையானது, விழிப்பு நிலைக்கும், உறக்க நிலைக்கும் இடையில் எங்கோ உள்ளது. அங்கு நமக்கு *ஸ்லோகங்கள்*, கவிதைகள், *கஜல்கள்* போன்றவற்றைப் பற்றிய கற்பனைகள் எழுகின்றன. அது முழுமையாக உள்முகத் தேடலைப் பற்றியது, உள்முக உலகுடன் தொடர்புடையது. ஆழ் உறக்க நிலையில், உணர்வுறுநிலையானது, தன் மூல ஆதாரமான ஆன்மாவினை நோக்கி ஈர்க்கப்படுகின்றது.

ஆழ்நிலை தியானம், பல்வேறு புத்த அமைப்புகள் மற்றும் *மைண்ட்ஃபுல்னெஸ்* போன்ற தியான முறைகளைப் பயிற்சி

செய்பவர்கள் மீது, மேலை நாடுகளில் நடத்தப்பட்டு வரும் விஞ்ஞான ஆராய்ச்சி பற்றி உங்களுக்கு தெரிந்திருக்கலாம். துறவிகள், சாதாரண மனிதர்கள், புதிதாக தியானம் செய்பவர்கள் மற்றும் பத்தாயிரம், பதினைந்தாயிரம் அல்லது இருபதாயிரம் மணி நேரம் தியானம் செய்திருக்கும், அனுபவசாலிகளைக் கொண்டு அவர்கள் பரிசோதனைகளை நிகழ்த்தியுள்ளனர்.

ஆராய்ச்சி முடிவுகளின்படி, தியானம் புரிபவர்களுக்கு பொதுவாக காணப்படும் *டெல்டா* அதிர்வெண்கள், கனவு போன்ற நிலையின் *தீட்டா* அதிர்வெண்கள், ஓய்வான *ஆல்ஃபா* நிலைகள் மற்றும் உயர் அதிர்வெண்களைக் கொண்ட *காமா* மூளை அலைகளின் ஏற்ற இறக்கங்கள் ஆகியவற்றை விழிப்பு நிலையுடன் சாதாரணமாக சம்பந்தப்படாத வடிவங்களில் அனுபவித்திருக்கின்றனர். உண்மையில், கிரமப்படி தியானம் செய்யும் யோகிகளிடம், மற்ற குழுவினரைவிட, *காமா* அலைவுகள் (oscillations) பெரும்பாலும் அதிகமாக இருப்பதாகவும், அலைவீச்சும் (amplitude) குறிப்பிடும்படி அதிகமாக உள்ளதாகவும் கண்டறியப்பட்டுள்ளன. ஆகவே, தியானத்தின் பலனாக, மூளை அலையின் அதிர்வெண்களின் வரம்பு இரு திசைகளிலும் விரிவடைந்துள்ளது.

தியானம் செய்துகொண்டிருக்கும் ஒருவர், முற்றிலும் விழிப்புணர்வுடன் இருக்கும் அதே வேளையில், ***துரிய*** நிலையின் வரம்பில் உள்ள, டெல்டா அலைகளால் குறிக்கப்படும் ஆழ்ந்த உறக்கம் அல்லது ***சுஷுப்தி*** நிலையையும் அனுபவிக்கிறார். யோகிகளும், துறவிகளும் தங்கள் முழுமையான மனவலிமையுடன், இந்த நிலைக்காக ஏங்கித் தவிக்கின்றனர். அதனை அடையும் பொருட்டு, சில நேரங்களில், ஆயிரக்கணக்கான மணி நேரம் தியானம் செய்து, தவமிருந்து பயிற்சி செய்கின்றனர்.

பிராணாஹுதியின் உதவியுடன், இந்த துரிய நிலையை அனுபவித்து உணர்வது முற்றிலும் எளிதானதாக ஆகிறது. உங்கள் வாழ்நாளில், நீங்கள் ஒருபொழுதும் தியானமே செய்திராவிட்டாலும், ***பிராணாஹுதியுடன்*** கூடிய ஹார்ட்ஃபுல்னெஸ் தியானத்திற்கு நீங்கள் அறிமுகப்படுத்தப்படும்பொழுது, ***துரிய*** நிலையில் நீங்கள் விரிவடையும் வண்ணம் உங்கள் உணர்வுநிலை, வேறொரு மட்டத்தில் விழிப்படைகிறது. உங்கள் உடல் முழுமையாக ஓய்வடைந்திருக்கும்போது, உங்கள் மனம் விஷயங்களை கிரகித்துக்கொள்கிறது. நீங்கள் உறங்கிக்கொண்டிருக்கவில்லை, ஆயினும் ஆழ்ந்த உறக்கத்தைப்போல, புத்துணர்ச்சியூட்டுகின்ற ஒரு

ஓய்வான நிலையில் நீங்கள் இருக்கிறீர்கள். அதுவே உண்மையான *துரிய* நிலை.

பின்னர், நமது அன்றாட வாழ்க்கையில் கண்கள் விழித்திருக்கும் போதும், இந்த நிலையை எவ்வாறு எடுத்துச் செல்வது என்பதை நாம் கற்றுக்கொள்கிறோம். நாம் *துரிய* நிலையைக் கடந்து *துரியாதீத்* நிலைக்குச் செல்கிறோம். *துரிய* நிலையானது, நாம் தியானத்தில் இருக்கும்போது மட்டுமே கிடைக்கும் ஒன்று. அந்த ஆழ்ந்த தியான நிலையை எல்லா நேரங்களிலும் நமக்குள் நிலையாகக் கொண்டிருக்கும்போது, *துரியாதீத்* நிலை வெளிப்படுகிறது. ‘அ’, ‘உ’, ‘ம்’ மற்றும் ஒலியற்ற ஒலி ஆகிய எல்லா நிலைகளையும் அது கொண்டுள்ளது.

‘அ’ என்னும் வெளிப்புற விழிப்பு நிலையைக் கடந்து,

‘உ’ என்னும் உள்முக கனவு போன்ற நிலைக்கும், பின்னர்,

‘ம்’ என்னும் *சுஷுப்தி*யின் ஆழ் உறக்க நிலைக்கும், பின்னர்,

துரிய நிலையின் ஒலியற்ற நிசப்தத்திற்கும், பின்னர்,

இறுதியாக *துரியாதீத்* நிலைக்கும்

நாம் செல்கிறோம்.

ஆகவே, கிரமப்படி ஈடுபாட்டுடன் தியானம் செய்வது நல்லது என்றபோதிலும், எல்லா நேரங்களிலும் தியான நிலையுடன் இருப்பது இன்னும் மேலானது. தினந்தோறும் காலையில் நாம் ஈடுபாட்டுடன் தியானம் செய்கிறோம். மற்றும் எல்லா நேரங்களிலும் தியான நிலையுடன் செயல்படுகிறோம். உண்மையில், நமது கண்களை மூடி, பெற்றுக்கொள்ளத் தயாராக இருப்பதைத் தவிர, நாம் அதிகமாக வேறு எதுவும் செய்ய வேண்டியதில்லை.

9. வழிகாட்டுதல்

வழிகாட்டி

கற்றுக்கொள்வது எத்துறையாக இருந்தாலும் அதில் ஒரு நல்ல ஆசிரியர் அல்லது வழிகாட்டி கிடைப்பதென்பது ஒரு அருளாகும். ஏனெனில் ஒரு பாடத்தில் நிபுணத்துவம் பெற அவர்கள் நமக்கு உதவுகிறார்கள். அனுபவத்தின் மூலம் இதை நாம் அறிந்திருப்பதால், இதற்கு விளக்கம் ஏதும் தேவையில்லை. இருப்பினும், ஒரு ஆசிரியரும், மாணவரும் ஒருவருடன் மற்றவர் ஒத்ததிரும்போது, இதயத்திலிருந்து இதயத்திற்கு ஊடுருவல் நடைபெறுகிறது. அதன் மூலம் திறன்களும் அறிவும் உட்செலுத்தப்பட்டு முழுமையாக இசைந்திருத்தல் போன்ற ஒன்று அங்கிருப்பதை கவனிக்கும்போது அது புத்துணர்வு அளிக்கும் விஞ்ஞானிகளின் முந்தைய எண்ணத்திற்கு மாறாக, இப்போது அவர்கள் இதயத்திலிருந்து இதயத்திற்கு மிக அதிக அளவில் அளிக்கப்படுவதையும், உட்செலுத்தப்படுவதையும் உணர்கின்றனர். இது ஒரு தாய்க்கும் அவளது குழந்தைகளுக்கும் இடையே நிகழ்வதைப் போன்றது.

உலக நெறிமுறைகளின்படி, ஒரு துறையில் தலைசிறந்து விளங்குபவர்கள், அவர்களது பணி அல்லது திறனில் முன்னணியில் நிலைத்து, நிற்பதற்கு தொடர்ந்து கற்றுக் கொண்டே முன்னேறிச் செல்ல வேண்டும் என்பதை நன்கறிவர். சிறந்த தடகள வீரர்கள் மற்றும் நட்சத்திர விளையாட்டு வீரர்கள், தங்களது உச்சகட்ட சாதனையைத் தக்க வைத்துக்கொள்ள, பயிற்சியாளர்களை வைத்திருக்கிறார்கள். மிகத்துல்லியமான கல்விசார் ஆராய்ச்சியில் சரி நிகரானவரின் மறு ஆய்வு என்பது, ஒரு புத்தகம் அல்லது கட்டுரையை

பிரசுரிக்கும் செயல்முறையின் ஒரு இயல்பான பகுதியாகும்; உலகின் மிகச்சிறந்த இசைக்கலைஞர்கள், அவர்கள் திறமையை மேலும் சிறப்பானதாக ஆக்கிக்கொள்ள, ஒருவரிடமிருந்து மற்றவர் தொடர்ந்து கற்றுக்கொண்டிருக்கிறார்கள். தாங்கள் செய்யும் செயலில் உண்மையிலேயே சிறந்து விளங்குபவர் எவரும், வழிகாட்டுதல் மற்றும் பின்னூட்டத்தை விரும்புகிறார்கள். அதுவே, கற்றுக்கொள்வதற்கும் வாழ்க்கைக்குமான பரிணாம வளர்ச்சியைத் தரும் அணுகுமுறையாகும். எந்தத் துறையில் நாம் முன்னேறும் போதும், பாதையில் மேலும் முன்னேறிச் செல்ல நமக்கு உதவுவதற்காக, ஒரு வழிகாட்டியைப் பெற்றிருப்பது மிக முக்கியமானது. ஆன்மீகத்துறையில் இது இன்னும் அதிகம் முக்கியத்துவம் வாய்ந்ததாகும். அங்கு நாம் தொடர்ந்து புதிய மற்றும் முற்றிலும் ஆராய்ந்தறியாத பகுதிகளுக்குள் துணிந்து செல்வதால், ஒரு ஆன்மீக ஆர்வலரின் வாழ்க்கையில், வழிகாட்டியானவர் ஒரு முக்கியமான நபராகிறார்.

சரீரம் தரித்து வாழும் ஒரு வழிகாட்டியை அல்லது குருவைக் கொண்டிருப்பதின் முக்கியத்துவம் என்ன? அவருடைய பிரசன்னத்தை நாம் எவ்வாறு பயன்படுத்திக் கொள்கிறோம்? இருபதாம் நூற்றாண்டின் ஆரம்பத்தில், ஹார்ட்ஃபுல்னெஸ் தியான முறையின் ஆரம்ப காலங்களில், சுமார் இருநூறு அப்யாசிகளே இருந்தனர். மேலும் எந்த ஒரு குறிப்பிட்ட நேரத்திலும், அவர்களில் ஐந்து அல்லது பத்து பேர் மட்டுமே லாலாஜியுடன் இருப்பது வழக்கம். இந்தியாவின் புராதன குருகுல சம்பிரதாயங்களிலும் மேலை நாட்டின் *சாக்ரடீஸ்* பயிற்சி முறையிலும் இருந்ததைப்போல, ஒவ்வொருவருடனும் நேருக்கு நேராகத் தொடர்பு கொள்வது மிக எளிதாக இருந்தது. புராதன காலங்களில் கிறிஸ்துவின் சீடர்கள் அவருடன் தங்கி இருந்தது போல, மாணவர்கள் பயிற்சி பெறுவதற்காக வழிகாட்டியுடன் குறிப்பிட்ட சில காலங்கள் தங்கி இருந்தனர்.

ஆனால், இன்று உலகம் முழுவதும் லட்சக்கணக்கானோர் ஹார்ட்ஃபுல்னெஸ் பயிற்சியைச் செய்து வருகின்றனர். ஆகவே, ஒவ்வொருவரும் வழிகாட்டியுடன் எவ்வாறு தனிப்பட்ட விதத்தில் நேரத்தை செலவிட முடியும்? நவீன கால தேவைக்கேற்ப ஹார்ட்ஃபுல்னெஸ் அமைப்பு முழுவதும் பரிணாம வளர்ச்சி அடைந்துள்ளது. எனவே வழிகாட்டியின் பௌதீகப் பிரசன்னத்தின் தேவை இல்லாமலேயே நமது ஆன்மீக முன்னேற்றம் தொடரும்.

ஆனால், உங்களுக்கு, வழிகாட்டியை நேரில் காணும் வாய்ப்போ அல்லது அவரிடம் தியான அமர்வு எடுத்துக் கொள்ளும் வாய்ப்போ கிடைக்குமானால், நீங்கள் இருவரும் கண்களை மூடி தியானத்தில்

அமர்ந்திருக்கும்போது, ஏதோ ஒரு அற்புதம் நிகழ்கிறது. அவர் உங்களை முழுமையாக சுத்திகரித்து, ஆன்மீகப் பயணத்திற்குத் தயார் செய்கிறார். பயணத்தின் தொடக்கத்தினை விரைவுபடுத்தி நீங்கள் அடைய வேண்டிய நிலைக்கான களத்தினை முன்னரே தயார்படுத்தவும் செய்கிறார். ஆகவே, அவருடைய பிரசன்னத்தில், சில விஷயங்கள் நடைபெறுகின்றன.

இந்த வாய்ப்பை நன்கு பயன்படுத்திக் கொள்ள, உங்களை நீங்கள் முன்னதாகவே நன்கு தயார் செய்து கொண்டிருந்தால், இந்த செயல்முறை முடிந்த அளவு நிறைவானதாகவும் பயன்தரத் தக்கதாகவும் ஆக்கப்பட்டு, துரிதப்படுத்தப்படுகிறது. அதன்பின், அவரது ஆன்மீக சாராம்சத்தை உங்களிடம் வரவழைக்கும் அளவிற்கு உங்கள் பரிதவிப்பு மிகவும் தீவிரமாக இருந்தால், ஒரு நிலையிலிருந்து அடுத்த நிலைக்குச் செல்லும் ஆன்மீக யாத்திரை ஆரம்பமாகிறது.

ஹார்ட்ஃபுல்னெஸ் அமைப்பின் வழிகாட்டிக்கும் ஒரு ஆர்வலருக்கும் இடையே உள்ள உறவுமுறை பற்றி ஏராளமான தவறான புரிதல்கள் உள்ளன. ஏதாவது பயனடைய வேண்டுமெனில், தனிப்பட்ட முறையில் அவருடன் இருக்க வேண்டும் என சிலர் நினைக்கின்றனர். ஆனால், தியானத்தில் உங்களது கண்களை மூடி, அவரை உங்கள் இதயத்தோடு பிணைத்துக் கொள்வது சிறந்தது. அவரது ஆன்மீகப் பிரசன்னத்தை உங்கள் இதயத்தினுள் உள்முகப்படுத்திக்கொள்ளாதவரை, அவருடன் இருப்பது எந்த விதத்திலும் பயனளிக்கப்போவது இல்லை. சரீரம் தரித்து வாழும் வழிகாட்டியின் உள்முகப்படுத்தப்பட்ட பிரசன்னத்துடன் நீங்கள் அவருடன் ஒத்திருக்கும் பட்சத்தில், அவரது பௌதீகப் பிரசன்னம் மிகுந்த பயனளிப்பதாய் இருக்க முடியும். அப்போது, உங்கள் உள்ளும் புறமும் ஒன்றாக இருப்பதை நீங்கள் கண்டறிவீர்கள்.

அன்பு வளரும் வண்ணம், வழிகாட்டியுடன் ஒரு பிரியமான உறவை ஏற்படுத்திக் கொள்ளவும் இது உதவுகிறது. நீங்கள் கொண்டிருக்கும் உணர்ச்சிபூர்வ உறவுமுறையின் விதம், உங்கள் வாழ்க்கையின் அனுபவங்களைப் பொறுத்தது. நீங்கள் அவரை உங்கள் தாத்தா, அப்பா, அம்மா, நண்பன் அல்லது குரு என்று எந்த உறவாகவும் கருதலாம். அவரது உதவி எப்போதும் இருக்கிறது. தயவுசெய்து அதை முயற்சி செய்து, அதன் விளைவைப் பாருங்கள். அவரது பிரசன்னத்தை வேண்டி அழைப்பது மிக நன்று. அவரை மனதார நினைத்து உதவி கோரினால், அது அங்கு இருக்கும்.

இது குறித்த என் சொந்த உதாரணங்கள் பலவற்றை நான் நினைவுகூர முடியும். என் வாழ்வில் பல சமயங்களில், சில மாற்ற

முடியாத சூழ்நிலைகள் ஏற்பட்டிருந்தன. அப்போது, ‘அவ்வளவுதான். முடிந்துவிட்டது. இதிலிருந்து மீள வழியே இல்லை’ என்று எனக்குள் நான் நினைப்பேன். அச்சமயங்களில், என் கவனம் தானாகவே என் வழிகாட்டியை நோக்கித் திரும்பும். என் இதயம் வேகமாகத் துடிக்க ஆரம்பிக்கும். ஆச்சரியப்படத்தக்க விதத்தில், ஏதோ ஒரு அற்புதம் நிகழ்ந்தது போல், பிரச்சினைகள் எல்லாம் மறைந்தே போய்விடும்.

பின்பு, அதைப் போல் நான்கைந்து அனுபவங்கள் ஏற்பட்டபின், ‘இந்த அற்புதங்களைப் பார்த்ததெல்லாம் போதும்’ என்று நான் உணர ஆரம்பித்தேன். அனுபவங்களாலும், அற்புதங்களாலும் நான் களைப்படைந்து போனேன். ‘நான் அவரைப் போல் ஆக விரும்புகிறேன்’ என்ற உணர்வு மட்டுமே மிஞ்சியிருந்தது.

வழிகாட்டியைப்போல் ஆக வேண்டும் என நாம் விரும்பும் காலம் வருகிறது. இப்போது பௌதீகத் தோற்றத்தில் அவரைப் போல் ஆகவேண்டும் என்று அதற்கு அர்த்தமா? இல்லை. அவர் தாடி வைத்திருப்பதால் நீங்களும் தாடி வளர்க்க வேண்டும் என்றோ, அவர் போல் உடை அணிவது அல்லது அவர் விரும்பும் உணவை உண்பது என்பதோ இல்லை. அவற்றால் எந்த பலனும் கிடையாது. அவரது மனோபாவம், அவர் பயிற்சி செய்யும் முறை, அவரது இங்கிதங்கள் மற்றும் அவரது வழிகாட்டியிடம் அவர் கொண்டுள்ள உறவுமுறை இவற்றைப் பின்பற்ற முயற்சி செய்வதே பலனளிக்கிறது.

லாலாஜியின் சீடராக பாபூஜி எழுதியுள்ள நாட்குறிப்புகளைப் படிக்கும்போது, அது நமக்குள் பணிவையும் ஊக்கத்தையும் ஏற்படுத்துகின்றது. ஒரே சமயத்தில் சில விஷயங்களைச் செய்ததாக அவர் எழுதுகிறார். இவற்றை நான் பின்பற்ற முயற்சிசெய்து, அவை மிகவும் பயனுள்ளதாக இருப்பதைக் கண்டேன்:

1. எப்பொழுதும் உங்கள் வழிகாட்டியுடன் இதயத்தின் மூலம் தொடர்பு கொண்டிருங்கள்.
2. தற்போதைய உள்முக நிலைக்கு ஏற்றவாறு உங்களை சரிசெய்துகொண்டு அந்நிலையை உட்கிரகித்து, அதில் ஆழ்ந்து செல்ல முயற்சிசெய்யுங்கள்.
3. அடுத்து வரப்போகும் நிலைக்குத் தயார்படுத்திக்கொள்ளுங்கள்; அதற்காகக் காத்திருங்கள், எதிர்பார்த்திருங்கள் மற்றும் எதிர்நோக்கியிருங்கள்.
4. நீங்கள் என்ன செய்துகொண்டிருக்க வேண்டும் என்பதாக எப்போதும் உங்கள் சூழ்நிலையைப் பற்றிய விழிப்புணர்வுடன் இருங்கள்.

பிற்காலத்தில் பாபூஜி, லாலாஜியின் ஆன்மீக வாரிசு ஆனபோது, இவ்விஷயங்கள் எல்லாம் ஒன்றாக நிகழ்ந்தன. மேலும், 'இந்த ஆர்வலருக்குள், அந்த ஆர்வலருக்குள் நிகழ்வதென்ன, இந்த கண்டத்தில், அந்த கண்டத்தில் என்ன நிகழ்ந்து கொண்டிருக்கிறது?' என்பதாக அவரது கண்கள், 360 டிகிரியில் உலகளாவிய பார்வையையும் பெற்றிருந்தன. மனித மனம், அனேக வழித்தடங்களைக் கொண்டுள்ளது. மேலும், அதனால் ஒரே சமயத்தில் ஏராளமான விஷயங்களைச் செய்ய முடியும்.

வழிகாட்டி என்பவர் கடவுள் இல்லை. நாம் அப்படி நினைக்கும் போது, ஆன்மீக உலகத்திற்குள், மதத்தைக் கொண்டு வருகிறோம். அவர் தெய்வீகத்தன்மை உடையவர் என்பதில் சந்தேகமில்லை. ஆனால் அவரே தெய்வமல்ல. நாமும் தெய்வீகத்தை அடைய முயற்சிசெய்து வருகிறோம். ஹார்ட்ஃபுல்னெஸில் அதுவே நம் பெருமுயற்சியாகும். நாம் வழிகாட்டியாக ஆவதில்லை. ஆனால் குணநலன்கள், அகப்பண்புகள் ஆகியவற்றில் அவரைப்போல் நாம் ஆக முடியும்.

வழிகாட்டி என்பவர் நம் உலகாயத மற்றும் உணர்ச்சி சார்ந்த எல்லா பிரச்சினைகளையும் தீர்ப்பதற்காக இருக்கிறார் என்பது மற்றுமொரு தவறான புரிதல் ஆகும். ஹார்ட்ஃபுல்னெஸ் என்பது, அப்பிரச்சினைகளை நாமே கையாண்டு, நமக்காக நாமே அவற்றிற்கு தீர்வு காண்பதைப் பற்றியதாகும். அதை எவ்வாறு செய்வது என்று ஹார்ட்ஃபுல்னெஸ் நமக்குக் கற்றுக் கொடுக்கிறது. நம் வாழ்க்கையில் நிபுணத்துவம் பெற்றவர்களாக நாம் உருவாகும் விதத்தில், அது நம்மை உள்ளிருந்து தயார்செய்து, வலிமைப்படுத்துகிறது. அதனால் தான் நம் வழிகாட்டிகள் 'நாங்கள் சீடர்களை உருவாக்குவதில்லை, மாஸ்டர்களை உருவாக்குகிறோம்' என்று மீண்டும் மீண்டும் கூறியிருக்கின்றனர். நம் வாழ்க்கையின் மீது ஆளுமை பெறுவதன் மூலம், அமைதியாகவும் நிதானமாகவும் வாழ்க்கையை நடத்தவும், நேர்த்தியாக நமது லட்சியத்தை நோக்கி நகர்வது எப்படி எனவும் கற்றுக்கொள்கிறோம்.

இந்தப் பயணம் எவ்வளவு எளிதாக மேற்கொள்ளப்படவேண்டும்! நான் என்பதுகூட இல்லாமல் போன பின் பிரச்சினைகளுக்கு அங்கு இடமேது? பிரச்சினைகளையே கவனித்துக் கொண்டிருந்தால், நாம் மென்மேலும் அவற்றை நோக்கியே ஈர்க்கப்படுவோம். நான் என்பது இல்லாமல் ஆகும்போது, பேரானந்தத்திற்குக்கூட அங்கு இடமேது? நாம் இவற்றையெல்லாம் கடந்து செல்கிறோம்.

கடவுள் என்பது என்ன?

நம்மில் சிலருக்கு கடவுள் நம்பிக்கை இருக்கிறது. சிலருக்கு அது இருப்பதில்லை. தனிப்பட்ட அனுபவம் எனும் கண்ணோட்டதில் நீங்கள் ஹார்ட்ஃபுல்னெஸை அணுகும்போது, அங்கு கடவுள் நம்பிக்கை ஒரு பொருட்டல்ல. கடவுளின் மீது நம்பிக்கை இல்லாத மனிதர் பொதுவாக, 'நான் கடவுளை அனுபவபூர்வமாக உணர்ந்து அறிந்ததில்லை. அப்படியிருக்க நான் எப்படி நம்பமுடியும்?' என்று கூறுவார். கடவுள் நம்பிக்கை இருப்பவர்களிடம், பொதுவாக, அந்நம்பிக்கையின் அடித்தளமாக இருக்கவேண்டிய சுய அனுபவம் இருப்பதில்லை.

'நீங்களே கடவுளை அனுபவபூர்வமாக உணர்ந்திருக்கிறீர்களா அல்லது, உங்கள் பெற்றோரோ அல்லது பண்டிதரோ கடவுள் இருக்கிறார் என்று கூறுவதால் உங்களிடம் கடவுள் நம்பிக்கை உள்ளதா?' என்று நீங்கள் எவரிடமாவது கேட்டால், பொதுவாக அவர்கள், தங்களுக்குக் கடவுளைப் பற்றிய சுய அனுபவம் இல்லையென்றும், பிறர் நம்புவதால் அவர்களும் நம்புவதாகவும் கூறுவார்கள்.

எவ்வாறு இந்நிலையைக் கடந்து நாம் கடவுளை அறிவது?

ஹார்ட்ஃபுல்னெஸ் அணுகுமுறை விஞ்ஞான ரீதியானதாகும். அதனால், கடவுள் இருக்கிறார் அல்லது இல்லை - இதில் எந்த கருத்துடனும் உங்களது பரிசோதனையை நீங்கள் தொடங்கலாம். அப்போது விஞ்ஞான முறைப்படி நீங்கள் உங்களுக்குள் கூர்ந்து கவனித்து, நீங்களே சுயமாக முடிவிற்கு வரலாம். பயிற்சியினால் ஏற்படும் பலன்கள், இப்பயிற்சிமுறையின் செயல்திறனை உங்கள் இதயத்தில் பதியவைக்கும். உங்கள் பாதை தவறானது எனில், உடனடியாக உங்கள் இதயம் அதை தெரிவித்துவிடும். நீங்கள் சரியான பாதையில் சென்று, அதன் அனுபவத்தால் உங்கள் இதயம் நிறைந்தால், அது நீங்கள் தொடர்ந்து செல்லலாம் என்பதற்கான நேர்மறையான சமிக்ஞையாகும். அவ்வாறு தொடரும்போது, தியான நிலை, தியானத்தில் இல்லாத நிலை, அமைதியான நிலை மற்றும் அமைதி குறைந்த நிலை போன்ற பல்வேறு விதமான உணர்வுறு நிலைகளை நீங்கள் கடந்து வருகிறீர்கள். நீங்கள் உணர்ந்தறியும் திறனைப் பெறுகிறீர்கள். அது தியான நிலைகளின் மீது மென்மேலும் நம்பிக்கை கொள்ளச் செய்கிறது.

படிப்படியாக, உங்களது அனைத்து அன்றாட நடவடிக்கைகளின் போதும், தியான நிலையில் நிலைத்திருக்கும் கலையைக்

கற்றுக்கொள்கிறீர்கள். நீங்கள் கடவுள் நம்பிக்கை உடையவராக இருந்தாலும், கடவுள் நம்பிக்கையற்றவராக இருந்தாலும் இது நிகழும். நம்பிக்கை உடையவருக்கு பயணம் சுலபமாக இருக்கும். ஏனெனில் அவர்களது அணுகுமுறை நேர்மறையாக உள்ளது. எதிர்மறையான அணுகுமுறையானது, வாழ்க்கையிலுள்ள பல்வேறு எதிர்மறையான விஷயங்களைப் போலவே, கடந்து செல்வதற்கு எப்போதும் கடினமாகிறது. இருப்பினும், இந்தப் பயிற்சிமுறையானது, விரைவிலேயே அந்த நம்பிக்கையின்மை, உயர் சுயத்தின் சூட்சுமமான பிரசன்னத்தை இதயபூர்வமாக உணர்வதற்கான ஆக்கபூர்வமான அறிகுறியாக மாறுவதை உறுதிசெய்கிறது.

எப்படியிருந்தாலும், தியானத்தில் உங்களுக்குள் தெய்வீகத்தை நீங்கள் உணர்ந்து அனுபவிக்கும்போதும், உங்களுள் தெய்வீகத்தன்மை அதிகரிக்கும்போதும், கடவுள் இருக்கிறார் என்ற நம்பிக்கை உங்களுக்கு ஏற்படும். பின்னர் நீங்கள் திடநம்பிக்கையுடன், 'ஆம், கடவுள் இருப்பதை இப்போது நான் அறிவேன்' என்று கூறலாம், அப்போது அதில் உண்மை இருக்கும்.

இதற்கு உவமானமாக நான் நாணய மதிப்பீட்டைக் கூறுவது வழக்கம். உலகெங்கும் பல்வேறு நாடுகளிலும் பணம் என்பது உள்ளது. தங்கம், வெள்ளி, எண்ணெய், கனிமங்கள் போன்ற வளங்களும், மேலும் தற்போது அரசியல் ஸ்திரத்தன்மையும்கூட, நாணய மதிப்பீட்டிற்கு பக்கபலமாக உள்ளன. ஒரு நாட்டின் வளங்களும், அதன் ஸ்திரத்தன்மையும் எந்த அளவிற்கு அதிகமாக உள்ளதோ, அதற்கேற்ப அந்நாட்டின் பண மதிப்பும் வலுவானதாக இருக்கும். கடவுள் இருக்கிறார் என்று எதன் அடிப்படையில் நாம் வாதாடுகிறோம்? அதற்கு ஆதரவாக இருப்பது எது? நம்மிடம் அனுபவத்தின் பக்கபலம் இல்லையெனில், கடவுள் இல்லையென்று கூறுவதற்கும், இதற்கும் எந்த வேறுபாடுமில்லை.

தியானத்தின் மூலம், முதலில் நமக்கு தற்காலிக அனுபவமாக அமைதி, சாந்தம், சலனமின்மை, பேரின்பம் போன்றவை கிடைக்கின்றன. நமக்குத் தெரியாத ஒன்றில், ஒரு கணம் நம்மையே நாம் இழந்துவிட்டதுபோல் தோன்றுகிறது, அது என்னவென்று நமக்குத் தெரிவதில்லை. அது மனதிற்கு இனிமையாக, ஆனால் தற்காலிகமானதாக இருக்கிறது. 'இதுதான் இறை அனுபவமாக இருக்குமோ?' என்று நாம் எண்ணக்கூடும். ஆனால் நமக்கு அது உறுதியாகத் தெரியவில்லை. படிப்படியாக அந்த அனுபவம் அடிக்கடி ஏற்பட்டு, பின்னர் அது நிரந்தரமானதாகும்போது, கடவுள் நம்முள் இருப்பதற்கான உறுதியான ஆதாரம் நமக்குக் கிடைக்கிறது.

தியானத்தின்போது, மூல ஆதாரத்திலிருந்து நமது இதயத்திற்குள் பாய்கின்ற *பிராணாஹுதியே* இச்செயல்முறையில் பெரிதும் உதவுகிறது. சுய அனுபவத்தின் வாயிலாகத்தான் உண்மையில் இதை நன்றாகப் புரிந்துகொள்ள முடியும்.

இன்னொரு உலகாயத உவமானம் கூறுவதென்றால், ஒரு மாதத்திற்கு மட்டும் நீங்கள் லட்சாதிபதியாக இருப்பதில் எந்தப் பலனும் இல்லை. யாராவது, 'நான் உனக்கு நூறு *மில்லியன் டாலர்களைக்* கடனாக இன்று கொடுத்து, ஒரு மாதத்திற்குப் பின் திரும்ப வாங்கிக் கொள்கிறேன்' என்று கூறுவதாக வைத்துக்கொள்வோம். இது எவ்வாறு உள்ளதெனில், 'நான் எனது வழிகாட்டியைப் பார்க்கச் சென்றபோது எனக்கு ஒரு சிறந்த, பிரமாதமான அனுபவம் ஏற்பட்டது. ஆனால், பின்னர் அந்த ஆன்மீக நிலையை என்னால் தக்கவைத்துக்கொள்ள முடியவில்லை', என்று கூறுவதைப்போல் உள்ளது. நாம் ஒரு மாதத்திற்குப் பிறகு லட்சங்களை இழக்கும் அந்த லட்சாதிபதியைப் போன்றவர்களா? நமது வழிகாட்டியின் பிரசன்னம் நிறைந்த சூழலிலிருந்து வெளியே சென்றதும், திரும்பவும் நாம் ஆன்மீகரீதியாக உதவியற்ற நிலையில் விடப்பட்டதுபோல் ஆகி விடுவோமா?

நமது வழிகாட்டியுடன் இருந்துவிட்டு, வீடு திரும்பிய பின்னர் தியானம் செய்யும்போது நமக்கு அனுபவங்கள் ஏற்படுகின்றன. அவை சிலநேரம் ஆழ்ந்ததாக இருக்கின்றன, மற்ற நேரங்களில் அப்படி இருப்பதில்லை. நமது தியானத்தின் தீவிரம் குறையும்போது நாம் ஒரு பயிற்றுநரிடம் 'தயவுசெய்து எனக்கு ஒரு தியான அமர்வை அளிப்பீர்களா? எனது உள்நிலையை இழந்துவிட்டதுபோல் தோன்றுகிறது. இறைவனுடனான, உள்ளார்ந்த சுயத்துடனான எனது தொடர்பை நான் மீண்டும் நிலைநிறுத்த விரும்புகிறேன்' என்று கேட்போம். எனவே நாம் பயிற்றுநருடன் தியானம் செய்து, நமது இதயத்திலுள்ள அந்த சுடர் ஒளிர்வதை உணர்கிறோம், மீண்டும் இறையுணர்வை உள்ளே பெறுகிறோம். ஆனால் அதன்பிறகு சிறிது காலத்தில் மீண்டும் அது இழக்கப்படுகிறது. அதனால் நாம் தொடர்ந்து, தொடர்பை ஏற்படுத்திக் கொண்டும், துண்டித்துக் கொண்டும் இருக்கிறோம். அந்தத் தொடர்பு நிரந்தரமானதாக ஆகவேண்டும் என்பதே நமது குறிக்கோள் ஆகும்.

இப்படிப்பட்ட அற்புதமான அனுபவங்கள் நமக்கு ஏன் ஏற்படுகின்றன? அவற்றின் நோக்கம் என்ன? அவை நம்மை எதை நோக்கி அழைத்துச் செல்கின்றன? ஆழ்ந்த தியானத்தில் இருக்கும்போது, பல மணிநேரங்களுக்கு என்ன நிகழ்கிறது என்பதையே நாம் அறிவதில்லை. நாம் எங்கோ தொலைந்து

விடுகிறோம். அது ஒரு போதையைப்போல் உள்ளது. அதேநேரம், அது மனதிற்கு இனிமையான ஒரு நிலையாகவும் இருக்கிறது. ஆனால் அது அவசியமான ஒன்றா? ஒவ்வொரு நிலையிலும் அனுபவங்கள் கட்டாயம் ஏற்படும். அவற்றை நமக்கு அளிப்பது வழிகாட்டியோ அல்லது கடவுளோ அல்ல. உதாரணமாக ஒரு ரயில் வண்டி, ரோமிலிருந்து பாரிஸ் நகரத்திற்குச் செல்லும்போது, வழியில் புலப்படும் இயற்கைக் காட்சியின் மாற்றங்கள், நாம் நகர்கிறோம், முன்னேறுகிறோம் என்பதை நமக்கு நினைவூட்டுகின்றன. நாம் தியானம் செய்யும்போது நமக்கு வெவ்வேறு அனுபவங்கள் ஏற்படுவதற்கு அது ஒரு காரணமாகும் - அவை நமக்கு நம்பிக்கை அளிப்பதற்காக ஏற்படுகின்றன. இல்லையெனில், நாம் தொடர்ச்சியாக ஒரே அனுபவத்தையே பெற்றுக்கொண்டிருந்தால் நம் ஆர்வத்தை இழந்துவிடுவோம்.

இது குறிப்பாக, நமது உள்முக பயணத்தின் தொடக்க நிலைகளில் ஏற்படுகிறது. நாம் நமது மார்புப் பகுதியிலுள்ள ‘இதய மண்டலம்’ அல்லது பிண்டப் பிரதேசம் என அறியப்படும் பகுதியில், உலகாயத வாழ்க்கையுடன் தொடர்புடைய சக்கரங்களின் வழியாக பயணிக்கும்போது எண்ணற்ற அளவில் அனுபவங்கள் ஏற்படக்கூடும். இதன்பிறகு, நமது வழிகாட்டி நம்மை தலையின் பல்வேறு பாகங்களுடன் தொடர்புடைய, உயர்நிலை சக்கரங்களாகிய மற்றொரு மண்டலத்திற்கு நகர்த்துகிறார். இங்கு உலகாயத வாழ்வின் இருமைத் தன்மைகள் நிறைந்த உலகில், இனியும் நாம் இருப்பதில்லை. முற்றிலும் புதியதொரு பரிமாணத்தில் இருக்கிறோம். யாத்திரை எனப்படும், சக்கரங்களின் வழியாக செல்லும் இப்பயணம், நமது முன்னேற்றத்தையும், நமது உணர்வுநிலையின் விரிவாக்கத்தையும் விவரிக்கிறது. இதைப்பற்றி நாம் பிறகு பார்ப்போம்.

பகுதி மூன்று

வாழ்க்கை முறை

மாற்றத்தை வெளிமுகப்படுத்துங்கள்

10. உங்களுக்குள் மாற்றத்தைக் கொண்டுவாருங்கள்

ஹார்ட்ஃபுல்னெஸ் தியானப் பயிற்சியை துவங்கிய பிறகு நம்மில் பலர் அதிக அளவில் உள்முக மாற்றங்களை உணர்கிறோம். நமது உணர்வுறுநிலை விரிவடைகிறது, பழைய பழக்கங்களும் எதிர்வினைகளும் நம்மைவிட்டு விலகுகின்றன, அதோடு உலகில் நமது நிலை குறித்து அதிக விழிப்புணர்வு கொண்டவர்களாகிறோம். முன்பு மிக முக்கியமாகத் தோன்றிய விஷயங்கள் அவற்றின் கவர்ச்சியையும், வசீகரிப்பையும் இழந்துவிட்டதால், நம் வாழ்க்கை முறையை கூட எளிமையாக்கிக் கொள்ள நாம் ஈர்க்கப்படுகிறோம். ஆனால் வாழ்க்கை முறையில் மாற்றம் ஏற்படுவதற்கு கவனமும், ஓரளவு தீவிர ஒத்துழைப்பும் தேவைப்படுகிறது. ஏனெனில் இவையனைத்தும் தானாக நடைபெறாது. இதற்கு நம் எண்ணங்கள், உணர்ச்சிகள், நடத்தை மற்றும் மனப்பான்மைகளை நாம் பண்படுத்திக்கொள்ள வேண்டும்.

நமது வாழ்க்கை முறையை மேம்படுத்துவதற்கும் பண்படுத்துவதற்கும் ஹார்ட்ஃபுல்னெஸ் பயிற்சி நமக்கு அளிக்க இருக்கும் விவேகங்கள் சிலவற்றை உங்களோடு பகிர்ந்துகொள்ள விரும்புகிறேன். இந்தப் பயிற்சிகளும், அணுகுமுறைகளும் எனக்கு மிக நன்றாக பயனளித்தன. மாறுவதற்கான விருப்பத்தையும், அதன்பிறகு அந்த மாற்றத்திற்கான வழியை அமைத்துக்கொள்வதும் தான் முதல் விஷயமாகும். இது ஓர் உள்நோக்கத்தை கொண்டிருத்தலுடன் துவங்குகிறது.

உள்நோக்கம்

வாழ்க்கையில் எதை அடைய வேண்டுமானாலும் அது உலகாயத அல்லது ஆன்மீகம், எந்த இயல்புடையதாயினும் முதலில் நம் உள்நோக்கத்தை எளிமையாக்கிக் கொள்ளவேண்டும். இதை அழகாக விளக்குகின்ற என் இளமைக் கால சம்பவம் ஒன்றுள்ளது.

1970ம் ஆண்டின் பிற்பகுதியில், எனது முதல் வழிகாட்டியான பாபூஜியுடன் அவரது வீட்டு வராந்தாவில் அமர்ந்திருந்தேன். அது வட இந்தியாவில் உள்ள ஷாஜஹான்பூரில், குளிர்காலமான டிசம்பர் மாதத்தின் ஒரு காலைப்பொழுது. அவர் தனிமையில் இருந்தார். நான் ஒரு மூலையில் அமர்ந்திருந்தேன்.

அவர் என்னைப் பார்த்து 'வா' என்று கையசைத்தார். எனவே நான் அவர் அருகில் சென்று அமர்ந்தேன். அவர் தன் கையில் தனது நகத்தினால் ஒரு வெள்ளை கோட்டைக் கீறினார். அது அவர் கையில் ஒரு அடையாளத்தை ஏற்படுத்தியது. ஏனெனில் அப்போது மிகவும் குளிராக இருந்தது.

'என்ன செய்கிறார் பாபூஜி' என்று வியப்படைந்தேன். அவர் 'இது ஒரு தண்ணீர்க் கால்வாய்' என்று சொன்னார். அது நம்ப வைப்பதற்காக செய்யப்படும் ஒரு விளையாட்டைப் போல இருந்தது. பிறகு அதே கால்வாயிலிருந்து மறுபடியும் நகத்தால் கீறி இன்னொரு கோடு வரைந்தார். இப்போது அந்தக் கால்வாய் இரண்டு வாய்க்கால்களாகப் பிரிக்கப்பட்டது.

'இதை நீ புரிந்து கொண்டாயா?' என்று கேட்டார்.

'என்ன பாபூஜி?' என்று நான் கேட்டேன்.

'ஐம்பது சதவீத சக்தி குறைந்துவிட்டது' என்றார்.

பிறகு தன் கையில் மீண்டும் ஒருமுறை அவர் கீறிக்கொண்டு, மூன்றாவது வாய்க்காலை ஏற்படுத்தினார்.

'இப்போது நீ புரிந்துகொண்டாயா?' என்றார்.

'ஆம், பாபூஜி' என்றேன்.

அதன் சக்தி மேலும் குறைந்துவிட்டது.

நமது அன்றாட அனுபவத்தை உதாரணமாக எடுத்துக்கொண்டால், உங்கள் கைபேசியில் எத்தனை செயலிகள் இருக்கின்றன? அவை அனைத்தையும் இயங்கச்செய்தால் அதன் மின்கலம் (*பேட்டரி*) மிக விரைவாக சக்தியை இழந்துவிடும். அதுபோல வாழ்க்கையில்

மிக அதிக செயல்களில் உங்களை ஈடுபடுத்திக்கொண்டிருந்தால், நீங்களும் மிகவிரைவில் சக்தி இழந்து சோர்வடைவீர்கள், ஒன்றில் மட்டும் கவனம் செலுத்துவதில் நீங்கள் மகிழ்ச்சி அடைவதில்லை.

இந்தக் கோட்பாடு, தொழில், உறவுமுறைகள், சுயமுன்னேற்றம் உள்பட எல்லாத் துறைகளுக்கும் பொருந்துகிறது. ஒரு செயலில் ஈடுபட்டு, ஒரே லட்சியத்தை கொண்டிருப்பதால் உங்கள் உள்முக ஆதார வளங்கள் உகந்தபடி பயன்படுத்தப்பட்டு உங்களை ஏதோ ஒரு நிலைக்கு கொண்டு செல்கிறது. தியான பயிற்சியின் மூலமாக நம் சிந்தனை செயல்முறையை சிதறிய நிலையிலிருந்து கவனம் குவிக்கும் நிலைக்கு எளிமைப்படுத்த நாம் கற்றுக்கொள்வதால் ஒரே லட்சியத்தில் கவனம் செலுத்தும் திறன் இயல்பாகவே மேம்படுகிறது. யோக மார்க்கத்தில் அது தாரணை என்று அறியப்படுகிறது. இது பதஞ்சலி முனிவரின் அஷ்டாங்க யோகமுறையின் ஆறாவது படியாகும். நம் மனதை ஒழுங்குபடுத்தி, நம் உணர்வுறுநிலையை பண்படுத்துகிறோம்.

ஆனால் இதுவே அதன் இறுதி விளைவு அல்ல. நாளடைவில் ஹார்ட்ஃபுல்னெஸ் தியானத்தின் மூலமாக இன்னும் அதிகமாக முன்னேறிச் செல்கிறோம். இது 360 பாகை - அதாவது முழு அளவு உணர்வுறுநிலைக்கு வழிவகுத்து, அன்றாட வாழ்க்கையின் அனைத்து அம்சங்களின் மீதும், அதேநேரத்தில் உள்முக நிலையிலும் கவனத்துடன் இருக்கச் செய்கிறது. எனவே இது வாழ்க்கையைவிட்டு விலகி செல்வதை பற்றியது அல்ல. நம் வாழ்க்கையின் நோக்கம் தெளிவாக உள்ளது என்பதே இதன் எளிமையான பொருள்; இது பரிணாம வளர்ச்சிக்கு உரியதாகும்; அதோடு, நிகழ்கின்ற மற்ற விஷயங்கள் யாவும் மெல்ல மெல்ல அந்த நோக்கத்துடன் இசைந்து செல்கின்றன.

ஹார்ட்ஃபுல்னெஸ் பிரார்த்தனையைப் பயிற்சி செய்வதால் உள்நோக்கத்தின் எளிமை வலுவூட்டப்படுகிறது. நமது உள்முக லட்சியம் ஒவ்வொரு நாளும் நினைவூட்டப்பட்டு ஒரு கப்பலின் திசைதிருப்பும் கருவியைப்போல் நமது திசையை நிலைநிறுத்துகிறது. நாம் உள்நோக்கி ஆழ்ந்து சென்று இதயத்தை கூர்ந்து கவனிப்பதால், நமது உட்புறத்தையும், வெளிப்புறத்தையும் ஒன்றிணைக்க கற்றுக்கொள்கிறோம். இதுவே சுய ஆளுமை பெறுவதற்கான திறவுகோல் ஆகும்.

பிறகு நாம் விளையாடிக் கொண்டிருந்தாலும், வாகனத்தை ஓட்டிக் கொண்டிருந்தாலும், உணவு சமைத்துக் கொண்டிருந்தாலும், நம் குழந்தைகளுக்கு கதைகளை படித்துக் காட்டினாலும் அல்லது தொழிலை கவனித்துக் கொண்டிருந்தாலும் எந்நேரமும் நம்

உள்நிலையின் மீது, உள்ளார்ந்த கவனம் நீடித்திருக்கிறது. நாம் மற்ற விஷயங்களில் மகிழ்ச்சியுடன் ஈடுபடும்போதும், நம் உணர்வுறுநிலை உள்முகமாக அங்கு பரவியிருக்க இயலும்.

இந்த மனத்தெளிவோடு, சரியான புரிதலுடன் வாழ்க்கையையும் உள்முகப் பயணமாகிய எல்லையற்ற சமுத்திரத்தையும், எளிதாகக் கடந்துசெல்வது சுலபமாகிறது. இவ்வாறே நமது விதியை நாம் வடிவமைத்துக் கொள்கிறோம்.

மகிழ்ச்சியோடு இருப்பதற்கு நமது உள்முக மற்றும் வெளிப்புற நிலைகள் நல்லிணக்கத்துடன் இருக்க வேண்டியது அவசியமாகும். இல்லையென்றால் நாம் நிலைபெறாமலும், சமநிலையற்றும் இருப்பதாக உணர்கிறோம். நாம் உள்ளே உணர்வதும் வெளியில் நாம் நடந்துகொள்வதும் ஒத்திசையவில்லை எனில் நமக்கு நாம் உண்மையானவர்களாக இருக்க முடியாது, ஷேக்ஸ்பியரின் ‘ஹாம்லெட்’ நாடகத்தில் தன் மகன் லேடியர்ட்ஸிடம் போலோனியஸ் சொல்வதுபோல:

இவை எல்லாவற்றையும் விட: உனக்கு நீ உண்மையாக இரு

இது இரவும் பகலும் போல், எப்போதும் தொடரவேண்டும்

அப்போது நீ யாருக்கும் பொய்யானவனாக இருக்கமாட்டாய்.

உங்கள் இதயம் கூறுவதைக் கேளுங்கள்

நம் எண்ணங்கள், நம் உணர்ச்சிகள், நம் நடத்தைகள், மற்றும் வாழ்க்கையில் நாம் தேர்ந்தெடுப்பவைகள் என நம் சுயம் உட்பட அனைத்தைப் பற்றியும் நாம் எப்படி உணர்கிறோம் என்பதை கூறிப்பிடும் ஒரு காற்றழுத்த மானியாக இதயம் உள்ளது. நாம் மகிழ்ச்சியுறும்போது, இதயம் எதையும் உரைக்காது. நாம் சரியானதை தேர்ந்தேடுக்க முற்படும்போது, இதயமானது நாம் எடுக்க எண்ணும் முடிவுக்கு மௌனமான சாட்சியாகவே இருக்கிறது. அப்போது இயல்பான மனநிறைவு ஏற்படுகிறது. நம்மிடமே நாம் மகிழ்ச்சியற்று இருக்கும்போது, இதயம் அமைதியற்று இருக்கிறது. எதையோ மாற்றவேண்டும் என்று அது நமக்குத் தெரிவிக்கின்றது.

இதயத்தின் சமிக்ஞைகளுக்கு (குறிப்புகள்) செவிமடுப்பதே முதல் படியாகும். அந்த சமிக்ஞைகளை பயன்படுத்திகொள்வதும், தெளிவான குறிப்பீடுகள் கிடைத்திடும் வகையில் இதயத்திடம் கேள்விகளை வினவுவதும் இரண்டாவது படியாகும். இது மெதுவாக நமக்குப் பிடிப்பட்டு, நாம் அதிக அளவு கவனிக்கும்போது, குறிப்புகளும்

தெளிவாக கிடைக்கின்றன. நாம் கவனிக்கவில்லை எனில், இதயத்தை கூர்ந்து கவனிக்கும் கலையை நாம் தொலைத்து விடுவோம். நாம் உபயோகிக்காத நரம்புச் சுற்று அல்லது பாதையை, நாம் இழந்துவிடுதல் என்று நரம்பியல் நிபுணர்கள் இதனை விளக்குகிறார்கள். அதனை மீண்டும் செயல்படுத்துவதற்கு பெரும் முயற்சி தேவைப்படுகிறது. நரம்புச் சுற்றுகளை எந்த அளவு நாம் உபயோகிக்கிறோமோ, அதே அளவு அவை வலுவடைகின்றன.

இப்போது மூன்றாம் படி வருகிறது: இதயத்தின் குரலைக் கேட்டபிறகு அதனை பின்பற்றும் துணிவு நமக்கு இருக்கின்றதா?

பினாச்சியோவின் கதையை நீங்கள் அறிந்திருக்கலாம். அவன் ஒவ்வொரு முறை பொய் பேசும் போதும், அவனது மூக்கு இன்னும் நீண்டு வளரும். முரண்பாடுகளையும் விரும்பத்தகாத சூழ்நிலைகளையும் தவிர்ப்பதற்காக, ஒரு தீங்கற்ற பொய்யினை கூறுவது எளிது, ஆனால் அவ்வாறு செய்யும்போது, நமது இதயத்திற்கு என்ன நேர்கிறது? அது வேகமாக துடிக்க ஆரம்பிக்கின்றது. நமது அகத்தூய்மையை விட்டுக்கொடுக்க நினைக்கும்போது இதயம் பாரமாகவும், பதட்டமாகவும் ஆகிறது. அப்போது மேலோங்கியிருப்பது எது? நிம்மதியின்மையும், அதனைத் தொடர்ந்து குற்ற உணர்வும், வருத்தமும் ஏற்படுகின்றன. 'இப்படி ஒரு செயலை என்னால் எப்படிச் செய்ய முடிந்தது' என நம்மையே நமக்கு பிடிக்காமல்போகத் துவங்குகிறது.

மக்கள் சில நேரங்களில் தங்களது பெற்றோரை மகிழ்விப்பதற்காகவோ, அல்லது மற்றவர்களை புண்படுத்துவதை தவிர்ப்பதற்காகவோ பொய்யுரைக்கிறார்கள். ஆனால் அப்போதும் நம் இதயத்தில் லகுத்தன்மை, உற்சாகம் மற்றும் திடநம்பிக்கை ஆகியவற்றிற்கு பதிலாக, எதையோ ஈடுசெய்ய நினைப்பதைபோல் தோன்றுகிறது. சில சூழ்நிலைகளில் அபாயம் அல்லது பிரச்சினையை தவிர்க்கும் பொருட்டு, ஒரு நெறிமுறைத் தீர்வாக, நம் இதயம் உண்மையைவிட உறவுமுறைகளை மேலானதாக தேர்ந்தெடுக்கிறது. உதாரணத்திற்கு, நாம் நேசிக்கும் ஒருவரை காப்பாற்ற வேண்டும் எனும்போது, என்ன ஆகிறது? இதைப் பற்றிய பிரசித்தபெற்ற ஓவியம் ஒன்று உள்ளது. அதில், இரண்டாவது உலகப் போரின்போது, ஒரு சிறுவனிடம், அவனது பெற்றோரின் இருப்பிடத்தைப் பற்றிப் படைவீரர்கள் கேட்கும் சம்பவம் சித்தரிக்கப்பட்டுள்ளது. அவனது பெற்றோர், அறையின் நிலத்தளத்தில் பலகைகளின் கீழுள்ள குகையில் ஒளிந்து கொண்டுள்ளார்கள், என்பது அவனுக்குத் தெரிந்திருந்த போதிலும், அவ்விஷயத்தைப் படைவீரர்களிடம்

கூறினால், அவர்கள் தனது பெற்றோரைக் கொன்றுவிடுவார்கள் என்பதையும் அவன் அறிந்திருந்தான். இப்படிப்பட்ட சூழ்நிலையில் நீங்கள் என்ன செய்வீர்கள்? உண்மையைக் கூறுவீர்களா அல்லது உங்களது பெற்றோரை காப்பாற்றுவீர்களா? இங்கேயும், உங்கள் இதயம்தான் உங்களுக்கு வழிகாட்டும். இதயம் கூறுவதை கேட்கும் இக்கலை, மனநிறைவை கொண்டுவருகிறது. நாம் ஒருங்கிணைக்கப்பட்டவர்களாகவும், முழுமையானவர்களாகவும் நம்மை உணர்வதோடு, அதன் விளைவாக நம்மிடமே நாம் அமைதிகொள்கிறோம்.

இதயத்தை கூர்ந்து கேட்கக் கற்றுக் கொள்ளுவது என்பது ஒரு விஷயம், ஆனால் இச்செயல்முறைக்குக் கூடுதலாக மற்றொரு பரிமாணமும் உள்ளது: நமது இதயம் நிலையானது அல்ல. நம் உணர்வுறுநிலையை நாம் விரிவடையச் செய்தல், பண்படுத்துதல் அல்லது அதை கட்டுப்படுத்துதல், என எதைச் செய்தாலும் நமது உள்முக சூழல் தொடர்ந்து மாறிக்கொண்டே இருக்கிறது. உணர்வுறுநிலையின் களம் திரவத்தைபோல் மாற்றம் அடைந்திடும் தன்மையை உடையதால் இதயத்தின் ஆதார மையம் மாறிக்கொண்டே இருக்கும் தன்மைக்கொண்டது. மேலும், நம்மை பொறுத்தவரை அனைத்தும் நமது உணர்வுறுநிலை இருக்கும் நிலையோடு கட்டப்பட்டுள்ளது: நாம் உண்ணும் உணவு, உடுத்தும் உடை, பழக்கவழக்கங்கள் போன்றவை, மாறி வரும் நமது பரிணாமவளர்ச்சியின் நிலைக்குத் தக்கவாறு, மெதுவாக சரிசெய்து கொள்ளும். நாம் எப்போதும் தொடர்ந்து முன்னேறிக்கொண்டிருக்கும் ஒரு நிலையில் இருக்கிறோம். வேலை ஒன்று நடைபெற்றுக் கொண்டிருக்கிறது.

ஆனால் சில நேரங்களில் நாம், நமது மனசாட்சிக்கு எதிராக செல்வதை தேர்ந்தெடுக்கிறோம். அது ஏனெனில், நமது ஆசைகளும், மனதின் சீர்த்தூக்கிப் பார்க்கும் தன்மையும் நம்மை மாறுபட்ட தேர்வைச் செய்ய உந்துகின்றன. நாம் நமது எண்ணங்களை மாற்றிக்கொள்ளாத வரை, அந்த அனுபவங்களையும், பழக்கவழக்கங்களையுமே மீண்டும் மீண்டும் கொண்டுவருவோம். இந்நிலையில், நாம் என்ன செய்வது? தேர்ந்தெடுக்கும் ஒரு தீர்வு எப்போதும் உள்ளது. நாம் எதுவும் செய்யாமல் இருக்கலாம் அல்லது நிலைமையை சீர்செய்யும் தீர்வை தேர்ந்தெடுக்கலாம். நாம் மேற்கொள்ள கூடிய, மிகவும் பலனளிக்க வல்ல ஹார்ட்ஃபுல்னெஸ் பயிற்சி ஒன்று உள்ளது.

இரவு படுக்கச் செல்லுமுன், உங்களது இதயத்திலுள்ள தெய்வீகப் பிரசன்னத்தை உணர்ந்து, நீங்கள் ஏதாவது தவறு செய்திருந்தால். அவை வேண்டுமென்றே செய்யப்படாததாக இருந்தாலும் அவற்றிற்காக வருந்துங்கள். இச்செயல்முறையில் குற்றம் சுமத்துதல் எதுவுமில்லை. உங்கள் இதயத்தில் ஆழ்ந்துசென்று, அதே தவறை மீண்டும் செய்யமாட்டேன் என்று பிரார்த்தனையுடன் தீர்மானியுங்கள். அப்போது ஒரு பெரிய பாரம் அகற்றப்பட்டுவிட்டதாக உணர்வீர்கள்.

பிரார்த்தனையை சமர்ப்பித்த பின்னர் ஏதேனும் கேள்விகள் அல்லது குழப்பங்கள் இருந்தால், அவற்றையும் உங்கள் இதயத்திடம் தெரிவிக்கலாம். உடனடியாக விடையைத் தேட வேண்டிய அவசியம் இல்லை. பெரும்பாலும், நீங்கள் கண் விழிக்கும்போது, உங்களுக்கு விடை தெரிய வரும். வார்த்தைகளாக இல்லாமல் வேறு விதமாக பதில் வந்தாலும், நிச்சயம் உங்களுக்குத் தீர்வு கிடைக்கும்.

உணர்ச்சிகளைக் கையாளுதல்

ஹார்ட்ஃபுல்னெஸ் பயிற்சியை முறையாகச் செய்துவந்த போதிலும், பல நேரங்களில் அன்றாட வாழ்வின் ஏற்ற இறக்கங்களால் ஏற்படும் உணர்ச்சிக் கொந்தளிப்புகளுடன் போராட வேண்டியுள்ளது. நம்மைச் சுற்றியுள்ள உலகில் சில நாட்கள் அமைதியையும், வேறு சில நாட்கள் கோபம், பதட்டம், கலக்கம், அதிக மனக்கிளர்ச்சி அல்லது பயத்தையும் உணர்கிறோம். நமது உணர்ச்சிபூர்வமான வாழ்க்கையின் போக்கில் ஏற்படும் மாற்றங்களை கூர்ந்து கவனித்தால், அவற்றில் ஏற்ற இறங்களில் குறிப்பிட்ட ஒரு சுழற்சி வருவதைக் காண்கிறோம்.

நமது வாழ்க்கை, அமைதியான, உள்முக தியான நிலையுடன் மிகுந்த ஒத்திசைவோடு இருப்பதற்கு, உணர்ச்சிகள் மற்றும் அவற்றிற்கான எதிர்வினைகளை நாம் எவ்வாறு கையாள்வது? நம் உணர்ச்சிகளைப் புரிந்து கொண்டு அவற்றைப் பண்படுத்துவதற்கானதொரு அழகான மற்றும் உலகியலுக்கு ஏற்ற வழியை யோக உளவியல் நமக்கு வழங்குகிறது. இது நம் உள்ளார்ந்த ஆன்மீகப் பணியை முழுமை பெறச் செய்வதாகவும் இருக்கிறது.

உணர்ச்சிகளும் உணர்வுகளும் இதயத்தில் எழுகின்றன

உணர்ச்சிகளும் உணர்வுகளும் இதயத்தில் எழுகின்றன என்பதுதான், தியானத்தின் மூலம் நாம் அறியும் முதல் விஷயம் ஆகும். இதயத்தில்தான் விஷயங்களை உணர்கிறோமேயன்றி புத்தியைக் கொண்டோ அல்லது பகுத்தறியும் திறனைக் கொண்டோ அல்ல. இந்த உணர்வுகளும் உணர்ச்சிகளும், குறிப்பாக மத்திய-மூளையின் உணர்வுகளை கட்டுப்படுத்தும் அமைப்பின் மூலமாக, நம் சிந்திக்கும் செயல்முறையை பாதிக்கின்றன, இதற்கான ஆரம்ப உந்துதல் நம் இதயத்திலிருந்தே தோன்றுகின்றன.

நமது தனிப்பட்ட உணர்வுகளின் உள்ளார்ந்த உலகைப் பற்றி ஆராய்வதை, நம்மில் பெரும்பாலானோர் விரும்புவதில்லை. ஏனெனில் நாம் வளரும்போதே, நம் வீட்டிலோ அல்லது பள்ளியிலோ, அவ்வாறு செய்வதற்கு, நமக்கு ஊக்கமளிக்கப்படவில்லை. பௌதீக இதயம்தான் உணர்கிறதா? இல்லை. சூட்சும உடல் என்றும் அழைக்கப்படும், அதிர்வுடைய அல்லது ஆற்றலுள்ள இதயம்தான் உணர்கிறது. *டேனியல் கோல்மன்* என்பவர் பிரசித்தி பெற்ற அவரது புத்தகம் ஒன்றில் விளக்கியிருக்கும் உணர்ச்சி சார்ந்த நுண்ணறிவு (emotional intelligence) பற்றி இன்று பெரிதும் பேசப்படுகிறது. இதயத்தை அடிப்படையாக கொண்ட பண்புகளான கருணை, பரிவு, துக்கத்திலிருந்து மீளுதல், அன்பு, தைரியம் மற்றும் மனவலிமை ஆகிய இந்தப் பண்புகள் பௌதீக இயல்புடையவை அல்ல. இவை அதிர்வுடைய இதயத்தில்தான் நிலைபெற்றிருக்கின்றன. சக்கரங்கள் என்றழைக்கப்படும் புள்ளிகளும் அங்குதான் காணப்படுகின்றன. ஆனால், இந்த அதிர்வுடைய இதயம் எவ்விதத்திலாவது பாதிக்கப்படும்போது அது பௌதீக இதயத்தையும் பாதிக்கிறது. உதாரணமாக, நாம் கோபப்பட்டால், இதயத் துடிப்பு சீரற்றதாகவும் நிலையற்றதாகவும் மாறுகிறது. நமது இரத்த அழுத்தமும் உயர்கிறது. இந்த உணர்ச்சி நமது சூட்சும உடலில் தான் ஆரம்பமாகிறது என்ற போதிலும் அது நமது பௌதீக மட்டத்திலும் மாற்றங்களை ஏற்படுத்துகிறது. எனவே நமது உணர்ச்சி சார்ந்த நுண்ணறிவை மேம்படுத்த வேண்டுமெனில், நமது இதயத்தின் மூலம் சூட்சும உடலின் மீதுதான் நாம் செயலாற்ற வேண்டும்.

உணர்ச்சிகளும் உணர்வுகளும்

இரண்டாவதாக, உணர்ச்சிகளுக்கும் உணர்வுகளுக்கும் இடையிலான, குறிப்பாக சுத்திகரிப்பு செயல்முறையின் விளைவாக ஏற்படும் வேறுபாட்டை நாம் காண்கிறோம். உணர்வுகள் புகையின்றி எரியும்

தூய்மையான நெருப்பைப் போன்றவை. அங்கு விறகானது, தெளிவாகவும் தூய்மையாகவும் எரிகிறது. உணர்ச்சிகள் விறகின் ஈரத்தன்மை அல்லது அசுத்தங்கள் படிந்திருப்பதன் காரணமாக தெளிவில்லாமல் மங்கலாக, புகையுடன் எரியும் நெருப்பு போன்றவை. அனைத்திலும் தூய்மையான உணர்வுகள் மின்சாரம் போன்றவை. அங்கு எரிதல் கூட இல்லை. தூய உணர்வுகள் இயல்பானவையாகவும் நமது பரிணாம வளர்ச்சிக்கு உதவுபவையாகவும் உள்ளன. மாறாக, உணர்ச்சிகள் புகையுடன் எரியும் விறகு போல் அசுத்தங்களால் மூடப்பட்டவை ஆகும். அசுத்தங்கள் ஏற்படுவதின் காரணம் என்ன? நாம் முன்பே கூறியது போல, இதயத்தில் படியும் பதிவுகள் அல்லது *சம்ஸ்காரங்களே* இதற்கு காரணம். இதயம் அதிக தூய்மை அடையும்போது, நமது உணர்வுகளும் அதிக தெளிவு பெறுகின்றன.

உணர்வுகள், உணர்ச்சிகள் மற்றும் இதயத்தின் சக்கரங்கள்

மூன்றாவதாக, இதய சக்கரம் என்பது பொதுவாக, ஐந்து விதமான ஆற்றல் மையங்கள் அல்லது சக்கரங்களைக் கொண்டுள்ளது என்பதை நாம் காண்கிறோம். வாழ்க்கையின் ஐந்து பாரம்பரிய மூலகங்களான நிலம், ஆகாயம், நெருப்பு, நீர் மற்றும் காற்று என்பவற்றுடன் தொடர்பு கொண்ட இந்த ஐந்து சக்கரங்களும், யோக மார்க்கத்தில் பஞ்சபூதங்கள் என அறியப்படுகின்றன. இவை ஒவ்வொன்றும் ஒரு குறிப்பிட்ட உணர்ச்சிகள் மற்றும் உணர்வுகளின் வரம்பினைக் கொண்டுள்ளன. நமது உள்முக பயணத்தை மேற்கொள்ளும்போது, அவற்றில் நாம் ஆளுமை பெறுகிறோம். உண்மையில், மனித அமைப்பில் உணர்வுகளும் உணர்ச்சிகளும் குறிப்பிட்ட விதத்தில் குவிக்கப்படுகின்றன. இதை ஆன்மீக உட்கூறு அமைப்பியலில் குறிப்பிட்டுக் காட்ட முடியும். ஆன்மீகப் பயிற்சியின் மூலமாக, இந்த சக்கரங்களின் மீது ஆளுமை பெறும் வரை, அவற்றுடன் தொடர்புடைய உணர்ச்சிகளின் மீதும் நாம் ஆளுமை பெற முடியாது. இந்த ஐந்து சக்கரங்கள் ஒவ்வொன்றும் உணர்வுகளின் குறிப்பிட்டதொரு இரட்டைத் தன்மையுடன் தொடர்புடையவை. இந்த இரட்டைத் தன்மைகள் 'த்வந்த்வங்கள்' அல்லது எதிரிடை பண்புகள் எனப்படுகின்றன.

எனவே, இதயத்தின் ஒவ்வொரு சக்கரத்தையும், அங்கு படிந்துள்ள பதிவுகளை நீக்குவதன் மூலம் தூய்மைப்படுத்தி, அதனை கடந்துசெல்லும் அதேவேளையில், ஒவ்வொரு சக்கரத்துடன் தொடர்புடைய உணர்வுகள் மற்றும் உணர்ச்சிகளின் மீது நாம் ஆளுமை பெறும்போது, படிப்படியாக நமது உணர்ச்சி சார்ந்த நுண்ணறிவு, வளர்ச்சியும் முதிர்ச்சியும் பெறுகிறது. இந்த சக்கரங்களின் ஆன்மீக உட்கூறின் மீது செயலாற்றுதல், உணர்ச்சிகள்

பற்றிய தெளிவைக் கொடுக்கிறது. அவற்றில் தேர்ச்சி பெறுவதற்கான சில நடைமுறை உபாயங்களைப் பற்றி நான் இப்போது உங்களுடன் பகிர்ந்து கொள்கிறேன். இதன் மூலம் ஆழ்மனதின் பதிவுகளை நீக்கி, நமது விதியை மறுவடிவமைக்க நம்மால் முடிகிறது.

ஆன்மீக உடற்கூறு அமைப்பியல்

நமது உணர்வுறுநிலையில் உணர்ச்சிக் கொந்தளிப்பை உருவாக்குவது எது? நீர் நிறைந்த ஒரு ஏரியில் அலைகள் மற்றும் சிற்றலைகளின் வடிவில், ஆற்றலானது கொந்தளிப்பை உருவாக்குகிறது. உணர்வுறுநிலை என்னும் ஏரியில், ஆற்றலானது எண்ணங்கள், உணர்வுகள் மற்றும் உணர்ச்சிகளின் வடிவில் கொந்தளிப்பை உருவாக்குகிறது.

ஹார்ட்ஃபுல்னெஸ் சுத்திகரிப்பு என்னும் பகுதியில், *சம்ஸ்காரங்கள்* உருவாவதைப் பற்றி - நமது எண்ணங்கள் மற்றும் அனுபவங்களின் காரணமாக எழுகின்ற ஆற்றலின் முடிச்சுகள் உருவாவதைப் பற்றி - நாம் ஏற்கெனவே விவரித்திருக்கிறோம். ஆக, வேறுபட்ட உணர்வுகள் மற்றும் உணர்ச்சிகள் விஷயத்தில் இது எவ்வாறு செயல்படுகிறது என்பதை இப்போது நாம் ஆராய்வோம்.

ஒரு மனிதனின் இதய மண்டலம், அன்றாட வாழ்வின் இருமைத் தன்மைகளுடன் தொடர்புடைய மண்டலமாகும். ஒவ்வொரு சக்கரமும் அதற்கே உரித்தான உணர்வுகளின் எதிரெதிர் துருவங்களையோ அல்லது இருமைத் தன்மைகளையோ கொண்டுள்ளது. முதல் சக்கரம், அல்லது இதய மண்டலத்தின் முதலாவது புள்ளி, மார்பின் இடது கீழ்ப்பகுதியில் உள்ளது. அங்குதான் பௌதீக இதயம் உள்ளது. இந்தப் புள்ளி நிலம் எனப்படும் மூலக்கூறுடன் தொடர்புடையது. நாம் தியானம் செய்யும்போது, உள்முக சூழலில், மஞ்சள் வண்ணத்தின் ஒரு கணநேரக் காட்சியினை நாம் காணக்கூடும். இங்குள்ள உணர்வுகளின் அலைக்கற்றை, ஆசையை ஒரு பக்கமும், யோகத்தில் *வைராக்யா* என்று அறியப்படும் ஆசைகளற்ற நிலைக்கு சமமாகக் கருதமுடிகின்ற மனநிறைவை மறுபக்கமும் கொண்டதாய் உள்ளது. துவக்கத்தில் ஒவ்வொரு அலைக்கற்றையும் ஒரு 'நல்லதையும்' ஒரு 'தீயதையும்' கொண்டிருப்பது போலத் தோன்றலாம். ஆக, மனநிறைவு என்பது நேர்மறையானது, ஆசை என்பது எதிர்மறையானது. ஒரு விதத்தில் அது சரிதான், ஏனெனில், உலகாயத விஷயங்களுக்கான ஆசைகள் நம்மைக் கீழே இழுத்து, *சம்ஸ்காரங்களை* உருவாக்குகின்றன. ஆயினும், அந்த சக்கரம் தூய்மைப்படுத்தப்பட்டு, அங்குள்ள உணர்ச்சிகளின் மீது நாம் ஆளுமை பெறும்போது, அந்த

இதய மண்டலத்தின் சக்கரங்கள்

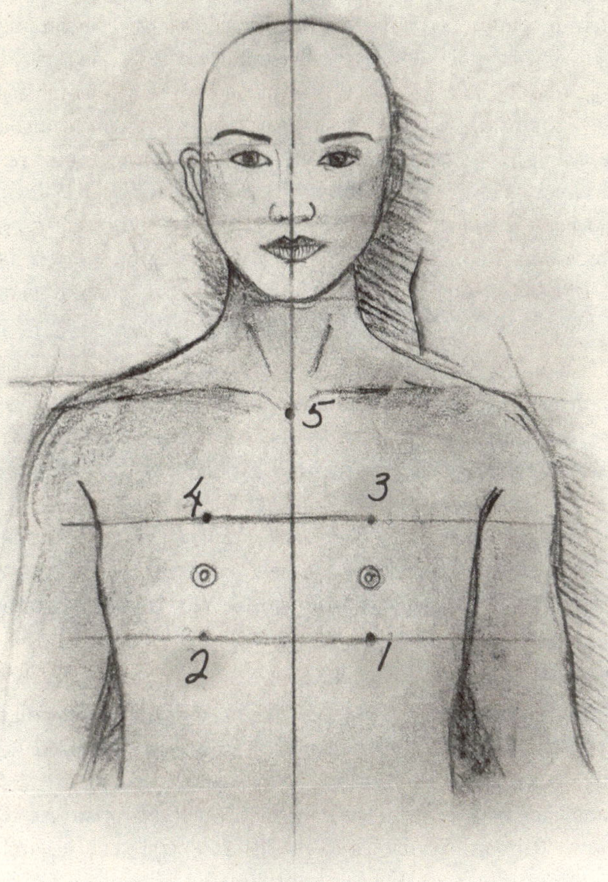

அலைக்கற்றையின் இரு முனைகளுமே பரிணாம வளர்ச்சிக்கான ஒரு நோக்கத்தைக் கொண்டுள்ளன என்பதை நாம் கண்டறிகிறோம்.

இறுதியில், முதலாவது புள்ளியில், உயர்வான ஒன்றிற்கான ஆசை அல்லது ஏக்கம், நமது ஆன்மீக லட்சியத்தை நோக்கி நம்மை உந்தித் தள்ளுகிறது. அதேநேரம், மனநிறைவானது அமைதி, ஸ்திரத்தன்மை மற்றும் ஆன்மீகப் பயிற்சியில் நிலைபெறுதல் ஆகியவற்றையும், உலகாயத வாழ்க்கையில் நிதானத்தையும் பொறுமையையும் கொண்டுவருகிறது. உலகாயத உடைமைகளுக்கான ஆசைகளால் அல்லது புலன்சார்ந்த இன்பத்தால் நாம் ஈர்க்கப்படும்போது, அல்லது குற்ற உணர்வு, பொறாமை அல்லது மனவருத்தத்தால் நாம் முடமாக்கப்படும்போது, இந்த சக்கரம் ஆசைகளை அடிப்படையாகக்கொண்ட பதிவுகளால் சூழப்பட்டு, மிகவும் பாரமாக ஆகிறது.

நம்மை கீழ்நோக்கி இழுக்கின்ற ஆசை அடிப்படையிலான பற்றுதல்களை நாம் சுத்திகரிப்பின் மூலம் நீக்கி, பிரார்த்தனை, தியானம் மற்றும் சுய-ஆய்வின் மூலம் இதயத்தின் உணர்வுகளுக்குள்ளும் உணர்வுநிலைக்குள்ளும் ஆழ்ந்து செல்கையில், நமது உணர்ச்சிகள் குறைந்த அளவே பதில்வினை புரிபவையாகவும், மென்மேலும் சூட்சுமமானவையாகவும் ஆகின்றன. இறுதியில், முதலாவது சக்கரத்துடன் தொடர்புடைய ஆசை மற்றும் மனநிறைவின் தொகுதிகளின் மீது நாம் ஆளுமை பெறுகிறோம்; அதன் விளைவாக, லட்சியத்தை நோக்கிய பரிதவிப்பு, மனநிறைவு இரண்டிலிருந்தும் நாம் பலனடைய முடியும்.

இரண்டாவது சக்கரம், இதய மண்டலத்தின் இரண்டாவது புள்ளி, மார்பின் வலது கீழ்ப் பகுதியில் உள்ளது. இதுவே ஆத்ம சக்கரமாகும். இங்குள்ள மூலக்கூறு வான்வெளி, அண்டம் அல்லது ஆகாசம் எனவும் அறியப்படுகிறது. சிவப்பு வண்ணத்தின் கணநேரக் காட்சியினை இங்கு நாம் காண்கிறோம். இந்தப் புள்ளியில், உலகாயத விஷயங்களை செய்ய விரும்பும் உணர்வே இல்லாத அளவிற்கு, அதிகப்படியான அமைதியினை நாம் காண்கிறோம். ஒரு தொழிலதிபரோ, மாணவரோ அல்லது இல்லத்தரசியோ, யாராக இருப்பினும் சிறிது காலத்திற்கு நாம் அனைத்திலும் ஆர்வத்தை இழக்கிறோம். ஏனெனில், அமைதி அந்த அளவு நம்மை அழைப்பதாக இருக்கிறது. நாம் அதனால் தொந்தரவுக்கு உள்ளாவதை, அல்லது அதிலிருந்து கவனம் சிதறடிக்கப்படுவதை விரும்புவதில்லை. அதுவே இரண்டாவது புள்ளியின் பண்பாகும்.

இங்குள்ள உணர்வுகளின் அலைக்கற்றை, தவிப்பு அல்லது அமைதியின்மையிலிருந்து, அமைதி வரை தொகுக்கப்பட்டு உள்ளது. இதயம் *சம்ஸ்காரங்களினால்* சூழப்பட்டிருக்கும்போது, இதயத்தின் முதல் புள்ளியில் இன்னமும் நாம் ஏராளமான பாரத்தன்மையை சுமந்துகொண்டிருக்கும்போது, அந்த பாரத்தன்மை அனைத்தும் இரண்டாவது புள்ளிக்கு பரவிச் சென்றடைகிறது. அப்போது, இரண்டாவது புள்ளியில் எவ்வித அமைதியும் இருக்க முடியாது. ஏனெனில், நாம் தவிப்பையும் கவலையையும் உணர்கிறோம். மாறாக, உலகாயத பந்தங்களினுள் மீண்டும் நாம் ஈர்க்கப்படுகின்றோம்; ஆன்மாவின் அமைதியும் ஆனந்தமும் நம்மிடமிருந்து நழுவிச் செல்கின்றன. முதலாவது சக்கரத்தைச் சுற்றிலும் A, B, C மற்றும் D என அறியப்படும் நான்கு பிரதான துணைப்புள்ளிகள் உள்ளன. அவை பற்றி மேலும் விவரமாக விரைவில் விளக்கப்படும். இந்த நான்கு புள்ளிகளும் நல்ல நிலையில் வைத்துக்கொள்ளப்பட்டு, மிகவும் தூய்மையான உள்முக சூழ்நிலையால் சூழப்பட்டிருந்தால், அதே அளவிற்கு மற்ற சக்கரங்களை நாம் மாசுபடுத்தாமல் இருப்போம்.

மூன்றாவது சக்கரம் அல்லது இதய மண்டலத்தின் மூன்றாவது புள்ளி மார்பின் மேற்புற இடது பக்கத்தில் இருக்கிறது. இதுவே நெருப்புப் புள்ளியாகும்; இங்கு, தியானத்தின்போது, வெள்ளை வண்ணத்தின் கணநேரக் காட்சியினை நாம் காணக்கூடும். இந்த சக்கரத்திலுள்ள உணர்வுகள், இயல்பாகவே அதிகம் உணர்ச்சிவசப்படச் செய்பவையாகவும், ஊக்கம் அளிப்பவையாகவும் உள்ளன; இங்குள்ள அலைக்கற்றை, கோபத்தை ஒரு பக்கமும், அன்பை மறுபக்கமும் கொண்டுள்ளது. நாம் தக்கவைத்துக் கொண்டிருக்கும் பதிவுகளுக்கும் ஆசைகளுக்கும் ஏற்ப, அவற்றை நாம் அனுபவித்து உணர்கிறோம் - அதாவது, கோபமும் அன்பும் உலகாயத ஆசைகளால் சூழப்பட்டிருக்கும்போது, அவற்றில் ஒன்று நம்மை உணர்ச்சிபூர்வ சிக்கல்களினுள் இழுக்கலாம்; ஆனால், அவை தூய்மையாக இருக்கும்போது, அவை இரண்டுமே நமது பயணத்தில் நம்மை மேலும் உந்தித்தள்ள முடியும்.

நாம் அன்பிலிருந்து ஆரம்பிக்கலாம். நாம் அனுபவித்து உணர்ந்த உள்முக வளர்ச்சிக்காக மென்மேலும் நன்றியுணர்வு படைத்தவர்களாக நாம் உணர்வதால், கடவுள் மீதான அன்பும், வழிகாட்டியின் மீதான அன்பும் இந்தப் புள்ளியில் மலர்கின்றன. அன்பானது நமது பயணத்தின் எரிசக்தியாக செயல்பட்டு, ஒரு ஏவுகணையைப் போல நம்மை மேல்நோக்கி உந்தித்தள்ளுகிறது. கடவுளிடமும், இந்தப் பயணத்தில் நம்மை அழைத்துச் செல்கின்ற வழிகாட்டியிடமும் ஒரு தீவிரமான பற்றுதலை நாம் வளர்த்துக்கொள்ளத் தொடங்குகிறோம்.

ஒரு தீச்சுடர் எப்போதும் மேல் நோக்கியே எரிவது போல, அன்பானது நமது வளர்ச்சியைத் தடைசெய்கின்ற மற்ற அனைத்தையும் சாம்பலாக்கி, நம்மை மேல்நோக்கி அழைத்துச் செல்கிறது. நெருப்புப் புள்ளியாகிய மூன்றாவது சக்கரத்தில், தெய்வீக மூலமுதலினை நோக்கி அன்பு விழித்தெழுகிறது. அதன் பலனாக, அன்றாட மானுட ரீதியான அன்பைக் கடந்து, உயர்வானதாக மாற்றம்பெறும் இயல்புடையதாக அது ஆகிறது.

கோபமும், அதன் தூய வெளிப்பாட்டில், உயர்த்தவல்லதாகவும், மாற்றம் தரவல்லதாகவும் உள்ளது. அது சுய-பண்படுத்தலுக்காக நமக்கு பரிசளிக்கப்பட்டுள்ள பரிணாம வளர்ச்சிக்கான ஒரு கருவியாகும்; அது யோக மரபுகளில், இரு தெய்வீக உணர்ச்சிகளுள் ஒன்றான குரோதம் என அறியப்படுகிறது. அது ஒரு மாற்றத்திற்கான காரணி; ஏதோ ஒன்று மாற்றம் அடைய வேண்டியுள்ளது என சுட்டிக்காட்டுகின்ற ஒரு இயற்கையான எச்சரிக்கை அறிகுறி. நாம் கோபம் கொள்கையில், நமக்குள்ளேயே மாற்றம் நிகழ வேண்டியுள்ளது என்ற உண்மையினை ஒப்புக்கொள்வதே ஒரு முக்கியமான படியாகும்.

துரதிர்ஷ்டவசமாக, நம்மில் பலரும் நமது கோபத்தை மற்றவர்கள் மீது ஆக்ரோஷமாகவும், பலவந்தமாகவும் காண்பிக்கிறோம் அல்லது, மனச்சோர்வுக்கு இட்டுச்செல்கின்ற ஒரு ஆரோக்கியமற்ற விதத்தில், அதை உள்ளுக்குள்ளேயே ஒடுக்கி வைக்கிறோம். அவ்வித அணுகுமுறைகள் உதவிகரமாக இருப்பதில்லை. எனினும், மூன்றாவது சக்கரத்தினூடே நாம் பயணிக்கையில், கோபத்தை ஆளுமைப்படுத்தி, நமது பரிணாம வளர்ச்சிக்கும், முன்னோக்கிய பயணத்திற்கும் அதை கவசமாகப் பயன்படுத்தும் சாத்தியக்கூற்றினை நாம் பெற்றிருக்கிறோம். அதை ஒரு ஆரோக்கியமான விதத்தில் நாம் பயன்படுத்தும்போது, அது மாற்றத்தை ஏற்படுத்துவதற்கு மிக அற்புதமானதொரு கருவியாகிறது.

மூன்றாவது புள்ளியில் அன்பும் கோபமும் இந்த விதமாக பண்படுத்தப்படுகையில், இந்த அனுபவம் மார்பின் மேற்புற வலது பக்கத்தில் உள்ள நான்காவது புள்ளியில், அடுத்த இருமைப்பண்பாக மாறுகிறது. துணிவும் பயமும் நான்காவது புள்ளியின் இரட்டைப் பண்புகளாகும். மூன்றாவது புள்ளியில் எந்த அளவு அன்பையும் கோபத்தையும் தூய்மைப்படுத்தி மேன்மையுறச் செய்கிறோமோ, அந்த அளவு உயர்தரம் வாய்ந்த துணிவையும் பயத்தையும் நாம் பெற்றிருப்போம். இதுவே நீர்ப்புள்ளியாகும்; இங்கு கருப்பு வண்ணத்தின் கணநேரக் காட்சியினை நாம் காணக்கூடும்; இங்கு உணர்வுகளின் அலைக்கற்றையானது, பயத்தையும் துணிவையும் சுற்றி சூழ்ந்திருக்கும் ஆழமான நீரோட்டம் போல உள்ளது.

இதயம் இன்னமும் தூய்மையாகாதபோது, பயத்தை ஒரு எதிர்மறை உணர்ச்சியாகவும், துணிவை ஒரு நேர்மறை உணர்ச்சியாகவும் நாம் பார்க்க நேரிடுகிறது. பயம் என்பது, குறிப்பிட்ட நிகழ்வுகள், மனிதர்கள் அல்லது நமது கடந்தகால சூழ்நிலைகளுடன் தொடர்புடையதாய் உள்ளது - உதாரணமாக, பாம்புகள் பற்றிய பயம், பறப்பதிலான பயம், பொதுமேடைகளில் பேச பயம், இருளில் தனித்து இருப்பதில் பயம் மற்றும் ஒரு நபரையோ அல்லது பொருளையோ இழக்கின்ற பயம். பயம் என்பது நமது கடந்தகால அனுபவங்களுடன் தொடர்புடையது; அது பாரமானதாகவும், நம்மை இயங்கவிடாமல் செய்வதாகவும் ஆகி, திகிலடையச் செய்யவும், நமது நம்பிக்கையை மழுங்கடிக்கவும், நமது ஆர்வத்தை தடைசெய்யவும் கூடும்.

ஆனால், இதயம் தூய்மையாக இருக்கும்போது, பயமும் தூய்மையானதாகவும் இயல்பானதாகவும் இருக்கிறது. இந்த 'உண்மையான பயம்' என்பது கவனமாக இருப்பதற்கும், சுய-ஒழுக்கத்தினை வளர்த்துக்கொள்வதற்கும், நமது ஆதார வளங்களைப் பேணிப் பாதுகாப்பதற்கும், நாம் தேர்ந்தெடுத்த பாதையில் நீடித்திருப்பதற்கும் நம்மை ஊக்குவிக்கின்ற இயல்பான முன்னெச்சரிக்கையாக அமைகிறது. ஆரோக்கியமான முன்னெச்சரிக்கை உணர்வினை ஒரு நற்பண்பாக நாம் வளர்த்துக்கொள்கையில், எதையும் சர்வ சாதாரணமாக நாம் எடுத்துக்கொள்வதில்லை. இது, அனைத்து ஜீவராசிகளுக்கும் மதிப்பும் மரியாதையும் அளித்து, அன்றாட வாழ்வில் மற்றவர்களிடம் நன்றியுணர்வோடும் பண்பாட்டோடும் நடந்துகொள்வதற்கு நம்மை இயல்பாகவே இட்டுச்செல்கிறது.

அலைக்கற்றையின் எதிர்முனையில் இருப்பது துணிவாகும். பொதுவாக, துணிவை மிகவும் நேர்மறையான ஒன்றாக நாம் நினைக்கிறோம். ஏனெனில், ஆன்மீகப் பயணத்திற்குகூட, முன்னேறிச் செல்வதற்கும், நம்பிக்கையை வளர்த்துக்கொள்வதற்கும் அது அவசியமானதாக இருக்கிறது. ஆனால், பயம் ஒரு சமநிலைப்படுத்தும் காரணியாக இல்லாவிடில், துணிவு, கண் மூடித்தனமானதாக மாறி, அகங்காரத்தைத் தூண்டி, ஆணவத்திற்கு இட்டுச் செல்லலாம். எல்லையற்ற துணிவுடைய ஒரு கொலைகாரனையோ அல்லது ஒரு திருடனையோ கற்பனைசெய்து பாருங்கள்! ஆகவே, இதயம் தூய்மைப்படுத்தப்பட்டு நான்காவது சக்கரத்தினூடே நாம் கடந்து செல்கையில், பயம் மற்றும் துணிவு, இரண்டையும் நமது பரிணாம வளர்ச்சிக்காகவும் முன்னேற்றத்திற்காகவும் பயன்படுத்த கற்றுக்கொள்கிறோம்.

சம்ஸ்காரங்கள் எவ்வாறு உருவாகின்றன?

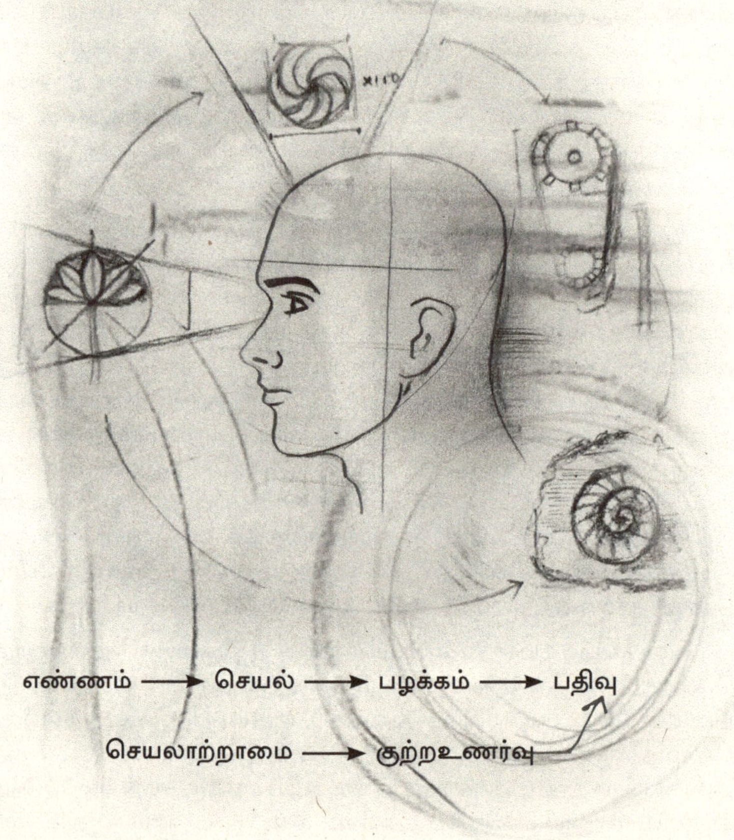

மூன்றாவது சக்கரத்தில் விழித்தெழுந்த அன்பானது, நான்காவது சக்கரத்தில் ஆழமடைந்து, அதைவிட சூட்சுமமான ஒன்றாக, குறைந்த அளவு உணர்ச்சிவசப்படுவதாக இருப்பினும் வலிமைமிக்கதாக ஆகி, துணிவிற்கான அஸ்திவாரத்தினை உருவாக்குகிறது. ஒரு திருமணத்தில் நிகழ்வது போலவே, ஆரம்பகட்ட அன்பின் புறவெளிப்பாடானது, அன்பு முதிர்ச்சி அடையும்போது, மேலும் சூட்சுமமானதாகவும், ஆழமானதாகவும் ஆகிறது.

ஐந்தாவது சக்கரம், அல்லது இதய மண்டலத்தின் ஐந்தாவது புள்ளி, பண்டைய யோக சம்பிரதாயங்களில் தொண்டை சக்கரம் என்றும் அறியப்படுகிறது. இதுவே இதய மண்டலத்தின் காற்றுப் புள்ளியாகும். இங்கு, பச்சை வண்ணத்தின் கணநேரக் காட்சியினை நாம் காணக்கூடும்; இங்கு நாம் அனுபவித்து உணர்கின்ற அலைக்கற்றையானது, ஒரு முனையில் மாயையையும் குழப்பத்தையும் கொண்டதாகவும், மறு முனையில் தெளிவையும் விவேகத்தையும் கொண்டதாகவும் உள்ளது. இதயத்தின் உணர்வுறுநிலையின் களம் தூய்மையாக இருக்கும்போது, காற்று மூலக்கூறானது மகத்தான தெளிவையும் விவேகத்தையும் கொண்டுவருகிறது; அதேநேரம், குழப்பமும் மாயையும், அங்கு கொந்தளிப்பு நிலவுகிறது என்பதற்கான அறிகுறியாகும். இவ்வாறு இருந்தால் அது, எந்த முடிவையும் மேற்கொள்வதற்கு முன்னர், நிதானித்து தெளிவு பிறக்கும் வரை காத்திருக்க வேண்டும் என்பதற்கான ஓர் அறிகுறியாகும். இதய மண்டலத்தின் முதலாவது சக்கரத்தைச் சுற்றியுள்ள A, B, C மற்றும் D புள்ளிகளில் ஏதேனும் பாரத்தன்மை இருக்கும் பட்சத்தில், அவை பரவிச்சென்று 2, 3 மற்றும் 4வது புள்ளிக்கும் செல்கின்றன; அப்போது ஐந்தாவது புள்ளியில் குழப்பம் ஏற்படுவதற்கு அதிக வாய்ப்புள்ளது. இதயம் தூய்மையாக இருக்கையில், இந்த இருமைத்தன்மைகள் ஒவ்வொன்றும், இதய மண்டலத்தின் வழியே நமது பயணத்தில் நம்மை முன்னோக்கி இட்டுச்செல்ல உதவிபுரிந்து, அவை அனைத்தையும் இறுதியில் நாம் கடந்துசெல்கின்ற அடுத்த கட்டத்திற்கு, நம்மை அழைத்துச் செல்கின்றன.

ஆனால் நம்மில் பலருக்கு, சேகரிக்கப்பட்ட சிக்கல்களாலும் மாசுகளாலும் இதயம் நிரம்பியுள்ளது. அவற்றை இன்னும் அதிகமாக நாம் தொடர்ந்து தினமும் உருவாக்கிக்கொள்கிறோம். இதன் காரணமாகவே, நாம் மிக எளிதாக எதிர்செயலாற்றி, உணர்ச்சிகளின் சிக்கல்களில் அகப்பட்டுக்கொள்கிறோம். இந்தப் பதிவுகள் எவ்வாறு உருவாக்கப்படுகின்றன? இவை அனைத்தும், சாதாரண ஆசைகள்,

விருப்பங்கள்-விருப்பமின்மைகள் இவற்றுடன்தான் தொடங்குகின்றன. பின்னர், இவை நேர்மறையானதும் எதிர்மறையானதுமான இருவித ஆசைகளுக்கும் இட்டுச்செல்கின்றன. வெறுப்பு எனும் எதிர்மறை தன்மையை உள்ளடக்கிய நமது ஆசைகள் அனைத்தும் இதயத்தில் எழுந்து, பதிவுகளுக்கு வழிவகுக்கின்றன; அவை இதய மண்டலத்தின் முதலாவது சக்கரத்தைச் சுற்றியுள்ள பல்வேறு துணை ஆற்றல் மையங்கள் அல்லது புள்ளிகளாகிய A, B, C மற்றும் D-ல் நிலைபெறுகின்றன.

A, B, C *மற்றும்* D *புள்ளிகள்*

நமது இதயங்களில், விருப்பங்கள் மற்றும் விருப்பமின்மைகளுடன் நாம் தொடர்ந்து விளையாடிக் கொண்டிருக்கிறோம்; பெரும்பாலும் நாம் உணராதவாறு, அவை நமது சிந்தனையை பாதிக்கின்றன. சில விஷயங்களை நாம் விரும்புவதும், சிலவற்றை விரும்பாமல் இருப்பதும் அதற்குரிய செயற்பாடுகள் நமது உணர்ச்சிபூர்வமான களத்தில் தங்குகின்ற பட்சத்தில், மார்புப் பகுதியின் இடது கீழ்ப்பக்கத்தில் உள்ள முதலாவது புள்ளியின் அருகில் இருக்கும் C புள்ளியில் அவை தங்கிவிடுகின்றன. இதுவே நமது அமைப்பினுள் பதிவுகள் வந்தடையும் இடமாக இருப்பதால், இது நமது ஆன்மீக உட்கூறு அமைப்பியலில், செயல்திட்டத்திற்கு வியூகம் அமைக்கும் புள்ளியாகும். C புள்ளியிலிருந்து இதயத்தின் முதலாவது புள்ளிக்கு அருகில் உள்ள, மற்ற துணைப் புள்ளிகளை நோக்கி பதிவுகள் ஈர்க்கப்படுகின்றன. ஏனெனில், வெவ்வேறு உணர்ச்சிகள் வெவ்வேறு அதிர்வுகளைக் கொண்டுள்ளன. உதாரணமாக, உலகாயத கவலைகள் A புள்ளியில் நிலைபெறுகின்றன. புலனுணர்வு சார்ந்தவையும், சிற்றின்ப ஆசையும் B புள்ளியில் நிலைபெறுகின்றன. குற்ற உணர்வு D புள்ளியில் நிலைபெறுகின்றது.

நமது உலகாயத பிரச்சினைகள் பற்றி நாம் கவலைப்பட்டு, அவற்றைப் பற்றியே ஆழ்ந்து சிந்தித்துக் கொண்டிருந்தால், அது A புள்ளியை பாதிக்கிறது. நம்மில் எவரும் கவலைகளிலிருந்து தப்பமுடியாது. உண்மையில், சவால்களைப் பற்றி நாம் கவலைப்படும்போது, நாம் கவலைப்படும் விஷயங்கள் மீது செயல்பட்டு பிரச்சினைகளைத் தீர்க்கவேண்டும் என்பதற்கான ஒரு நல்ல அறிகுறியாகும் அது. தீர்வுகளைக் கண்டுபிடிப்பது, நமது தன்னம்பிக்கையையும் மனதின் செயல்திறன்களையும் வலுவூட்டுகிறது. அதேநேரம், பிரச்சினைகள் எழும்போது அவற்றைத் தீர்க்காமல், எப்போதும் கவலையுடன் இருந்தால் அது அதனை இன்னும் மோசமானதாக ஆக்கி, A புள்ளியில் பாரத்தன்மையை உருவாக்குகிறது.

மானுட ஜீவிதத்தின் மற்றொரு பகுதி, சிற்றின்பமும், மற்றவர்கள்மீது கொண்டிருக்கும் புலன்சார்ந்த ஈர்ப்புமாகும். அது சமன்படுத்தப்பட்டு மிதமாக இருக்கும்போது, சமாளிக்கக்கூடியதாக உள்ளது; ஆனால், அது நம்மை மூழ்கடிக்கும்போது B புள்ளியில் அந்தப் பதிவுகள் உருவாகின்றன.

ஆழமான பதிவுகளை உருவாக்குகின்ற மற்றொரு உணர்ச்சி உள்ளது, அது குற்ற உணர்வாகும். குற்ற உணர்வுதான் நாம் உருவாக்கக்கூடிய அதிக பாரமான பதிவாக இருக்கக்கூடும். நாம் செய்திருக்கவேண்டிய ஏதோ ஒன்றை, செய்யாமல் விட்டுவிட்டதாலோ அல்லது நாம் செய்திருக்கக்கூடாத ஏதோ ஒன்றை நாம் செய்துவிட்டதனாலோ அது எழுகிறது. குற்ற உணர்வு இதயத்தில் மிக அதிக பாரத்தன்மையை உருவாக்கி, D புள்ளியில் நிலைபெறுகிறது.

A முதல் D வரையிலான இந்தப் புள்ளிகள், இதயத்தின் முதலாவது புள்ளியைச் சுற்றியுள்ள துணைப் புள்ளிகளாகும். நமது ஆன்மீக உட்கூறு அமைப்பியலில் உள்ள ஆயிரக்கணக்கான துணைப் புள்ளிகளில், இவை வெறும் நான்கு துணைப் புள்ளிகள் மட்டுமே. ஆயினும், அவை பதிவுகளைத் தொடர்ந்து சேகரித்துக்கொண்டே இருக்கும் நான்கு பிரதான புள்ளிகளாகும்.

அவற்றைக் கண்டுபிடிப்பதற்கு, இடைவெளியை அளவிட பின்வருமாறு உங்களது விரல்களைப் பயன்படுத்துங்கள்:

1. முதலில், விலா எலும்புக்கூட்டின் அடிப்பாகத்தில், இரண்டு அரை பாகங்களும் சந்திக்கின்ற, மத்தியில் உள்ள குழியினைக் கண்டறியுங்கள்.
2. பிறகு, ஒரு விரற்கடை கீழ் நோக்கி அளந்துகொள்ளுங்கள்.
3. பிறகு, மார்பின் இடது பக்கம் நோக்கி, நேர்கோட்டில், குறுக்குவாட்டில் நான்கு விரற்கடை அளந்துகொள்ளுங்கள். இதுவே B புள்ளி.
4. அதற்கு இரண்டு விரற்கடை நேர்மேலாக இருப்பது A புள்ளி.
5. B புள்ளிக்கு நேர்கீழாக, கடைசி விலா எலும்பைத் தொட்டுக் கொண்டிருப்பது C புள்ளி.
6. இடது பக்கம் நோக்கி குறுக்குவாட்டில் இரண்டு விரற்கடை இடைவெளியில் இருப்பது D புள்ளி.
7. முலைக்காம்பு நேர்மேலே இருக்கும். D புள்ளிக்கும் இடது முலைக்காம்பிற்கும் இடையிலான மையத்தில் இதய சக்கரம் என்னும் முதலாவது புள்ளி உள்ளது.

A, B, C, D புள்ளிகள் மற்றும் முதல் புள்ளி

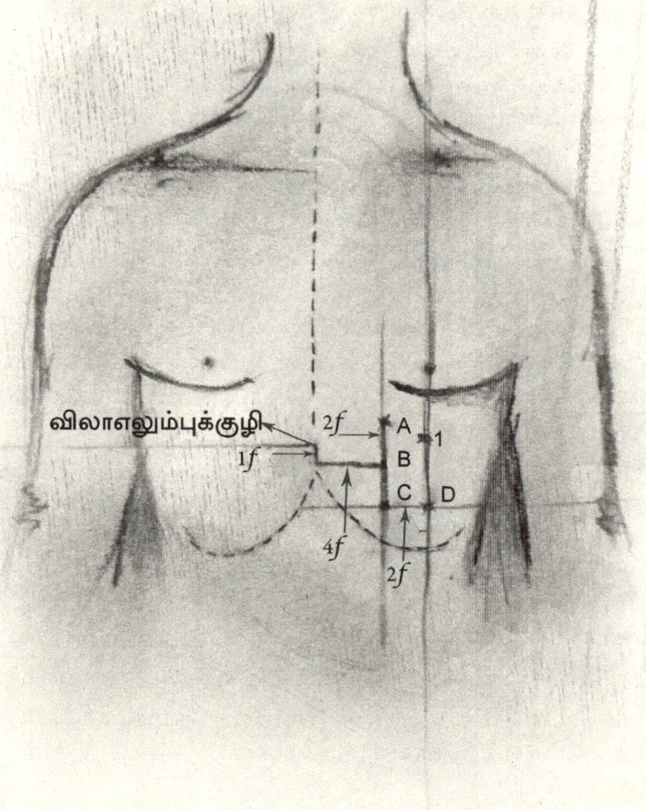

இந்தத் தகவலை உங்களுடன் நான் எதற்காக பகிர்ந்துகொள்கிறேன் எனில், அதன் பலனாக நீங்கள் விழிப்படையக்கூடும் உங்கள் இதயத்தைச் சுற்றிலும் A, B, C மற்றும் D புள்ளிகளில் என்ன நிகழ்கிறது என்பதை நீங்கள் கூர்ந்து கவனிக்கும்போது, அவற்றுடன் தொடர்புடைய உணர்ச்சிகளுள் எதையேனும் நீங்கள் உணரும்போது, அவை தூண்டப்படுவதை நீங்கள் கவனிப்பீர்கள். உணர்ச்சிகளை நீங்கள் கவனிக்கும்போது, அவற்றை சீர்தூக்கிப் பார்ப்பதற்கும் எதிர்வினையாற்றுவதற்கும் பதிலாக, உங்களை சரிசெய்துகொண்டு, சுத்திகரித்துக்கொள்ளும் ஒரு வாய்ப்பினை நீங்கள் பெறுகிறீர்கள். சுய-ஏற்புத்தன்மை உடைய ஒரு மனப்பாங்குடன் உங்கள் உணர்ச்சிகளைக் கூர்ந்து கவனிக்க முயற்சி செய்யுங்கள். அவ்வாறு இல்லையெனில், கருணையுடன் பதிவுகள் அகன்று செல்வதை அனுமதிப்பது கடினமாகிறது. ஏனெனில், அதற்கு பதிலாக, அவற்றைப் பற்றியே நினைத்துக் கொண்டிருப்பதில் அல்லது உங்களைப் பற்றியே மோசமாக உணர்வதில் வந்தடைந்து, பதிவுகள் இன்னும் ஆழமாகிவிடக்கூடும். முதல் அடித்தளத்தைச் சென்றடைய, சுய-ஏற்புத்தன்மை அவசியமாகிறது!

இந்தப் பதிவுகள் சுத்திகரிப்பின் மூலம் நீக்கப்படும்போது, அதற்கு மேலும் ஆசைகளால் அந்த அளவு நீங்கள் தொந்தரவுக்கு ஆளாகப்போவதில்லை. அதன் விளைவு மனநிறைவு ஆகும். பதிவுகள் தொடர்ந்து பாரத்தன்மையை உருவாக்கும்போது, நீங்கள் கவலையுற்றிருப்பீர்கள்.

இந்த A, B, C மற்றும் D புள்ளிகளில் உள்ள தூய்மை அல்லது தூய்மையற்ற நிலை, உங்களது அமைப்பின் மீதமுள்ள பகுதிகளில் ஒரு சிற்றலை விளைவினை **(ripple effect)** ஏற்படுத்தும். தூய்மை இருக்கும்போது, அது இதய மண்டலத்தின் இரண்டாவது புள்ளியில் பரவுகிறது; இரண்டாவது புள்ளி தூய்மையாக இருக்கும்போது, அமைதி நிறைந்துள்ளது. இப்போது, ஒருவரிடமிருந்தோ அல்லது வாழ்வின் ஒரு சூழலிலிருந்தோ, அமைதியின் ஒரு தொடர் அதிர்வினை நீங்கள் உணரும்போது என்ன நிகழ்கிறது? அந்த நபரை அல்லது சூழலை நேசிப்பது மிக எளிதாகிறது. அதேநேரம், அவர்கள் இடையூறுகளை அல்லது சிக்கல்களை எந்நேரமும் உருவாக்கும் பட்சத்தில், உங்களுக்கு எரிச்சல் உண்டாகிறது.

மார்பின் மேற்புற இடது பக்கம் மூன்றாவது புள்ளியில் அது உணரப்படுகிறது. இங்கு, கோபமும் அன்பும் எப்போதும் உள்ளன. அன்பும் கோபமும் தூய்மைப்படுத்தப்படுகையில், நான்காவது புள்ளியில் துணிவும் வலிமையும் தானாக உருவாகின்றன. அதோடு,

உங்களை சரியான பாதையில் இருந்திட செய்யும் நலம்பயக்கும் பய உணர்வும் அங்கு உருவாகிறது. நான்காவது புள்ளியில் உணரப்பட்ட அனுபவம், தொண்டைப்பகுதியில் உள்ள ஐந்தாவது புள்ளியின் பண்புகள் உருவாவதற்குக் காரணமாகிறது; தூய்மை, தெளிவு மற்றும் விவேகம் ஆகியவை இந்த சக்கரத்துடன் தொடர்புடையவை.

இந்த வண்ணத்துப்பூச்சி விளைவு (butterfly effect), மன மண்டலத்தில் ஆறாவது புள்ளியிலிருந்து துவங்குகின்ற உயர் புள்ளிகளை தொடர்ந்து பாதிக்கிறது. மன மண்டலத்தினால் உண்மையில் மாயத்தோற்றங்களைத் தாங்கிக்கொள்ள முடியாது. எனவே, பாரத்தன்மையினாலும் சிக்கலினாலும் மனம் கலக்கமடையும்போது, நமது மனிதத்தன்மையை, மனித நற்பண்புகளை நாம் இழக்கிறோம். ஆகவேதான், நமது அமைப்பில் உருவாகியுள்ள பதிவுகளிலிருந்து இதயத்தை சுத்திகரிப்பது, அனைத்து உள்முகப் பயணத்திலும் முதல் நடவடிக்கையாக மேற்கொள்ளப்படுகிறது. இல்லையெனில், பாரத்தன்மையின் சுமையைத் தாங்கிக்கொண்டு, அதேநேரம் பயணத்தில் முன்னோக்கித் தொடர்வது என்பது சாத்தியமற்றதாகிறது. 10 கிலோ எடைகொண்ட இறுகிப்போன சிமெண்ட் கட்டியை ஒவ்வொரு காலணியிலும் இணைத்துக்கொண்டு, எவெரெஸ்ட் சிகரத்தில் ஏறுவது போன்றது அது. துணிவுடனும், அன்பாகவும், மன அமைதியுடனும், ஆசைகளை குறைத்துக் கொள்வதும் இதற்கு சரியான வழியாகும்.

A, B, C *மற்றும்* D *புள்ளிகளுக்கான ஹார்ட்ஃபுல்னெஸ் பயிற்சிகள்*

ஹார்ட்ஃபுல்னெஸில், A முதல் D வரையிலான இந்தப் புள்ளிகளை நாம் கூர்ந்து கவனிப்பதோடு மட்டுமல்லாமல், அவற்றைப் பண்படுத்தித் தூய்மைப்படுத்துவதற்கான பின்வரும் பயிற்சிகளையும் நாம் பெற்றுள்ளோம்.

C *புள்ளியில் விருப்பங்கள் மற்றும் விருப்பமின்மைகளை தடைசெய்தல்*

அனைத்தும் C புள்ளியில்தான் ஆரம்பமாகின்றன; இது, வியூகம் வகுக்கும் புள்ளி, அல்லது நமது அமைப்பினுள் *சம்ஸ்காரங்கள்* வந்துசேர்கின்ற புள்ளியாகும். நாம் ஏற்கெனவே விவாதித்தபடி விருப்பங்களுக்கும் விருப்பமின்மைகளுக்கும் நமது எதிர்வினைகளே, உணர்வுறுநிலையின் களத்தில் முதல் அதிர்வை அல்லது தூண்டுதலை உருவாக்குகின்றன. இது C புள்ளியை பாதிக்கிறது; அங்கிருந்து ஆற்றலானது ஒரு பதிவை உருவாக்குகிறது.

C புள்ளியில் பதிவுகள் நிலைகொள்வதைத் தவிர்க்கும் பொருட்டு, விருப்பங்களாலும் விருப்பமின்மைகளாலும் மனம் ஈர்க்கப்படாதவாறு, நாள் முழுவதும் தியான நிலையைப் பராமரிக்க முயற்சி செய்யுங்கள். இது செய்யப்பட்டால் உணர்வுறுநிலையின் களத்தை பதிவுகள் பாதிக்காது. நமது மனம் மற்றும் ஆன்மீக நலத்திற்கு, நம்மால் செய்யக்கூடிய மிக முக்கியமான விஷயங்களுள் இது ஒன்றாகும். நாள் முழுவதும் ஒரு தியான நிலையைப் பராமரிப்பதன் முக்கியத்துவத்தை இது எடுத்துக்காட்டுகிறது.

ஆனால், சில நேரங்களில் நமது அமைப்பில் பதிவுகள் உருவாகத்தான் செய்கின்றன. அவ்வாறு அவை உருவாகும்போது, அவற்றை நீக்குவதற்கு பின்வரும் பயிற்சிகளையும் நாம் பெற்றுள்ளோம்:

ஒற்றுமைக்காக A புள்ளியில் தியானம் செய்யுங்கள்

அனைவரிடத்திலும் ஒற்றுமைக்கு வழிவகுக்கும் பிரபஞ்சமளாவிய சகோதரத்துவ உணர்வினை மேம்படுத்துவதற்கு, நாம் A புள்ளியில் தியானம் செய்கிறோம். இரவுநேர பிரார்த்தனைக்கு முன்னர், ஐந்து முதல் ஏழு நிமிடங்களுக்கு மிகாமல், இந்த தியானம் செய்யப்பட வேண்டும்.

- ஆண்களுக்கு: உலகின் அனைத்து பெண்களும் ஆண்களும் உங்களது சகோதர சகோதரிகள் என்ற எண்ணத்துடன், A புள்ளியில் உங்கள் கவனத்தை நிலைநிறுத்துங்கள். இது உண்மையானது என்ற நம்பிக்கையோடு A புள்ளியில் தியானம் செய்துகொண்டு உங்கள் எண்ணத்தை அதில் நிலைபெறச் செய்யுங்கள். இதயபூர்வமாக இதைப் பயிற்சி செய்யப்படும் பட்சத்தில், அதன் பலனை உடனடியாக நீங்கள் காணலாம்; இதன் பலனும் நிரந்தரமானதாக இருக்கும்.
- பெண்களுக்கு: தெய்வீகப் பரிசுகள் அனைத்தும் உங்களுக்குக் கிடைத்துள்ளன என்றும், உலகின் அனைத்து ஆண்களும் பெண்களும் தாங்கள் சகோதர சகோதரிகள் என்று எண்ணுவதாகவும், உங்களது எண்ணம் அவர்களுடையதை ஒத்திருப்பதாகவும் எண்ணுங்கள்.

ஆண்களுக்கும் பெண்களுக்கும் ஏன் வெவ்வேறு பயிற்சிகள் இருக்கின்றன? இதைப் பற்றி நீங்கள் உள்முகமாக ஆராய்ந்து பார்க்கும்

பட்சத்தில், இந்த வேறுபாடு எதிர்மறைக்கும் நேர்மறைக்கும் (Yin and Yang) இடையிலான, பெண்பாலுக்கும் ஆண்பாலுக்கும் இடையிலான வேறுபாட்டினையும் ஒத்ததன்மையையும் பிரதிபலிப்பதை நீங்கள் காணத் தொடங்குவீர்கள். இந்தப் புரிதலை விரிவடைய நீங்கள் அனுமதிக்கும்போது, இரண்டு பாலினங்கள் ஏன் உள்ளன என்பது பற்றியும், எவ்வாறு ஒருவருக்கொருவர் ஒத்திசைந்து, முழுமைபெற்று, கற்றுக்கொடுக்கிறோம் என்பது பற்றியும் அது மிகுதியாக வெளிப்படுத்தும்.

உலகம் முழுவதும் உள்ள மக்களால் இந்தப் பயிற்சி தினந்தோறும் செய்யப்பட்டால், ஒரே மனிதகுலம் எனும் கருத்து மிக விரைவிலேயே உண்மையாகும். மனவருத்தம், பொறாமை, சுய முரண்பாடுகள், உலகளாவிய முரண்பாடுகள், தன்னுடையது என உடைமைகொள்ளுதல், பேராசை இவை அனைத்தும் மறைந்துபோய், ஒற்றுமை மேலோங்கி இருக்கும். நமது உலகாயத கவலைகளை சமாளித்து ஒற்றுமையை உருவாக்குவதற்கு, இத்தகையதொரு எளிமையான ஆற்றல்மிக்க சாதனம் நமக்கு வழங்கப்பட்டுள்ளது.

B ***புள்ளியில் புலன்சார்ந்த ஆசைகளைக் கையாளுதல்***

காலையில் விழித்தெழுந்தவுடன், உங்கள் காலை தியானத்திற்கு முன்னதாக, ஐந்திலிருந்து ஏழு நிமிடங்களுக்கு மிகாமல் இந்த செயல்முறையை செய்ய வேண்டும்.

> B புள்ளியில் உங்களது கவனத்தை நிலைநிறுத்தி, அனைத்து மாசுகளும் பாரத்தன்மையும் B புள்ளியை விட்டு உடலின் முன்புறமாக வெளியேறிக்கொண்டிருப்பதாக எண்ணுங்கள். இந்தச் செயல்முறை நிகழ்ந்து கொண்டிருக்கும்போது, ஆன்மாவின் பிரகாசம் பின்புறமிருந்து வெளிப்படுவதாக எண்ணுங்கள்.

இரண்டாவது தெய்வீக உணர்ச்சி, காமம் அல்லது கட்டுக்கடங்காத உணர்ச்சி; மனித இனம் தொடரும் வண்ணம், இனப்பெருக்கத்திற்கு அது அவசியமானது என்பதனை நாம் அறிவோம். இரண்டு பாலினங்களைப் படைத்தவரான கடவுள் ஒன்றும் அறியாதவர் அல்ல. பிரம்மச்சரியம் என்பது இயல்பான நிலை அல்ல என்பதைப் போலவே, அதற்கு எதிராக மறு முனையில் கட்டுக்கடங்காத உணர்ச்சியும் வரம்புமீறி சென்று, சிற்றின்பத்திற்கு அடிமையாவதில்

அல்லது வக்கிரத்தில் முடிவடையலாம். ஆகவே, இந்த படைப்பாற்றல் சரியாகக் கையாளப்பட்டு சமன்படுத்தப்பட வேண்டியது அவசியமாகும். இந்த நோக்கத்தின் பொருட்டு, B புள்ளியை சுத்திகரிப்பது, இந்த ஆற்றலினை சமன்படுத்தி, கட்டுக்கடங்காத உணர்ச்சியால் ஏற்படும் போதையை அல்லது சிற்றின்ப போதையை முறிக்கும் மருந்தாக செயல்படுகிறது. அதன் பலனாக, புலன் சார்ந்த ஆசைகளினால் நாம் மூழ்கடிக்கப்படுவதில்லை. உலகெங்கிலுமுள்ள மனிதர்கள் அனுதினமும் அதனைப் பயிற்சி செய்திடும் பட்சத்தில், மனித சமுதாயங்களில் அது ஏற்படுத்தப்போகும் நல்லிணக்கத்தினைக் கற்பனை செய்து பாருங்கள்!

A புள்ளியில் தியானம், மற்றும் B புள்ளியில் சுத்திகரிப்பு என்னும் ஹார்ட்ஃபுல்னெஸ் பயிற்சியின் இந்த வழிமுறைகள், நமது வாழ்வில் பாரத்தன்மை கொண்ட மனோபாவங்களை அகற்றும் பொருட்டு உருவாக்கப்பட்டுள்ளன. அவற்றை தினமும் பயிற்சி செய்வதன் மூலம், உங்களின் சுய தூய்மைப்பாட்டிற்கும், அதோடு மிக மகத்தான நன்மைக்கும் நீங்கள் பங்களிப்பீர்கள்.

D ***புள்ளியில் குற்ற உணர்வினை விட்டுவிடுதல்***

நாம் சுமக்கும் பதிவுகள் அனைத்திலும் மிகவும் பாரமானதாக இருப்பது குற்ற உணர்வே; அது நம்மை துன்பத்தில் ஆழ்த்துகிறது. நமது எண்ணங்கள், உணர்வுகள் மற்றும் செயல்கள் குற்ற உணர்வினை உருவாக்கக்கூடும் என்றபோதிலும், நமது செயலாற்றாமை இன்னும் மோசமான குற்ற உணர்வினை உருவாக்கக்கூடும். 'நான் இன்னும் சிறிதளவு அதிகமாக படித்திருந்தால், கல்லூரியில் அனுமதிக்கப்பட்டிருப்பேன். என் வேலை வாய்ப்புகள் நல்லவிதமாக அமைந்திருக்கும்...', அல்லது 'இன்று காலை எனது தந்தை வேலைக்குப் புறப்படுவதற்குமுன், நான் அவ்வாறு சொல்லாதிருந்தால்', அல்லது 'நான் அதிகம் யோசித்து அக்கறை எடுத்துக்கொண்டிருந்தால், ஒருவேளை எனது மகள் வீட்டைவிட்டு வெளியேறியிருக்க மாட்டாள்' இவ்வாறாக, இழந்துவிட்ட வாய்ப்புகள் நம்மை துன்புறுத்துகின்றன.

செயலாற்றாமை ஒரு அபாயகரமான விஷயம். உதாரணத்திற்கு, ஒரு மருத்துவர் மருத்துவமனையில் அனுமதிக்கப்பட்டிருக்கும் நோயாளிகளைப் பார்வையிட்டுக்கொண்டு வருவதாக வைத்துக் கொள்வோம். அப்போது ஒரு பெண் வாந்தி எடுத்துக் கொண்டிருக்கிறாள். 'மற்ற நோயாளிகளைப் பார்த்துவிட்டு பத்து நிமிடங்களில் திரும்ப வருவேன். அவரை கவனித்துக்கொள்ளுங்கள்' என்று செவிலியரிடம் கூறிச்செல்கிறார். ஆனால், மருத்துவர்

திரும்ப வரும்போது, நோயாளி இறந்துவிடுகிறார். தான் ஏதாவது செய்திருக்க முடியும் என்று அறிந்த நிலையில், அன்று இரவு அவர் தூங்கியிருப்பாரா?

இரவில் நாம் தூங்கச் செல்லும்போது, முதலில் நமது மனதிற்கு வரும் எண்ணங்கள், பெரும்பாலும் நாம் தவறவிட்ட விஷயங்களைப் பற்றியதாக இருக்கும். 'என் பாட்டியின் பிறந்த நாளை நான் மறந்துவிட்டேன்', அல்லது 'இன்று மாலை நேரத்தை நாம் ஒன்றாக செலவிடலாம் என என் மகளிடம் நான் வாக்களித்திருந்தேன், ஆனால் வேலை முடிந்த பிறகு, எனது அலுவலகத் தோழர்களுடன் நான் மது அருந்தினேன், நேரம் பறந்துவிட்டது!' என்பதாக சிலநேரங்களில் நள்ளிரவில் நம்மை அவை விழித்தெழச் செய்கின்றன. நாம் செய்யத்தவறும் விஷயங்கள் கடினமான பதிவுகளை உருவாக்கி, அவை குற்ற உணர்வாக மாறுகின்றன. அந்த குற்ற உணர்வு, நமது அமைப்பின் ஆழ்மட்டங்களில் தங்கிவிடுகிறது. அது மிகவும் பாரமானதாக, நீக்குவதற்கு மிகவும் கடினமான பதிவாகும்.

குற்ற உணர்வை நீக்குவதற்கு, மிக உயர்ந்த தரத்திலான பொறுப்பும் ஒத்துழைப்பும், ஒவ்வொரு மட்டத்திலும் நமக்குத் தேவைப்படுகிறது. குற்ற உணர்வை எதிர்கொண்டு, உள்ளுக்குள் ஒளிவு மறைவு அற்றவராகி, நம்மையே வெளிப்படுத்திக்கொள்ள வேண்டியிருக்கிறது. நமது இதயங்களைத் திறந்து, கடவுளிடமோ அல்லது நமது வழிகாட்டியிடமோ, 'இவை அனைத்தையும் நான்தான் உருவாக்கியுள்ளேன். மீண்டும் இவ்வாறு செய்யமாட்டேன், தயவுசெய்து இதை நீக்கிட எனக்கு உதவுங்கள்' என்று வேண்டிக்கொள்ளலாம். முக்கியமான விஷயம் என்னவெனில், அதே எண்ணத்தை அல்லது செயலை எதிர்காலத்தில் மீண்டும் மேற்கொள்ளமாட்டேன் என உண்மையாக தீர்மானிக்க வேண்டும்.

இதைச் செய்வதற்கான மிகச் சிறந்த நேரம், இரவு தூங்கச் செல்வதற்கு முன்புதான். இந்த நேரத்தில், குற்றவுணர்வு நம்மைவிட்டு விலகிச்செல்ல அனுமதிக்கும்போது, நமது உறக்கத்தின்போது அது ஏற்படுத்தும் சாதகமான விளைவினை கற்பனைசெய்து பாருங்கள்! நாம் தவறிழைத்த அனைத்து விஷயங்களையும் நினைவுபடுத்திக்கொள்ள தேவை இல்லை. ஏனெனில் நம்மையே நாம் வெளிப்படுத்திக் கொள்ளும்போது, நமது வழிகாட்டியானவர், அகற்றவேண்டியவற்றை அகற்றிவிடுவார். அதுபோன்றே பல தருணங்கள் அமைந்திடும், அந்த நேரங்களில் அவரது உதவி பாரத்தன்மையை படிப்படியாகக் கரைத்துவிடும்.

பிராணாஹுதியுடன் நாம் தியானம் செய்யும்போது, நீக்கப் படுவதற்காக குற்ற உணர்வு நிச்சயமாக மேலெழும்பி வரும். மிகச்சரியாக, நமது வழிகாட்டியானவர் செய்துகொண்டிருக்கும் பணியின் காரணமாக, வெளியேறுவதற்காக இந்த எண்ணங்கள் மேற்பரப்பிற்கு வருகின்றன. எனவே அவற்றை ஏன் ஒளித்துவைக்க வேண்டும்? எண்ணங்களுடன் போராடுவதில் அர்த்தம் இல்லை. மனதில் எண்ணங்கள் ஏன் எழுகின்றன என்னும் நுட்பத்தை நாம் அறிந்ததுகொண்டால், ஒத்துழைப்பது மிகவும் எளிதாகிவிடுகிறது.

வழிகாட்டியானவர் நமது அமைப்பினை வெற்றிடமாக்குகின்ற காரணத்தினால், இது நிகழ்கிறது. சிக்கல்கள் அனைத்தையும் அவர் வெளியே இழுத்து அகற்றுகிறார். அதன்பிறகு, முறையான, சமன்பட்ட வாழ்வினை நடத்த நமக்குத் தேவைப்படும் லகுத்தன்மை பிரபஞ்சமளாவிய அறிவு மற்றும் தெய்வீக விவேகம் ஆகியவற்றால் நமது இதயத்தை நிரப்புகிறார்.

மகிழ்ச்சியை கண்டறிதல்

ஒருமுறை ஜெர்மன் தத்துவ ஞானி ஷோபென்ஹாஉர், ‘ஒரு மனிதர் மகிழ்ச்சியோடு இருக்கிறாரா இல்லையா என்பதை நாம் எவ்வாறு தீர்மானிக்க முடியும்?’ என்ற கேள்வியைக் கேட்டார்.

உண்மையான மகிழ்ச்சி என்பது, அனைத்து ஆசைகளும் பூர்த்தியடைந்த ஒரு நிலை என்று அவர் விளக்குகிறார். நாம் ஒரு மனிதனின் மகிழ்ச்சியை கணித ரீதியாக இவ்வாறு கூறலாம்:

$$\text{மகிழ்ச்சி} = \frac{\text{நிறைவேற்றப்பட்ட ஆசைகளின் எண்ணிக்கை}}{\text{ஆசைகளின் மொத்த எண்ணிக்கை}}$$

நம்மிடம் பத்து ஆசைகள் இருந்து, அவற்றில் ஐந்து நிறைவேற்றப்பட்டுள்ளன என வைத்துக்கொண்டால், நமது மகிழ்ச்சி ஐம்பது சதவிகிதம் ஆகும். பத்துமே நிறைவேற்றப்பட்டால், நமது மகிழ்ச்சி நூறு சதவிகிதம் ஆகும். ஆசைகள் அதிகமாகும்போது அவற்றை நிறைவேற்றுவது கடினமாகிவிடும். எனவே நம் மகிழ்ச்சி குறைந்துவிடும். ஆகவே, மகிழ்ச்சியும் ஆசைகளின் எண்ணிக்கையும் நேர்மாறான விகிதத்தில் தொடர்புடையவை. ஆனால் நம்மிடம் ஆசைகளே இல்லாதபோது என்ன நிகழ்கிறது? வகுக்கும் எண்ணானது பூஜ்ஜியமாகிறது. எந்த ஒரு எண்ணும் பூஜ்ஜியத்தால் வகுக்கப்படும்போது அறுதியற்றதாகிறது. எனவே ஆசைகள் பூஜ்ஜியமாகும்போது, நமது மகிழ்ச்சி எல்லையற்றதாகிறது.

இவ்வாறு ஆசைகள் ஏதுமற்ற நிலையில், நம்மிடமிருந்துகூட நாம் எதையும் எதிர்பார்ப்பதில்லை. நாம் எதையும் எதிர்பார்க்காதபோது, சுயநோக்கத்திற்காக நாம் எவரையும் பயன்படுத்திக் கொள்வதோ அல்லது ஏமாற்றுவதோ இல்லை. நம் விதியை எவ்வாறு வடிவமைக்கிறோம் என்பதில் முக்கியமான தாக்கத்தை இது ஏற்படுத்துகிறது. மனிதர்களாகிய நாம் நமது ஆன்மீக நிலைகளையும், மனிதத் தன்மையையும் எவ்விதம் அழிக்கிறோம் என ஒரு நிமிடம் சிந்தித்தால், அது ஆசைகளில் இருந்தே தொடங்குகிறது என்பதை அறியலாம். ஆசைகள் நிறைவேறாதபோது ஏமாற்றம் ஏற்படுகிறது. ஏமாற்றம் கோபத்திற்கு வழிவகுக்கிறது. கோபமானது நம்மை சமநிலையை இழக்க வைக்கிறது. நமது சமநிலையும், மனச்சீர்மையும் இழக்கப்படும்போது பயம் ஏற்படுவதால், நாம் அழிவுப் பாதையில் செல்கிறோம், நமது மனிதத் தன்மையையும் இழக்கிறோம்.

நம் வாழ்வில் என்ன நிகழ்ந்தாலும், அதன் விளைவு சாதகமானதாகவோ அல்லது பாதகமானதாகவோ அமையும். பொதுவாக, விளைவுகள் சாதகமாக அமையும்போது நாம் மகிழ்ச்சியடைகிறோம், அது பாதகமாக அமையும்போது நாம் கலக்கம் அடைகிறோம். ஒரு செயலானது நல்ல முடிவுகளைத் தந்து, தொடர்ச்சியாக அவ்வாறே நிகழும்போது நாம் மகிழ்ச்சியான மனநிலையை வளர்த்துக்கொள்கிறோம். ஆனால் ஒருவருக்கு, ஏமாற்றத்திற்கு மேல் ஏமாற்றம் நிகழும்போது என்ன நேரிடுகிறது? பொதுவாக அந்த நபர் நம்புவதை நிறுத்திவிடுகிறார்.

எனவே எல்லா சூழ்நிலைகளிலும் நாம் எவ்வாறு மகிழ்ச்சியோடு இருப்பது, ஏனெனில் அதுவே உச்சக்கட்ட மகிழ்ச்சியாகும். அத்தகைய எல்லையற்ற மகிழ்ச்சியை, எல்லையற்ற ஆனந்தத்தை அடைய, நாம் நமது ஆசைகளை அதிக அளவிலிருந்து குறைந்த அளவிற்கு குறைத்துக்கொள்ள வேண்டும். நம்மிடமே நாம் அவ்வாறு சாந்தம் அடையும்போது, 'என்ன நிகழ்ந்தாலும் எனக்கு மகிழ்ச்சி' என்ற உணர்வு நமக்கு ஏற்படும். ஒவ்வொரு நாளின் இறுதியிலும் பதிவுகளை சுத்திகரிப்பதும் இதற்கு உதவிகரமாக இருக்கும். ஆசைகளின் பிடியிலிருந்து நம்மை விடுவித்துக்கொண்டு, மகிழ்ச்சியான மனநிலையை பராமரிக்க இயலும்.

ஆசைகள் ஏதுமின்றி வாழ்வது சாத்தியமா? ஆசைகள் இன்றி வாழ எவராலும் முடியாது. நம் ஆசைகளை உணர்ச்சிகளோடு எவ்வாறு நாம் தொடர்புபடுத்துகிறோம் என்பதே வேறுபாட்டை உருவாக்குகிறது. உதாரணமாக, குழந்தைகளுக்கு அவர்களின் மேம்பாட்டிற்கு பொம்மைகள் தேவைப்படுகின்றன, ஆனால்

இன்னும் அதிகமாக பொம்மைகள் வேண்டும் எனும் ஆசைக்கு அது இட்டுச்செல்லக் கூடும். பொம்மைகளோடு ஒரு குழந்தை விளையாடுவது பரவாயில்லை, ஆனால் வயதில் முதிர்ந்தவர்கள் *ரிமோட் கார்கள், பார்பி* பொம்மைகளோடு விளையாடுவது முட்டாள்தனம். அதேபோன்று, இளம் வயதினர் காதல் விவகாரத்தில் விருப்பம் கொள்வது பரவாயில்லை, ஆனால் வயதான பின்பும் உல்லாசமாக இருந்தால் அது உடல், மனம், உணர்ச்சி மற்றும் ஆன்மீகம் என பல மட்டங்களில் எதிர்மறையான விளைவுகளை உருவாக்கும். ஒரே நபர் வெவ்வேறு வயதைக் கடக்கும்போது அடைந்துள்ள உணர்ச்சிபூர்வ முதிர்ச்சியின் அளவு, ஆசைகளை வெளிக்காட்டும் தன்மையில் தாக்கத்தை ஏற்படுத்துகிறது.

உகந்த ஒருவரை திருமணம் செய்துகொள்ள விரும்புவதும், குடும்பத்திற்கு ஆதரவளிக்க வியாபாரத்தில் வெற்றியடைய விரும்புவதும், நல்லதொரு சூழலில் பணியாற்ற விரும்புவதும், புகழ்பெற்ற பல்கலைக்கழகத்தில் நற்கல்வியை பெற விரும்புவதும் முற்றிலும் ஏற்கத்தக்கது. ஆசைகள் பேராவலாக மாறும்போது, அவை முன்னேற்றம் அளிப்பவையாக இருக்கின்றன. எண்ணற்ற ஆசைகள் கொண்ட சுழலுக்குள் நம் ஆசைகள் நம்மை கீழ்நோக்கி இழுக்கும்போது நமது அமைப்பில் பாரத்தன்மை உருவாகிறது. ஆசைகளை வளர்த்துகொண்டு, அவற்றை பூர்த்திசெய்தல் என்பதாக மட்டும் இல்லாமல், ஆசைகள் பேரார்வமாகும்போது, அதுவாகவே ‘ஆகுதல்’ மற்றும் ‘இருத்தல்’ எனும் நிலைக்கு நம்மை இட்டுச் செல்லும்.

ஆகவே, ஆசைகளுடன் வாழ்ந்தாலும் அது நம்மை பாதிக்க அனுமதிக்காமல் இருப்பது என்ற புதிருக்கு நாம் எவ்வாறு தீர்வு காண்பது? அதற்கு எளிதான பதில் இல்லையென்றாலும், நமது பயிற்சியினால் நம்முள் மனநிறைவு மேலோங்கியிருக்கும். அதன் விளைவாக ‘இருக்கிறது’, ‘இல்லை’ என்ற நிறை-குறைகளுக்கு இடையே நாம் அலைகழிக்கப்படாமல் ஆக்கபூர்வமான ஆசைகளை கொண்டிருக்க நம்மால் இயலும். நிறைவானதொரு மனநிலையைக் கொண்டிருப்பதே அதற்கான திறவுகோலாகும். எந்த ஒரு செயலை செய்தாலும், அகங்காரம், பெருமை அல்லது ஆணவம் இன்றி, முழு ஈடுபாட்டுடன் செயல்படும்போது, அதில் உற்சாகமும் மனநிறைவும் இருக்கும்.

விமர்சனம் நல்லதே!

விமர்சனம் என்பது உணர்வுபூர்வமான ஒரு விஷயம். நம்மில் பெரும்பாலானோர் விமர்சிக்கப்படுவதை விரும்புவதில்லை. எனினும்,

அது இல்லை என்றால் நாம் எவ்வாறு மாறவும் வளரவும் முடியும்? நாம் நம்மை உள்ளபடியே பார்ப்பதென்பது அத்தனை எளிதானது அல்ல. எனவே, விமர்சனம் என்பது நிலைக்கண்ணாடியை போன்றது, அதில் நமது பிரதிபலிப்பாக மற்றவர்கள் இருக்கின்றனர். பொதுவாக, இந்தச் செயல்முறையில் மற்றவர்களும் கற்றுக்கொள்கிறார்கள். அவர்களிடமும் அதே மாதிரியான விஷயங்கள் இல்லையெனில், நமது தவறுகளை அவர்களால் சுட்டிக் காட்ட முடியாது. அதனால்தான் நமது தவறுகள் அவர்களை அதிக எரிச்சலூட்டுகின்றன. இந்த மாற்றம் எனும் செயல்முறையில் அவர்களும் இருக்கிறார்கள். எனவே, இந்த செயல்பாடு முழுவதும் இருவருக்குமே பயனளிப்பதாக இருக்கிறது.

ஒரு வழிகாட்டி, நமது பரிணாம வளர்ச்சிக்காக வடிவமைத்த, ஆக்கபூர்வமான விமர்சனமும் உள்ளது. ஒருமுறை பாபூஜி பின்வருமாறு கூறினார்.

> நாங்கள் உங்களை கூர்ந்து கவனித்து உங்களது போக்கை சரிசெய்து கொள்ள தேவையானவற்றை எடுத்துக்காட்டுவதால், நாங்கள் உங்களை ஏளனத்திற்கு உள்ளாக்குகிறோம் என அர்த்தமாகாது. ஒரு வழிகாட்டி, தனது ஆர்வலர்களை பற்றிய அக்கறை கொள்கிறார். அவர்களுக்கு மிக சிறந்தவையே நிகழவேண்டும் என அவர் விரும்புகிறார். உங்களுக்கு அதை நாங்கள் செய்யவில்லை எனில் யார் செய்வார்கள்? உங்களது குடும்பத்தினரிடம் இருந்தோ அல்லது நண்பர்களிடம் இருந்தோ அதை நீங்கள் ஏற்றுக் கொள்வீர்களா? நாங்கள் மதிப்பீடு செய்பவர்கள் அல்ல, அங்குதான் வேறுபாடு உள்ளது.
>
> உங்களிடம் இருக்கின்ற பயனற்ற விஷயங்களில் இருந்து விலகி, நீங்கள் வளர்ச்சியடைவதைப் பார்க்க நாங்கள் விரும்புகிறோம்; எங்களது நோக்கம் மிகவும் வித்தியாசமானது. உங்களது சுமைகளை எளிதாக்குவது, உங்களைத் தூய்மை செய்வது, உங்கள் அருகாமையில் நாங்கள் இருப்பதை உணர்ந்திடும் திறனை அளிப்பது உட்பட, உங்கள் புலனுணர்வுகள் அனைத்தையும் பண்படுத்துவது - இவை அனைத்துமே ஆன்மீகப் பணியின் அம்சங்களுள் ஒன்று. சோதனைகளை எதிர்கொள்ளும் ஆற்றல் மிக்கவராக உங்களை ஆக்கிடவும் தேவைக்கு அதிகமானவற்றில் இருந்து உங்களை விலக்கிடவும் விரும்புகிறோம். தேவைக்கு அதிகமான இவைதான் உங்களது செயல்முறைகளில் இருந்து உங்களைக் கீழ் நோக்கி இழுக்கிறது. உங்களது சிறப்பியல்பை உருவாக்குவதற்கு நேர்மறையான, ஆக்கபூர்வமான மனோபாவங்களை வளர்த்துக் கொள்ளும்படி

> பரிந்துரைக்கிறோம். ஒரு ஆன்மீகச் செயல்முறைக்கு அனைத்து மட்டங்களிலும் முயற்சிகள் தேவைப்படுகின்றன.
>
> செயல்திறன் மிகுந்த ஒரு பயிற்சிமுறையைப் பின்பற்றினாலும் உங்களது குணாதிசயங்களில் தன்மை மாற்றத்தைக் கொண்டு வரவேண்டியது அவசியமாகிறது. நீங்கள் மிகச் சிறந்த விளைவுகளை அடைய வேண்டுமெனில் முழுமையான விருப்பமும் மகத்தான பொறுப்பும் தேவைப்படுகிறது. அது, உங்கள் தனிப்பட்ட விருப்பமாகும்; உங்களுக்காக நாங்கள் அதைச் செய்ய இயலாது.

தவறுகளை மனைவியர் சுட்டிக் காட்டுகின்றபோது பெரும்பாலும் கணவர் கோபமடைகிறார். இது மனைவியருக்கும் பொருந்தும். ஆனால், அவர்கள் நமது பணிகளை நமக்காகச் செய்கின்றபோது ஏன் கோபப்பட வேண்டும்? நாம் எதில் மேம்பட வேண்டும் என அவர்கள் நமக்குச் சுட்டிக் காட்டுகிறார்கள். ஆகவே மாறாக, நாம் ஏன் அவர்களுக்கு நன்றியுடையவர்களாக இருக்கக் கூடாது? மேலும், ஏதாவது சில விஷயங்கள் உண்மையிலேயே சரியாகப்படவில்லை என்றால் அதைப் போகட்டும் என விட்டுவிடுங்கள். விமர்சனங்களினால் பாதகங்களைவிட பயன்களே அதிகமாக ஏற்படுகின்றன. முதிர்ச்சியும் விவேகமும் கொண்ட ஒருவர் விமர்சனங்களை கனிவுடன் ஏற்றுக் கொள்கிறார்.

நீங்கள் செய்யும் அனைத்திலும் சிறந்து விளங்குங்கள்

நமது செயல் அனைத்திலும் சிறப்புற்று இருப்பதே வாழ்க்கையின் நோக்கம் என நான் அடிக்கடி நினைப்பதுண்டு. ஒரு தலைவராகவோ, ஓவியராகவோ, மாணவராகவோ அல்லது துப்புரவுப் பணியாளராகவோ - எதுவாக இருந்தாலும் நாம் சிறப்பான முறையில் செயலாற்ற முடியும். எந்தவொரு சிறிய வேலையானாலும் அதில் சிறந்து விளங்குவதற்கான சாத்தியம் உள்ளது.

சில நேரங்களில், ‘சிறப்பாக செயல்பட நான் விரும்பவில்லை. ஏனெனில், என் அகங்காரம் அதிகரித்துவிடும். நான் பணிவாக இருப்பதையே விரும்புகிறேன், அகங்காரம் நிறைந்தவனாக இருப்பதை அல்ல’ என்று மக்கள் கூறுவதை நாம் கேட்டிருக்கிறோம்.

அகங்காரம் அற்றவராக இருப்பது நல்லதுதான். ஆனால், சிறப்பாக செயலாற்றும் திறனை அதற்கான விலையாகக் கொடுக்க வேண்டியதில்லை.

'நான் செய்திருக்கும் பணியைப் பாருங்கள். அது மிக அற்புதமானது. அதை நான்தான் செய்தேன். உங்களுக்கு என்னளவு திறமை இல்லை', என்று கூறும்போதோ அல்லது எண்ணும்போதோ உங்களது அகங்காரம் அதிகரிக்கிறது.

மற்றவர்களைக் காயப்படுத்துவதற்காக அகங்காரத்தை பயன்படுத்தாமலிருப்பது மிக நல்லது. ஆனால், நாம் உள்முகமாகப் பார்த்து, 'கடந்தமுறை செய்ததைவிட நன்றாகச் செய்வேன்' என்று கூறிக்கொள்ளும்போது அது நல்லவிதமாக பயன்படுத்தப்படுகிறது.

அகங்காரத்தை ஒருபோதும் அழிக்க இயலாது. அழிக்கவும் கூடாது. ஏனெனில், சரியான முறையில் பயன்படுத்தும்போது அது நமது பரிணாம வளர்ச்சிக்கான மிக முக்கியமான கருவிகளில் ஒன்றாகிறது. உண்மையான அகங்காரத்தை கொண்டிருந்தால், நாம் மற்றவர்களோடு நம்மை ஒப்பிடமாட்டோம். மாறாக, நாம் நமது முந்தைய செயல்பாடுகளுடன் நம்மையே ஒப்பிட்டுப் பார்க்கிறோம். அப்போது அகங்காரத்தின் பயன்பாடு ஆக்கபூர்வமானதாக ஆகிறது.

ஆன்மீகப் பயிற்சியிலும் இது உண்மையாகிறது. *பிராணாஹுதியுடன்* கூடிய தியானம், சுத்திகரிப்பு, A மற்றும் B புள்ளிகள் ஆகிய அனைத்து பயிற்சிமுறைகளை முதன்முதலில் பாபூஜி எவ்வாறு பெற்றார்? அவற்றின் உள்ளடக்கம் ஒரு உணர்வாகவே வெளிப்பட்டது. அது இவ்வாறுதான் நடந்திருக்க வேண்டும்: வழிநடத்தப்பட்டு, அதன் உணர்வுகளும் அங்கே இருந்தன. பின்னர் அந்த உணர்வுகள் வார்த்தைகளாக மொழிபெயர்க்கப்பட்டன. அந்த வார்த்தைகளை பாபூஜி காகிதத்தில் பதிவுசெய்தார். இப்போது அந்தப் பயிற்சிகள் பயிற்சிமுறையாகிவிட்டன. ஆக, நாம் பயிற்சி செய்கின்றபோது இந்தச் செயல்முறையை தலைகீழாகச் செய்யக் கற்றுக்கொள்கிறோம். முதலில் நாம் வார்த்தைகளைப் படிக்கிறோம், பின்னர் செயல்முறையைப் பின்பற்றுகிறோம், இறுதியில் அந்த வார்த்தைகள் மீண்டும் உணர்வாக மாறுகின்றன.

பின்னர் அந்த உணர்வோடு சுத்திகரிப்புச் செய்கின்ற ஒரு நிலைக்கு நாம் வருகின்றபோது இனியும் வார்த்தைகளுக்கு அவசியம் இல்லை. 'அனைத்து மாசுக்களும் சிக்கல்களும் விலகி செல்கின்றன' என்று சொல்வதற்குப் பதிலாக, நாம் நேரடியாக சுத்திகரித்துக்கொள்ள ஆரம்பிக்கிறோம். ஆனால், இது, இயல்பாகவே உருவாகட்டும். முதலில் வார்த்தைகளைப் பயிற்சி செய்வதன் விளைவாக அது தானாக வரட்டும்.

பிரார்த்தனையிலும் அதுபோல்தான். பல நேரங்களில் நாம் பிரர்த்தனை செய்ய ஆரம்பித்து, பிரார்த்தனை நிலையை அடைகிறோம்,

பின்னர் அதனுள் நாம் கரைந்துவிடுகிறோம். வார்த்தைகளுக்கு இனியும் அவசியமில்லை. ஒரு மனநிலையை, இதயத்தின் ஒரு நிலையை, ஆன்மீக உள்நிலையை உருவாக்குவதற்காக மட்டுமே அவை இருக்கின்றன. இதை நாம் பெற்றுவிட்டால், நாம் வார்த்தைகளைக் கடந்துவிடுகிறோம்.

சில நேரங்களில் தியானத்தில்கூட அதே அனுபவம் நிகழ்கிறது. 'என் இதயத்தில் இருக்கின்ற ஒளியின் ஆதாரம்...' என்று சொல்லி முடிப்பதற்கு முன்பாகவே, நாம் கண்களை மூடுகின்றபோதே *பிராணாஹுதி* பாய ஆரம்பிக்கிறது, நாம் அதனுள் மூழ்கிவிடுகிறோம். ஆக, அதுவே ஹார்ட்ஃபுல்னெஸின் அழகாகும். செயல்முறை அங்கிருந்தபோதும், வார்த்தைகளை முடிப்பதற்கு முன்பாகவே அது நிகழத் துவங்குகிறது.

அவ்வாறிருக்க, நாம் தியானம் செய்வதில்லை; அது நமக்கு நிகழ்கிறது. பிரார்த்தனையின் போது ஒரு பிரார்த்தனை நிலை நமக்குள் நிகழ ஆரம்பிக்கிறது. அவை நிகழ்ந்திட நாம் அனுமதித்தால், உள்நிலைகளும் ஒன்றன்பின் ஒன்றாக நமக்குள் வெளிப்படத் துவங்குகின்றன.

மாறாக, 'நான் தினமும் சூரிய உதயத்துக்கு முன்பே முறையாக எனது தியானத்தைச் செய்கிறேன், வீட்டிற்குத் திரும்பியவுடனேயே எனது சுத்திகரிப்பைச் செய்கிறேன், அதை எப்போதும் நான் தவறவிடுவதில்லை. உறங்கச் செல்லும்முன் பிரார்த்தனையைப் பயிற்சி செய்கிறேன். ஆனாலும் எந்த வித்தியாசத்தையும் என்னால் உணர முடியவில்லை' என்றெல்லாம் யாரேனும் கூறினால் எங்கேயோ, ஏதோ தவறு நடக்கிறது என கருதிக் கொள்ளலாம். எல்லாவற்றையும் செய்திருக்கிறோம் ஆனாலும் எதையும் உணரவில்லை என்று கூறுபவர்கள், எந்தவிதமான விதிவிலக்கும் இன்றி, செய்யவேண்டிய அனைத்தையும் செய்யவில்லை என்றுதான் கூற வேண்டும்.

ஆகவே அனைத்து சங்கல்பங்களும், செயல்முறைகளும், மனோபாவங்களும் சரியான முறையில் செய்யப்பட வேண்டும். செயல்முறையை நாம் சரியாக அறிந்து கொண்டபின் அடுத்து செய்யவேண்டியது, நேரத்தை நிர்ணயித்துக் கொள்வதே ஆகும். பத்து நிமிடங்களே தியானம் செய்தால்கூட ஒவ்வொரு நாளும் குறிப்பிட்ட அதே நேரத்தில் அமர்ந்திடும் வகையில் நாம் பயிற்சி எடுத்துக்கொள்ள வேண்டும். பின்னர் தியானத்திற்கான கால அவகாசத்தை அதிகரித்துக் கொள்ளலாம். வெற்றிடமே அருளாசிக்கு அழைப்புவிடுக்கிறது. ஆன்மீகத் தேடல்கொண்ட ஒருவரது இதயத்தில் உள்ள வெற்றிடம் என்பது எது? ஆழ்ந்த ஏக்கம் மற்றும்

மையப்படுத்தப்பட்ட உணர்வால் வெற்றிடம் உருவாக்கப்படுகிறது. அந்த ஏக்கம் நம்மிடம் இருக்கிறதா? பேராவல், தணியாத ஆர்வம் மற்றும் அன்பின் மிகுதியால் நம் ஹார்ட்ஃபுல்னெஸ் பயிற்சி நிறையட்டும்.

நேரத்தை நன்கு பயன்படுத்திக் கொள்ளுங்கள்

பாபூஜி அவர்கள், தன் கையில் நகத்தால் கீறி, அதை ஒரு தண்ணீர் கால்வாய் என்றும், அதனை உள்நோக்கங்களை எளிமைப்படுத்தும் கருத்துடன் இணைத்துக் கூறிய அந்த உதாரணத்திற்கே நாம் மீண்டும் வருவோம். அவசியமில்லாத கவனச் சிதறல்களை எவ்வாறு நமது வாழ்க்கையிலிருந்து நீக்கி அதன்மூலம் முக்கிய நோக்கத்தில் கவனமாக இருப்பது? இதைப் பற்றி மற்றொரு கதையும் இருக்கிறது.

மகாபாரத யுத்தத்திற்கு முன்னர், ஒரு நாள் குரு துரோணாச்சாரியார் தனது மாணாக்கர்கள் எந்த அளவு கவனத்துடன் இருக்கிறார்கள் என்பதைக் கண்டறிய விரும்பினார். அவர் ஒரு மரத்தின் கிளையொன்றில் ஒரு பறவை பொம்மையை வைத்து, அவர்கள் அனைவரையும் அதனுடைய இடது கண்ணை நோக்கி குறிபார்த்து அம்பு எய்த சொன்னார். அர்ஜுனனால் மட்டுமே அந்தப் பறவையின் இடது கண்ணின் மையத்தில் மிகச் சரியாக அம்பு எய்திட முடிந்தது. துரோணர் ஒவ்வொருவரிடமும் அவர்கள் எதைப் பார்த்தார்கள் என்று கேட்டார். அவர்கள் அந்த மரம், கிளை அல்லது அதன் இலைகளைப் பார்த்ததாக பதில் அளித்தார்கள். அர்ஜுனன் அந்தப் பறவையின் தலையை மட்டுமே பார்த்தாகவும், அதன் பிறகு அதன் இடது கண்ணை மட்டும் பார்த்ததாக பதிலளித்தான். அவனது மனதின் ஒருமித்த கவனமே அக்காலத்தின் மிகச் சிறந்த வில்லாளனாக் அவனை ஆக்கியது.

பெரும்பாலானவர்கள் தியானத்தை வாழ்வின் பிந்தைய நாட்களில் செய்துகொள்ளலாம் என்றும், அவர்களின் இளமை பருவத்தில் உத்தியோகம், குடும்பம் ஆகியவற்றில் கவனம் செலுத்தலாம் என்றும் எண்ணுகிறார்கள். சில பெற்றோர்கள் தங்களது குழந்தைகள் படிக்கும் காலத்திலோ அல்லது பணிசெய்யத் துவங்கும்போதோ, தியானத்தில் ஈடுபடுவதை எதிர்க்கின்றனர். ஏனெனில், அது அவர்களை உலக வாழ்க்கையிலிருந்து விலக்கிவிடும் என்று அவர்கள் எண்ணுகிறார்கள். ஆனால், தியானம் செய்வதால், உத்தியோக வாழ்க்கை, குடும்பம் மற்றும் உலகாயத வாழ்வின் அனைத்து அம்சத்திற்கும் உதவிகரமாக இருக்கும் என்று நான் உறுதியளிக்கிறேன். எனக்கு முதலில் தியானம் பயிற்றுவித்த ஆசிரியை, சிறு வயதிலேயே திருமணம் ஆனவர், அவரது கணவன் வீட்டார் மிகவும்

ஆசாரமானவர்கள். அவரது திருமணத்திற்கு முன்பாகவே பாபூஜி அவரை தியானம் செய்வதற்கு அறிமுகப் படுத்தியிருந்தார், ஆனால், திருமணத்திற்குப் பிறகு அவரது கணவன் வீட்டார், 'வீட்டில் தியானம் செய்யக்கூடாது' என்று கூறிவிட்டனர். அவரது கணவரும் இதற்கு எதிராக இருந்தார். ஆகவே, அவரால் எவ்வாறு தியானம் செய்ய முடியும்? 'நீ என்ன செய்கிறாய்' என ஒவ்வொருவரும் அவரைக் கேட்டுக் கொண்டேயிருந்தனர். ஆகவே, அவர்களோடு விவாதம் செய்வதற்குப் பதிலாக, அவர் அதிகாலையிலேயே விழித்தெழுந்து, தூங்குவதுப் போல் பாசாங்கு செய்தபடி தனது போர்வைக்குள், ஹார்ட்ஃபுல்னெஸ் தியானத்தை செய்வார். மாலை நேரங்களில் அவர் சுத்திகரிப்புப் பயிற்சியைச் செய்ய கழிவறைக்கு சென்றுவிடுவார். அவர் தனது குடும்பத்தினருக்கு எந்தவொரு மன உளைச்சலையும் தராமல் மிக நன்றாகச் சமாளித்தார்.

குறிப்பாக, ஆன்மீகப் பயணம் என்று வரும்போது, நமக்கு வலிமையும், திண்மையும் இருக்கும்போதே, அதனை இளமையில் ஆரம்பித்துவிடுவது நல்லது. நம் இளமைக் காலத்தில் புத்தகங்களைப் படிப்பதற்கும், அறிவைப் பெறுவதற்கும் தியானம் செய்வதற்கும், *பிராணாஹுதியைப்* பெறுவதற்கும், எல்லாவற்றிற்கும் மேலாக அருளையும் ஆசீர்வாதங்களையும் பெற்றுக் கொள்வதற்கும் நமக்கு போதியநேரம் இருக்கிறது. வயோதிக காலத்தில் உடல் ரீதியான வலிகள் நம் வழியில் குறுக்கிடும் நேரமும் வரும். படுக்கையிலும் கூட நமக்கு அமைதி இருக்காது, எனவே நாம் வலிகளையும் வேதனைகளையும் பற்றிக் கவலைப்பட்டுக் கொண்டிருக்கும்போது நம்மால் தியானம் செய்வதற்கு எவ்வாறு உட்கார முடியும்? ஆகவே, நாம் எதனை அடைய வேண்டியிருக்கிறதோ, அதனை நாம் வாழ்வின் பிந்தைய நாட்களில் பார்த்துக் கொள்ளலாம் என்று தள்ளிப் போடுவதற்கு பதிலாக, இப்போதே அடைவதுதான் அர்த்தமுள்ளதாக இருக்கும்.

ஒருமுறை சாரிஜி என்னிடம், 'நீ விரும்பும் அளவு சம்பாதித்துக் கொள், ஆனால் அதனை விவேகத்துடன் செலவு செய்' என்று கூறினார். உண்மையில், நாம் விவேகத்துடன் செலவு செய்தால், நமக்கு அந்த அளவிற்கு அதிகம் தேவைப்படாது. தொழிலில், நாம் செயல்படுத்தும் வழிமுறைகள் நேர்மையாகவும், தூய்மையாகவும் இருக்குமானால் வியாபாரத்தை பத்து *மில்லியன்*களிலிருந்து ஒரு நூறு *மில்லியன் டாலர்*களுக்கு நாம் விரிவடையச் செய்கிறோமா இல்லையா என்பது ஒரு பொருட்டாகுமா? இருக்காது. அங்கே வருத்தமும் இருக்காது குற்ற உணர்வும் இருக்காது. இலாபங்களை நாம் பிறருடன்

பகிர்ந்து கொள்ளும்போது, அது நம் இதயத்தைத் திறக்கின்றது. பணத்தை நம் அன்பிற்குரியவர்களுக்காகவும், நமக்காகவும் மட்டுமே சம்பாதிக்கிறோம் என்பதாக அது இனியும் இருக்காது. அளிக்கும் திறமை நமக்கு இருக்கும்போது, இன்னும் அதிகமாக அதைக் கையாள முடியும்.

உலகாயத வாழ்க்கைக்காகப் பணம் சம்பாதிப்பதில் நாம் எடுக்கும் முயற்சியானது, நமது ஆன்மீக வாழ்க்கைக்கான முயற்சிகளுக்கு உறுதுணையாக பயன்படுத்தப்படும்போது ஜீவிதத்தின் இரு இறக்கைகளான ஆன்மீகமும் லௌகீகமும் ஒன்றிணைந்து செயல்புரியும். அது ஆன்மீக இறகை லௌகீக வாழ்க்கைக்கு நீட்டிக்கும் ஒரு விஷயமாகும். அதன்பிறகு பொருளாதாரப் பெருக்கத்தின் அழகு தென்படுகிறது.

பணிவையும் எளிமையையும் வளர்த்துக் கொள்ளுங்கள்

தூய்மை எவ்வாறு விதியை வடிவமைக்கிறது என்பதை நாம் ஆராய்ந்து கொண்டிருக்கிறோம், ஆனால் விதியை அழிக்கக் கூடிய அசுத்தங்களைப் பற்றி நாம் இதுவரை அதிகம் பேசவில்லை. அதைப் பற்றி சிந்தியுங்கள்: எவ்விதமான மனநிலைகள் தூய்மையை அழிக்கின்றன? கோபம், வெறுப்பு, சந்தேகம், சலனம், பயம், குற்ற உணர்வு, சோம்பல், அகங்காரம், பொறாமை, அறியாமை, மதிப்பீடு செய்தல் மற்றும் முன்கணிப்பு ஆகியவை.

நமது எதிரிகளை அடையாளம் கண்டுகொள்வதே முதல்படி ஆகும். அப்போதுதான் அளவிற்கதிகமாக அவை நம்மைப் பாதிப்பதற்குமுன் அவற்றை அறிந்துகொள்வோம். நம் நண்பர்களை அடையாளம் கண்டுகொள்வது எவ்வாறு? தூய்மைக்கு உறுதுணை புரிந்து அதை மேலும் அதிகரிக்கும் நல்ல விஷயங்கள் யாவை? முதலாவது அன்பு, அதன்பிறகு பொறுமை, சகிப்புத்தன்மை, ஏற்புடைமை, பற்றுறுதி, ஒழுக்கம்.... என நண்பர்களின் பட்டியல் நீண்டுகொண்டே போகிறது.

பகவத் கீதையில், ஸ்ரீகிருஷ்ணர், வாழ்க்கையின் போராட்டங்களை எதிர்கொள்வதற்கு நாம் பெற்றிருக்க வேண்டிய உயர்ந்த குணங்களைக் குறிப்பிடுகிறார். அவர் ஒரு ஒப்புவமையைப் பயன்படுத்துகிறார். வாழ்க்கை என்பது நாம் வசிக்கும் ஒரு மாளிகையின் உட்புறத்தில் பாதுகாப்புடன் இருப்பதைப் போன்றது. அந்த அரண்மனைக்குப் பாதுகாப்பாக இருக்கின்ற மதிற்சுவரின் ஒவ்வொரு நுழைவாயிலையும் ஒரு உன்னதமான குணம் பாதுகாத்துக் கொண்டிருப்பதாகக்

கற்பனை செய்து கொள்ளுங்கள். ஒரு மாளிகையின் பின்புற வாயில்தான் மிகவும் பாதிப்புக்கு உள்ளாகக்கூடியதாக இருக்கும். ஏனெனில், அதன்மீது யாருமே கவனம் செலுத்துவதில்லை, மிகவும் சிறியதாக இருப்பதால் அது பொதுவாக காணப்படாததாக இருக்கும் பணிவின் வாயிலாகும். அது நமது கவனத்தை ஈர்ப்பதில்லை. அதன் வழியாகத்தான் பெரும்பாலான எதிரிகள் தாக்குகிறார்கள் - அது அதிகம் எதிர்பார்க்கப்படாத இடமாகும். ஸ்ரீகிருஷ்ணர் இந்த வாயிலானது எப்போதும் பணிவினால் பாதுகாக்கப்பட வேண்டும் என்று கூறுகிறார். நம்மிடம் பணிவு இல்லையெனில், பிற வாயில்கள் அனைத்தும் பாதிப்படையக் கூடியவையாக ஆகிவிடும்.

உண்மையில், பணிவு மற்றும் எளிமை ஆகிய குணங்களை நாம் கொண்டிருந்தால், எல்லாவற்றையும் கொண்டுள்ளோம் என்று கருதிக் கொள்ளலாம்; இதைவிட வேறெதுவும் நமக்குத் தேவைப்படுவதில்லை. பணிவுடனும், நல் இதயத்துடனும் நாம் இருக்கும்போது, அங்கே விளக்கப்படாத மரியாதை மட்டுமல்ல, பெருந்தன்மையும் சேர்ந்தே இருக்கிறது. நாம் நடக்கும்போதும் பேசும்போதும் அல்லது எதுவும் செய்யாதபோதும், பெருந்தன்மை பிரகாசிக்கிறது. உரையாடலில் மிகவும் உயரிய மரியாதையும், நாகரீகமும் வியாபித்திருக்கிறது. முறையாக தொடர்புகொள்ள நாம் முயற்சித்து, பின்னர் ஒன்றிணைதல் எனும் நிலைக்கு முன்னேறுகிறோம். தொடர்புகொள்வதிலிருந்து ஒன்றிணைதலை அடைகிறோம்.

தற்பெருமை என்னும் சுவரை நாம் தகர்த்தெறிந்து, பணிவோடும் சுயமுக்கியத்துவமற்ற ஜீவனாகவும் நம்மையே சமர்ப்பித்து, நமது நடவடிக்கைகளின் சிக்கல்களையும் அகங்காரத்தையும் மட்டுப்படுத்தும்போது மட்டுமே, வாழ்க்கை உண்மையிலேயே மிகவும் மகிழ்ச்சிகரமானதாக இருக்கும். அதற்கு நாம் சரணாகதி அடையும் மனப்பான்மையை வளர்த்துக் கொள்ளவேண்டும்.

மனப்பூர்வமாக சரணாகதியடைய யார் விரும்புவார்கள்? அங்குதான் அகங்காரம் சிக்கலை உருவாக்குகிறது. ஆனால் அங்கும் அகங்காரத்தை தடவிக்கொடுத்து ‘சரணாகதி அடையும் இக்கலையில் நான் சிறப்புறுவேன்’ என்று அதன் பண்புகளை நாம் பயன்படுத்திக்கொள்ள முடியும். இதில், அகங்காரம் நிச்சயம் நமக்கு உதவிடும், அதன்பிறகு நாம் மெல்ல மெல்ல அதற்கு விடையளித்து அனுப்பிவிடலாம். பிறரை மிக உயர்ந்தவர்கள் என எப்போதும் எண்ணுகின்ற வரையில், நம்மை உயர்ந்தவர்களாக எண்ணிக்கொள்வதில் உண்மையில் தவறேதும் இல்லை.

இயல்பாகவும் மற்றும் உண்மையாகவும் இருத்தல்

ரோஜாவின் அழகான நறுமணத்தை ஒரு கணம் கற்பனை செய்து பாருங்கள். ரோஜா தனது நறுமணத்தைப் பரப்புவதைப் பற்றி பேசுவது அவசியமா என்ன? அதேபோல் தூய்மையைப் பற்றி பேச வேண்டியதில்லை. அன்பைப் பற்றியும் பேச வேண்டியதில்லை. அவற்றைப்பற்றி பேசுவது அவற்றின் நிலையை தாழ்த்திவிடுகிறது. அவற்றின் தன்மைகள் இயல்பாக வெளிப்படுகின்றன.

ஆனாலும் நம் அறிவு அடிக்கடி குறுக்கிடுவதால் நம்மை நாமே, 'நான் இதைச் செய்ய வேண்டுமா அல்லது அதைச் செய்ய வேண்டுமா?' என்று கேட்டுக்கொள்கிறோம். தூய்மையையும், அன்பையும் எந்நேரமும் வெளிப்படுத்துவது எனது உள்ளார்ந்த இயல்பாக இருக்கும்போது, 'நான் இன்னின்ன நேரத்தில் இதை மட்டுமே செய்வேன்' என்று என்னை நானே ஒரு வரையறைக்கு உட்படுத்திக் கொள்வதற்கான கேள்விக்கே இடமில்லை. அது இயல்பானதாகாது. இது, நறுமணத்தை வெளியிடும் அந்த செயற்கைக் குழாய்களைப் போலாகும். நீங்கள் அவற்றைப் பார்த்து இருக்கலாம். அவற்றை கடந்து செல்லும்போது நீங்கள் அங்கு இருப்பதை அறிந்து, அவை நறுமணத்தை உடனே பரப்பும். இதை ரோஜாவுடன் ஒப்பிட்டுப் பாருங்கள்.

இங்கு மற்றொரு எளிமையான ஒப்புவமை: நாம் ஆற்றின் அருகே ஓய்வு எடுத்துக்கொண்டிருப்பதாக வைத்துக்கொள்வோம். உடனே முட்டாள்தனமாக, 'இங்கு எத்தனை அலைகள் எழுகின்றன என எண்ணலாம்' என்று நினைத்தால், ஓய்வெடுத்து அவற்றின் அழகை ரசிப்பதற்குப் பதிலாக நாம் நேரத்தை வீணாக்குகிறோம். நமக்கு தலைவலி தான் வருகிறது. இதேபோல் நாம் தியானம் செய்யும்போது அது முற்றிலும் இயல்பானதாக இருக்க வேண்டும். எண்ணங்களற்று இருப்பதற்கோ, அல்லது இதற்கு முன்பு நாம் பெற்ற மிகச் சிறந்த தியான அமர்வை நினைவு கொள்வதற்கோ அல்லது, நான் மிக மிக லகுவான நிலையை அடைந்தாக வேண்டும் என்று நினைப்பதற்கோ எவ்வித ஆற்றலையும் பயன்படுத்த தேவை இல்லை. நாம் நேரத்தை தான் வீணாக்குவோம். இயல்பாக இருத்தல் நலம். அப்போது நம்மால் தூய்மைநிலையில் மூழ்கக்கூடும். இல்லாவிடில் நமது ஆசையைப் பூர்த்தி செய்வதற்காக மட்டுமே ஏங்கும் நிலை நமக்கு தரப்படும். அது இயற்கையானதல்ல. தியானத்திற்கு முன் எதையும் ஊகிப்பதோ அல்லது அதில் ஆழ்ந்து செல்வோம் என்ற கருத்துடன் தியானிப்பதோ அல்லது ஒரு குறிப்பிட்ட நிலையை அனுபவித்து

உணர வேண்டும் என்று விரும்புவதோ தேவையற்றவை. முற்றிலும் திறந்த மனதுடன் இருங்கள். 'நான் இவ்வாறு உணர விரும்புகிறேன்' என்று நாம் நினைக்கும் அக்கணமே நாம் அதை இழந்துவிடுகிறோம். ஏனெனில் நாம் நிபந்தனைகள் விதிக்கிறோம்.

உலகாயத மனித உறவிலும்கூட நாம் நிபந்தனை விதிக்கும் அக்கணமே உறவு முறிந்துவிடுகிறது. உதாரணமாக உங்கள் ஆண் நண்பரிடம், 'ஒவ்வொரு வாரமும் என்னை திரைப்படத்திற்கு அழைத்துச் சென்றால்தான் உன்னை திருமணம் செய்துகொள்வேன்' என்று கூறுவதாக வைத்துக்கொண்டால் அது எத்தகைய உறவாக இருக்க முடியும்? ஏன் நிபந்தனைகள் விதிக்கிறீர்கள்? அது போல்தான் கடவுளிடமுள்ள உறவுமுறையின் மதிப்பை ஏன் குறைக்க வேண்டும்? அது எதுவாயின் கடவுளிடம் எவ்வித நிபந்தனையும் விதிக்கக் கூடாது. நாம் நாமாக மட்டுமே இருக்க வேண்டும்.

நம்மிடம் அன்பு செலுத்துபவர்களிடம்கூட நாம் முற்றிலும் உண்மையாக இருப்பது பெரும்பாலும் கடினமாகிறது. ஏனெனில் நம் சுய ரூபத்தைக் காண்பித்தால் அவர்கள் நம்மை விரும்பாமல் போய்விடுவார்களோ என்று நாம் அஞ்சுகிறோம். நாம் செயற்கையானவராக இருந்தால், நம் குடும்பத்தார் மற்றும் நண்பர்களிடம் ஒருபோதும் முறையான உறவுடன் இருக்க முடியாது. ஏனெனில் எப்போதும் அவர்களை திருப்திபடுத்தவும், மகிழ்விக்கவும் முயற்சி செய்வோம். எவரையும் திருப்திபடுத்த தேவையில்லை. அவ்வாறு செய்வதால் யாரை முட்டாளாக்குகிறோம்? பெரும்பாலும் நம்மையேதான். இயல்பிற்கு மாறாக இருப்பதற்கு அதிக முயற்சிகள் தேவைப்படுகின்றன. ஒரு பொய் கூற முயற்சிகள் தேவை. ஏனெனில் நாம் அதை நினைவில்கொள்ள வேண்டும். பொய் கூற நமக்குக் கற்பனைத் திறன் தேவை. ஆனால் உண்மையைக் கூற நாம் எளிமையாக இருந்தாலேபோதும். உண்மை தூய்மையானது. இதயத்தில் இருந்து நேரிடையாக வருவது. உண்மை பேசுபவர்கள் தங்களது எளிமை மற்றும் தூய்மையில் மனநிறைவுடன் இருக்கிறார்கள். அவர்கள் யாரையும் கவர முயற்சிப்பதில்லை. ஏனெனில் தாங்கள் யார் என்பது அவர்களுக்குத் தெரியும். அவர்கள், அவர்களாகவே இருக்கிறார்கள்.

அன்புடன் உரையாடுங்கள்

விழித்திருக்கும்போது பெரும்பாலான நேரத்தை நாம் பிறருடன் தொடர்பு கொள்வதில் செலவழிக்கிறோம். நாம் எவ்வாறு பேசுகிறோம் என்பதை சிறிது கவனித்துப் பார்த்தால் பதிவுகள் உருவாக்குவதை

பெருமளவில் குறைத்துவிடலாம். லாலாஜி மகராஜின் வாழ்க்கை மற்றும் போதனைகளை படித்தபோது, நான் மிகவும் ஆழமான சில விஷயங்களைக் கண்டேன். அது, மற்றவர்களை எவ்வாறு பண்புடன் அழைப்பது, அவர்களுடன் எவ்வாறு பேசுவது என்பதைப் பற்றியதாகும். இது அவரிடம் நான் கண்டறிந்த பெருமதிப்பு வாய்ந்த விஷயங்களில் ஒன்று, மேலும் இது என் வாழ்க்கையில் மாற்றத்தை ஏற்படுத்தியது.

லாலாஜி சொல்வது என்ன? உரையாடலின் பிரவாகம் சத்திய நிலையின் பிரவாகத்திற்கு ஏற்றவாறு இருக்கட்டும். அப்போது நீங்கள் கூறுவது கேட்பவர்களின் இதயங்களைத் தொடும்.

எப்படி? குரலில் கடுமைத்தன்மை என்று கருதப்படும் ஏற்ற இறக்கத்தை தவிர்த்திடுங்கள். அப்போது உங்கள் பேச்சு எவ்வித அழுத்தமுமின்றி அசைவற்ற காற்றின் போக்கைப் போன்று இருக்கும். அது மென்மையானதாகவும், பண்பாடுமிக்கதாகவும், நிதானமானதாகவும், சமநிலையுடனும் இருக்கட்டும். நாகரீகமாகவும், பண்புடனும் பேசும் ஒருவருக்கு பரந்த, தூய்மையான மற்றும் உன்னதமான இதயம் இருக்கும். உரையாடலில் கோபமோ, உணர்ச்சிக் கொந்தளிப்போ இருக்கக் கூடாது. இதயம் மிக மென்மையானது. மிகச் சிறிய தொந்தரவினாலும் அது வாடத் துவங்கும்.

அத்தகைய மென்மையை வளர்ப்பதற்கு யாருடைய இதயத்தையும் நோகடிக்கும் எண்ணமற்றவராக இருக்குமளவிற்கு அன்புணர்வை நிரப்பிக் கொள்ளுங்கள். அப்போது, உங்களுடைய வார்த்தைகள் யாருடைய இதயத்தையும் புண்படுத்தாமல் இருக்கும்.

நமது அன்றாட வேலைகளின்போது செய்யும் தவறுகள் பெரும்பாலும் நமது உரையாடல்களால் விளைவதே ஆகும். நாம் சொல்லியிருக்கக் கூடாதவற்றை சொல்வதாலும், நாம் பேசும் விதத்தாலும் தவறுகள் ஏற்படுகின்றன. சில நேரங்களில் நாம் பேசாமல் இருக்கும் விதமும்கூட பல விஷயங்களைத் தெரிவிக்கிறது. நாம் தொடர்ந்து நம்மை கவனித்துக்கொண்டு மூல ஆதாரத்துடன் இணைந்து இருக்கும்போது இந்தக் குறைபாடுகள் அனைத்தையும் நம்மால் கடந்து செல்ல இயலும்.

இதைப்பற்றி நகைச்சுவையான கதை ஒன்று உண்டு. ஒரு நாள் இரு கிராமவாசிகளுக்கு இடையே ஒரு சர்ச்சையைத் தீர்க்கும்படி முல்லா நஸ்ருதீனைக் கேட்டுக்கொண்டனர். வழக்கு தொடுப்பவர் கூறியதைக் கேட்டபின் அவர், ‘ஆம், நீங்கள் சொல்வது சரியே’ என்று பதில் அளித்தார்.

அந்த மனிதர் மிகவும் மகிழ்ச்சியுற்றார். தான் அந்த வழக்கில் வெற்றியடைந்ததாக நினைத்தார். அவர், 'நான் சொன்னேன் பார்த்தாயா' என்று வியப்புடன் கூறினார்.

பிரதிவாதி கூறியதைக் கேட்டபின், நஸ்ருதீன் மீண்டும், 'ஆம், நீங்கள் கூறுவது சரியே' என்று பதில் கூறினார்.

அங்கிருந்த ஊர் தலைவர் குழப்பமடைந்து அவரிடம், மரியாதைக்குரியவரே, இருவரும் கூறுவது எப்படி சரியாக இருக்க முடியும்? என்று கேட்டார். மீண்டும் நஸ்ருதீன், 'நீங்கள் சொல்வது சரியே!' என்று கூறினார்.

உலகாயத உறவுகளில்கூட வேறுபட்ட கருத்துகள் உறவுகளை வலுப்படுத்துகின்றன. நீங்கள் ஒரு கண்ணோட்டத்தில் பார்க்கலாம். உங்கள் நண்பர் வேறொரு கண்ணோட்டத்தில் காணலாம். இந்த புதிய கண்ணோட்டத்திற்கு உங்கள் தாய் ஆதரவு அளிக்கலாம். உங்கள் வண்டி ஓட்டுனர் வேறொன்றைக் கூறலாம். இவ்வாறு பல்வேறுபட்ட கருத்துகளால் நாம் விஷயங்களை மேலான விதத்தில் புரிந்துகொள்ள முடிகிறது. யுக்தி என்னவெனில் அவற்றை எதிரெதிர் கருத்துகளாகக் கருதாமல் அல்லது வேறுபட்ட கருத்துகள் கொண்டதால் அவர்களைப் போட்டியாளர்களாகக் கருதாமல் இருக்க வேண்டும். வேறுபட்ட கருத்துகளால் நமது கண்ணோட்டம், நமது உணர்வுறுநிலை விரிவடைகிறது. ஆகவே அவற்றை விரும்பி வரவேற்பது நல்ல பயனளிக்கும். வீட்டிலும், அலுவலகத்திலும் மற்றும் எல்லா இடங்களிலும் பல்வேறு கருத்துகள் இருக்கும். அதுவே வாழ்க்கைக்கு வளத்தைக் கொண்டுவருகிறது. உணர்ச்சிகளின் முதிர்ச்சியால் வேற்றுமையை வென்று அனைவரது கருத்துகளையும் ஒன்றிணைக்க நாம் கற்கிறோம்.

தொடர்பு கொள்வதில் எனது வழிகாட்டிகளிடமிருந்து நான் கற்றுக்கொண்ட இன்னொரு அம்சம் உள்ளது. அது எனக்கு மிகவும் பலனளித்த ஒன்று. அது மிகவும் சூட்சுமமாக இருப்பதும், நேரடியாக இல்லாமல் இருப்பதும் ஆகும். உதாரணத்திற்கு நீங்கள் ஒருவரது குறிப்பிட்ட பழக்கத்தை சரிசெய்ய விரும்புகிறீர்கள் அல்லது விமர்சிக்க விரும்புகிறீர்கள் என்று வைத்துக்கொள்வோம். நேரடியாக அவரிடம் அது பற்றி பேசுவதற்கு பதிலாக, ஒரு குழுவில் இருக்கும்போது பொதுவாக அது பற்றி பேசலாம். சில நேரங்களில் வேறொருவரைப் பார்த்துகூட அது பற்றி பேசலாம். இவ்வாறாக அவர் மனம் பாதிப்பு அடையாமல் அல்லது எதிர்க்காமல் அறிவுரையை அவரால் கிரகித்துக்கொள்ளவும் முடியும்.

அன்புடன் உணவருந்துங்கள்

விழித்திருக்கும்போது நாம் செய்யும் இரண்டாவது செயல் உணவு உட்கொள்வது. பேசுவதன் மூலம் நாம் எண்ணங்களை மற்றும் உணர்வுகளை கிரகித்துக் கொள்ளவும் பகிர்ந்து கொள்ளவும் செய்கிறோம். உணவின் மூலமாக நாம் சத்துக்கள் மற்றும் ஆற்றல்களை உட்கிரகிக்கவும் பகிர்ந்து கொள்ளவும் செய்கிறோம்.

நாம் உண்ணும்போது நமக்கு இருக்கும் மனநிலையும் மிக முக்கியமானது. 1890களில் டாக்டர் *பாவ்லோவ்* உணவு உண்ணும் விஷயத்தில் நாய்களுக்கு எப்படி பயிற்சியளித்தார் என்பதைப் பற்றி முன்பே கூறியிருக்கிறேன். அவர் பூனைகளைப் பற்றியும் ஆராய்ச்சி மேற்கொண்டார். பூனைகளின் முன் உணவை வைத்துவிட்டு, அதை உண்ணும்போது அவற்றுள் உற்பத்தியாகும் ஜீரணநீரின் அளவைக் குறித்துக் கொண்டார். பின் ஒருமுறை பூனைகள் உணவு உண்ண ஆரம்பித்தபோது ஒரு நாயை அவர் அங்கு கொண்டு வந்தார். நாயைக் கண்டதும் பூனைகள் பயந்ததால், அவற்றின் இரைப்பை நீர் சுரப்பது கிட்டத்தட்ட நின்றுவிட்டது. ஆகவே பயம் சிறிதளவு உணவைக்கூட ஜீரணிப்பதை அனுமதிப்பதில்லை. நமக்கும் அது போலத்தான். மன அழுத்தத்திலும் பயமான சூழ்நிலையிலும் நாம் உணவு உட்கொண்டால், அந்த உணவுடன் சேர்ந்திருக்கும் எதிர்மறை அதிர்வுகள், அந்த உணவை நாம் உண்ணும்போது நமது உடலில் பாதிப்புகளை ஏற்படுத்தும். ஜீரணமான உணவு நமது உடலில் உள்ள அனைத்து அணுக்களுக்கும் செல்லும்போது அது எதிர்மறையான விளைவுகளை ஏற்படுத்தும்.

வீட்டில் உணவு உண்ணும் நேரத்தில் சண்டைச்சச்சரவு ஏற்பட்டால் என்ன ஆகும்? நம்மால் உணவை நன்கு ஜீரணிக்க முடியுமா? உணவு உண்ணும் நேரத்தில் குடும்பப் பிரச்சினைகளைப் பற்றி பேசுகிறோம். குடும்பப் பிரச்சினைகளை விவாதிப்பது தவறல்ல. ஆனால் அதற்கு உகந்த தருணத்திற்காகக் காத்திருங்கள். உண்ணும் தருணம் தியானம் செய்வது போல் இருக்க வேண்டும். உங்களது தட்டில் உணவு இருப்பதற்காக நீங்கள் இறைவனுக்கு நன்றி செலுத்த வேண்டும். அந்த மனநிலையில் உண்ணப்படும் உணவு எந்த அளவு ஆன்மீக சக்தி ஊட்டப்பட்டிருக்கும் என்று கற்பனை செய்து பாருங்கள்! இந்த எளிமையான செயல் மூலம் அனைத்து விதமான ஆன்மீக நோய்களையும் குணப்படுத்த முடியும்.

நான் கூறுவதைக் கேட்க வேண்டும் என்ற அவசியமில்லை. நீங்களே கவனித்துப் பாருங்கள். மகிழ்வுடன், நன்றி உணர்வுடன்

உணவு உட்கொள்ளும்போது நடப்பதையும், மன அழுத்தம் மற்றும் குழப்ப நிலையில் உணவு உட்கொள்ளும்போது நடப்பதையும் ஒப்பிட்டுப் பாருங்கள். உங்கள் உள்முக சுயத்தின் நினைவில் மூழ்கி அந்த உள்நிலையின் நறுமணத்தை பரவச்செய்து நீங்கள் உண்ணும்போது என்ன நடக்கிறது என்பதை கவனியுங்கள். மேலும் உணவை சமைக்கும்போதும் உங்கள் மனநிலையினால் ஏற்படும் விளைவை கவனியுங்கள். அன்புடன் இருங்கள். அதற்கு அருமையானதொரு விளைவு இருக்கும்.

துன்பங்களை எவ்வாறு ஏற்றுக்கொள்வது?

நிலக்கரிக்கும், ஒரு வைரத்திற்கும் இடையே உள்ள வேறுபாடு என்ன? இரண்டுமே கரிமப்பொருள் (கார்பன்)தான். நிலக்கரி மிகுந்த அழுத்தத்திற்கும் வெப்பத்திற்கும் உட்படுத்தப்படும்போது அது வைரமாகிறது. நமது ஜீவிதமும் அவ்வாறுதான். முடிவு எப்போதும் நன்மையாகவே இருக்கும் என்பதை நன்கு அறிந்திருந்தாலும், சவால்களின் அழுத்தத்தைக் கடந்துசெல்ல நாம் பெரும்பாலும் விரும்புவதில்லை. கடினமான தருணங்களைப் பற்றி, மிகவும் அருமையாக நாம் பேசுவோம். உதாரணமாக, 'நாங்கள் விமான நிலையத்திற்கு நடந்தே சென்றோம்' என்று சொல்வோம். நாம் அதை பெருமையாகவும் கூறிக்கொள்வோம். அதுவே நாம் காரில் சென்றிருந்தால் அதைப் பற்றிப் பெருமையாகக் கூறிக்கொள்ள முடியுமா? உண்மையிலேயே கடினமான தருணங்களை நாம் எதிர்கொண்டு, அதை நேர்மையாக போராடி வெற்றிகொள்ளும்போது, 'ஆகா! இதை நான் செய்து முடித்துவிட்டேன்' என்று கூறலாம். கடினமான தருணங்கள் உண்மையாகவே நம்மை வலுவாக்குகின்றன.

வாழ்க்கையின் சவால்கள் நம்மை உயர்ந்த விஷயங்களுக்குத் தயார்செய்கின்றன. அத்தருணங்களிலிருந்து கற்றுக்கொள்ள நமக்கு ஒரு வாய்ப்பு கிடைக்கிறது. விரக்தியடையாமல் பிரச்சினைகளைத் தீர்க்க முயற்சிப்பதே மிகச்சிறந்த விஷயம் ஆகும். ஏனெனில், விரக்தி அடையும்போது, நம் மனம் கலக்கம் அடைகிறது. நம்முள் உள்ள திசைகாட்டியே (*ராடார்*) நிலைகுலைந்தால், உள்ளிருந்து எந்த ஒரு வழிகாட்டுதலும் கிடைக்காது. பிறகு நம்மால் சரியான முடிவுகளை எடுக்க முடியாது. ஆகவே சவால்கள் இருக்கும்போது, நாம் கூடுதல் விழிப்புடன் இருக்க வேண்டும். அவற்றை எதிர்ப்பதற்கு பதிலாக ஏற்றுக்கொள்ளுங்கள்.

துன்பங்களை ஏற்க கற்றுக்கொண்டால், நமக்கு அவற்றின் நோக்கமும், அவை நமக்கு என்ன செய்ய முடியும் என்பதும்

புரிய வரும். அவை நம்மை எந்த நிலைவரை கொண்டுசெல்லும்? போராட்டங்களை தவிர்க்கவோ அல்லது எதிர்க்கவோ முற்படும் அக்கணமே இந்த விஷயங்கள் அனைத்தையும் நாம் இழக்க நேரிடும். அமைதியாகவும், சாந்தமான, தைரியமான இதயத்துடனும், மிகுந்த துணிவோடும் நாம் துன்பங்களை அனுபவிப்போமானால், மேலும் மனவலிமை மிக்கவர்களாவோம். அவற்றை ஏற்கவில்லை என்றால் நாம் எதையும் கற்றுக்கொள்ள மாட்டோம். அவற்றை வெறுமனே ஏற்றுக் கொண்டால் சாதாரண மனிதர்களாக மட்டுமே இருப்போம். உண்மையிலேயே நம் விதியை மாற்ற விரும்பினால், நமக்கு ஏற்கும் தன்மையைவிட அதிகமான ஒன்று தேவைப்படுகிறது; நாம் எல்லா சூழ்நிலைகளையும் உற்சாகத்துடனும் மகிழ்ச்சியுடனும் ஏற்றுக்கொண்டு, அதிலிருந்து வெளிப்படும் அழகைக் காணவேண்டும்.

அதற்கு தைரியமும், தன்னம்பிக்கையும் தேவை. உங்களுக்கு உங்கள்மீது நம்பிக்கையில்லை என்றால், இதைக் கடந்து செல்ல உங்கள் வழிகாட்டி உதவுவார் என அவர்மீது நம்பிக்கை கொள்ளுங்கள். அப்போது நீங்கள் வெற்றிபெறுவீர்கள். உலகாயத முறையில் நீங்கள் தோல்வியுற்றாலும், வாழ்க்கையின் தேர்வில் சிறப்பாக வெற்றிபெறுவீர்கள். வாழ்க்கையை, அதன் போக்கிலேயே எதிர்கொண்டு, புன்னகையுடன் முன்னேறினால், உங்கள் விதியை நீங்களே வடிவமைப்பீர்கள். நாம் அனைவரும் சோதனைகளையும் துன்பங்களையும் அனுபவிக்கிறோம். யாரும் அதற்கு விதிவிலக்கல்ல. ஆனால் மகிழ்ச்சியுடன் ஏற்றுக்கொள்ளப்படும் சோதனைகள், ஆன்மீகப் பலன்களைக் கொடுக்கின்றன. வேதனை, இன்பம், துன்பங்கள் என பல விஷயங்களில் ஆளுமைபெற்ற வாழ்க்கையையே, ஒருவகையில் ஆளுமை எனலாம். ஒவ்வொரு சூழ்நிலையும் நம் கைகளில்தான் இருக்கிறது. அதற்குமேலும் நாம் செல்ல விரும்பினால், ஏற்றுக் கொள்வதற்கும் அப்பால், மகிழ்வுடன் ஏற்றுக் கொள்ளும் நிலைக்கு செல்லவேண்டும்.

அதற்கு மேலும் நாம் செல்ல முடியும். அங்கு நாம் மகிழ்ச்சியுடனும், நன்றியுணர்வுடனும் ஏற்றுக் கொண்டோமா என்பதைக்கூட அறியாமல் இருப்போம். உண்மையில் அது ஒரு பொருட்டே அல்ல, ஏனெனில் நாம் அதைக் கடந்து முன்னேறிவிடுகிறோம். அதுதான் முழுமையான ஏற்றுக்கொள்ளுதல், முழுமையான சரணடைதல் என்பதாகும். அந்த சரணடைதல் நிலையில் நாம் எப்போதும் நிகழ்காலத்திலேயே இருக்கிறோம். நாம் வித்தியாசமான எதையும் எதிர்நோக்குவதில்லை. நாம் மற்றவர்களிடம் எந்த மாற்றத்தையும் எதிர்பார்ப்பதும் இல்லை.

சிறந்த தருணங்களை நாம் எதிர்பார்த்துக் கொண்டே இருந்தால், நாம் ஒரு போதும் மகிழ்ச்சியாக இருக்க முடியாது. நாம் உலகை ஏற்றுக்கொண்டு, அங்கு அமைதி நிலவிட முயல்வதற்கு மாறாக நம்மிடமே அமைதி நிலவிட செய்யும்போது நாம் நம் வாழ்க்கையின் மீது ஆளுமைபெற்றுவிடுகிறோம். அதன்பின், நாம் வாழ்க்கையின் எந்த ஒரு சூழ்நிலையையும், நம்மிடமோ, பிறரிடமோ பதிவுகளை ஏற்படுத்தாமல், நம்பிக்கையுடனும், நேர்த்தியுடனும் கடந்துவிடுவோம். நமது ஜீவிதம் இனி எவ்வித சிற்றலைகளையும் ஏற்படுத்துவதில்லை. ஒருவேளை ஏதேனும் விளைவைக் கொண்டிருந்தால், அது தூய்மை மற்றும் அன்பின் அலைகளையே வெளிப்படுத்தும்.

ஆன்மீகத்திலும் மற்றும் வாழ்க்கையிலும், நாம் அறியாத ஒன்றை நோக்கிச் சென்று கொண்டிருக்கிறோம். ஆகவே, அடுத்த நிலையை பற்றிய எதிர்பார்ப்பை நாம் எவ்வாறு கொண்டிருக்க முடியும்? நம்மால் முடியாது. எதிர்பார்ப்புகள் முற்றிலும் அகன்று போகும்போது, விஷயங்களை முழுமையாக ஏற்றுக் கொள்கிறோம். அதன்பின், நம் இதயம் திருப்தி அடைகிறது.

நிதானம்

பெரிய மகான் அல்லது குருவை சந்தித்து, அவர்களது வாழ்க்கையை கூர்ந்து கவனிக்கும் வாய்ப்பு எப்போதாவது உங்களுக்குக் கிடைத்திருக்கிறதா? ஒருவேளை அவர்களைப் போல் ஆகவேண்டும் என்று நீங்கள் விரும்பி இருக்கலாம். அத்தகைய மகான்களின் வாழ்க்கைமுறையை நாம் கவனிக்கும்போது, நம்மை ஈர்ப்பது எது? அவர்கள் வாழ்க்கையில், தனித்து நிற்கும் உயர்ந்த, தூய்மையான பண்புகள் எவை?

எனது இரண்டாவது குரு, சாரிஜி அவர்களை பற்றி சிலவற்றை உங்களுடன் பகிர்ந்து கொள்கிறேன். எண்ணற்ற சிறந்த குணங்களை அவரிடம் நான் கவனித்திருக்கிறேன். அவற்றுள் என்னை மிகவும் கவர்ந்தது அவரது நிதானமாகும். அவர் ஒருபோதும் பரபரப்போடு இருந்ததில்லை. பத்து பேர் காத்திருந்தாலும், ஒவ்வொருவரையும் தனித்தனியே அவர் சந்திப்பார். கூட்டு தியானம் நடத்தும்போதும், அவர் அதற்குரிய நேரத்தை எடுத்துக் கொண்டு அதை நன்றாக நிறைவுசெய்வார். தனிஅமர்வு அளிக்கும்போதும், அவர் அதற்குரிய நேரத்தை எடுத்துக்கொள்வார். அவரிடம் கொடுக்கப்படும் எந்த ஒரு பணியையும், முழுமையான நிதானத்துடன் செய்துமுடிப்பார். அவர் சமைக்கின்ற போது, அவரது அசைவுகளிலும் அன்பு வெளிப்படும். எங்களைக் கடிந்து கொள்ளும்போதும், அங்கு நிதானமும், மிகுந்த

அன்பும் இருக்கும். பரபரப்பு என்பதே ஒரு சிறிதும் இருக்காது. அனைத்திற்கும் அதற்குரிய நேரத்தை எடுத்துக்கொண்டு, மிகவும் நேர்த்தியாகச் செய்வார்.

முல்லா நஸ்ருதீன், தனது சீடர்களுக்கு இப்பண்பை அவருக்கே உரித்தான நகைச்சுவையுடன் எடுத்துக் காட்டியதாகக் கூறப்படுவதுண்டு. ஒரு நாள் அவர் கழுதையின் மீது அமர்ந்து, சந்தையில் வேகமாக சென்றுகொண்டிருந்தார். அவரது சீடர்களும் நண்பர்களும் ஒவ்வொரு அடியை கடக்கும்போதும் அவரிடம் பேச முற்பட்டனர். ஆனால் அவர் வேகமாக சென்றுகொண்டே, 'என்னால் இப்போது உங்களுடன் பேச முடியாது. நான் முனைப்புடன் இருப்பதை நீங்கள் காணவில்லையா? நான் என் கழுதையைத் தேடிக் கொண்டிருக்கிறேன்!' என்றாராம்.

இது மனிதனின் இக்கட்டான நிலையைக் காட்டுகிறது. வேகத்தை குறைக்க வேண்டியது அவசியமாகிறது; நம்மைச் சுற்றி இருப்பவர்களுக்காக நேரம் ஒதுக்கி, வாழ்க்கையின் அழகை ரசிப்பது அவசியமாகிறது; தேடலைப் பற்றி தெரிந்து கொள்வதும், நம்மை ஆர்வலர்களாக உணர்ந்து கொள்வதும் மிகவும் அவசியமாகிறது. எனவே, இடைநிறுத்தம் கொடுத்து, குறிப்பாக நம்மைச் சுற்றியுள்ள ஒவ்வொருவரும் பரபரப்பாகவும் அழுத்தம் அளித்துக்கொண்டு இருக்கும்போதும், நிதானத்துடன் இருக்க முயற்சி செய்யுங்கள். உங்கள் இதயத்தினுள் சென்று, உங்கள் மையத்தை உணர்ந்து, உங்களை மீண்டும் செம்மைப்படுத்திக் கொள்ளுங்கள். உங்களுக்குக் கொடுக்கப்பட்ட பணியை, நிதானத்துடனும் கனிவுடனும் அணுக முயற்சி செய்யுங்கள்.

உறக்கமும், இயற்கையான லயகதிகளும்

நம் வாழ்க்கையில் நாம் பின்பற்றுகின்ற சில இயற்கையான சுழற்சிகள் என்னென்ன? முதலாவதாக, மிகவும் ஒழுங்கான விதத்தில் நாம் மூச்சுவிடுவதைச் சொல்லலாம். மூச்சை உள்ளிழுத்தல், வெளிவிடுதல் ஆகிய இவை தொடர்ந்து நடந்துகொண்டே இருக்கின்றன. மற்றொரு சீரான இயக்கம் நமது இதயத்துடிப்பு. அதனையடுத்து. இந்த சுவாசித்தலுக்குப் பின்னால் ஆழ்ந்த மட்டத்தில் ஆற்றல் உட்புகுவதும், வெளியேறுவதுமான ஏதோவொன்று நிகழ்கிறது; மேலும் நமது செயல்பாடுகள், ஓய்வு மற்றும் தூக்கம் எனும் அன்றாட சுழற்சியும் இயல்பாகவே இருக்கிறது. இதன் முடிவில் சந்திரனின் மாதாந்திர சுழற்சியோடு நாம் எவ்வாறு மேலும் இசைந்து இருக்க முடியும் என்பதை ஆராய்வோம்.

ஆரோக்கியமான ஒரு உடலே ஆரோக்கியமான ஒரு மனதைப் பெற்றிருக்க முடியும்; அதேபோன்றதுதான் அதன் எதிரிடைக் கூற்றும். ஏராளமானோர் ஒரு ஆரோக்கியமான மனம்தான் ஒரு ஆரோக்கியமான உடலை உருவாக்குகிறது என்று வாதம் செய்கிறார்கள்; ஆனால், உடல் ஆரோக்கியமாக இல்லையெனில், 'என் கால்கள் சரியாக இயங்கவில்லை, கைகள் சரியாக இயங்கவில்லை, மற்றும் இதர பாகங்கள் சரியாக இயங்கவில்லை' என்று நமக்குப் பித்துப் பிடிக்கிறது. நாம் மருத்துவர்களை நாடிச் செல்கிறோம், கவலைப்பட ஆரம்பிக்கிறோம். இயற்கையான லயகதிகளை பின்பற்றாமல் ஏற்கனவே ஒரு நாசகரமான பாதையினை நாம் தேர்ந்தெடுத்திருக்கும்போது, நம் விதியை நாம் எவ்வாறு உருவாக்கப் போகிறோம்? ஆகவே இந்த லயகதிகளைப் புரிந்துகொண்டு அவற்றுடன் இசைந்து வாழவேண்டியது முக்கியமானதாகும்.

சுவாசித்தல்

சுவாசித்தல் என்ற விஷயத்திலிருந்து நாம் ஆரம்பிப்போம். நம் கருவிழி மற்றும் நம் கைவிரல் ரேகைகள் ஆகியவை சம்பந்தமாக நம் ஒவ்வொருவருக்கும் ஒரு தனித்துவ அடையாளம் இருப்பதுபோல, நம் சுவாசிக்கும் விதமும் நமக்கு தனிப்பட்டதாக இருக்கிறது. ஒரு குறிப்பிட்ட லயகதியில் நாம் மூச்சை உள்ளிழுப்பது, வெளிவிடுவது மட்டுமின்றி, நாம் சுவாசிப்பதை இன்னும் ஆராயும்போது, சூரியன் மற்றும் சந்திரனின் சுழற்சிகளுக்கு ஏற்றவாறு, நமது இரு நாசித்துவாரங்களும் கூட வித்தியாசமாக இயங்குகின்றன என்பதை நாம் கண்டறிகிறோம். இப்போது உங்களுடைய எந்த நாசித் துவாரத்தின் சுவாசம் மேலோங்கியிருக்கிறது என்பதை ஒரு நிமிடம் கவனித்துப் பாருங்கள். இடப்பக்கமா, வலப்பக்கமா? அல்லது இரண்டும் ஒரே மாதிரி சுவாசிக்கின்றனவா?

யோக சாஸ்திரங்களில் இரண்டு நாசித் துவாரங்களுக்கும் மிகவும் முக்கியத்துவம் அளிக்கப்பட்டிருக்கிறது. வலது நாசி, சூரியநாடி அல்லது *பிங்களா* என்பதுடனும், செயல்பாட்டைக் குறிப்பிடுகின்ற பரிவு நரம்பு மண்டலத்துடனும் தொடர்புபடுத்தப்பட்டுள்ளது. இடது நாசி, சந்திரநாடி அல்லது *இடா* என்பதுடனும், ஓய்வு மற்றும் அமைதியைக் குறிப்பிடுகின்ற துணைப்பரிவு நரம்பு மண்டலத்துடனும் தொடர்புபடுத்தப்பட்டுள்ளது. சில மணி நேரங்களுக்கு ஒருமுறை இந்த சுவாச முறை மாறமுடியும். ஆனால் மொத்தத்தில் பகல், இரவு ஆகிய இரண்டு நேரங்களுக்கிடையிலும் மிகவும் குறிப்பிடத்தக்க ஒரு வித்தியாசம் இருக்கிறது. சரியான நியதியின்படி பகல் நேரத்தில் வலது நாசி துவாரத்தின் தன்மை மேலோங்கியதாகவும், இரவில்

மூன்று முக்கிய நாடிகள்

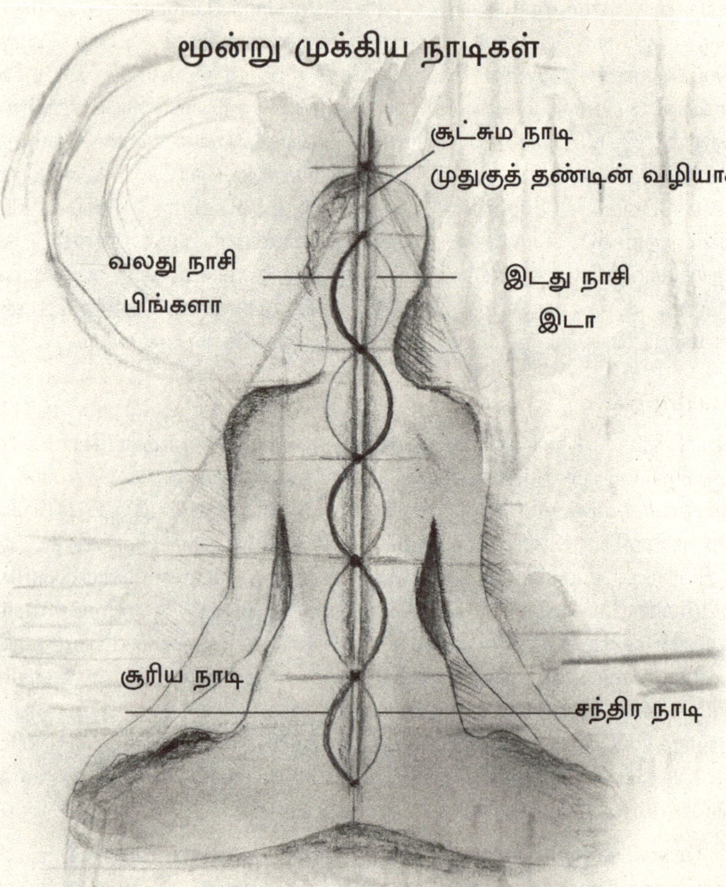

இடது நாசியின் தன்மை மேலோங்கியதாகவும் இருக்கிறது. பகலில் இதை நீங்கள் பத்து தடவை சோதித்துப் பார்த்தால், அதில் எட்டு தடவை உங்கள் வலது நாசியின் இயக்கம் இடது நாசியைவிட சுறுசுறுப்பாக இருப்பதை அநேகமாக நீங்கள் காணலாம்; இரவில் இதற்கு நேரெதிராக நிகழ்கிறது. இந்த உடலியல் அமைப்பு சூரியன் மற்றும் சந்திரனின் இயக்கத்துடன் நேரடி தொடர்புடையதாக இருக்கிறது.

நமது சமநிலைக்கு இடையூறு நேரிடும்போது ஒரு நிலைமாற்றம் நிகழ்கிறது. உதாரணமாக நாம் கோபப்படும்போது, என்ன நிகழ்கிறது? அது பரிவு நரம்பு மண்டலம் சார்ந்த பிரதிச்செயலாதலால் வலது நாசி வலிமையாகத் தூண்டப்பட்டு அதன் இயக்கம் மேலோங்குகிறது. நமக்கு அதிக பயமும் பதற்றமும் உண்டாகும் போதும் இதுவே நிகழ்கிறது. பரிவு நரம்பு மண்டலம் சார்ந்த இந்தச் செயலின்போது *அட்ரினலின், கார்ட்டிஸால்* மற்றும் *நோரெபினெஃப்ரின்* ஆகிய சுரப்புநீர்கள் ரத்தத்தினுள் கலக்கின்றன; இதனால் நமது இதயம் மென்மேலும் வேகமாகத் துடிக்கிறது; நமது தசைகள் இறுக்கமாகி செயல்படத் தயாராகின்றன; நமது ரத்த அழுத்தம் அதிகரிக்கிறது; நாம் அதிக விழிப்புணர்வுடன் இருக்கிறோம். 'சண்டையிட அல்லது விரைந்து ஓடிவிட' நாம் தயாராக இருக்கிறோம்.

இதை நேரெதிராக மாற்றுவதற்காக, கீழ்க்காணும் ஒரு எளிமையான சுவாசப் பயிற்சியை நாம் பயன்படுத்தலாம்.

> உங்களுக்குக் கோபம் வருவதை நீங்கள் உணரும்போது உங்கள் வலது நாசியை கட்டை விரலால் மூடிக்கொண்டு, இடது நாசிவழியாக மெதுவாக, ஆழ்ந்து மூச்சு இழுங்கள்; அடிவயிறு வரையில் ஆழ்ந்து மூச்சு இழுத்து ஒவ்வொரு முறையும் மூச்சை முழுமையாக வெளிவிடுங்கள். பிறகு, உங்கள் இடது நாசி வழியாக 8 முதல் 10 முறை மூச்சு இழுத்து விடுவதைத் தொடருங்கள்.

இதை நீங்களே முயற்சி செய்யும்படி உங்களை கேட்டுக்கொள்கிறேன். இது உங்களுக்கு உதவுகிறது என்றால், இந்த அனுபவத்தை நீங்கள் மற்றவர்களுடன் பகிர்ந்துகொள்ளலாம். சாதாரணமாக இதனால் உங்கள் இதயம் படபடவென்று துடிப்பது நிற்கும். நீங்கள் அமைதியாகியிருப்பீர்கள். கோபம், பயம் அல்லது பதற்றம் ஆகிய உணர்ச்சிபூர்வமான தாக்குதல் பெருமளவு குறையும். ஏனெனில்

நீங்கள் துணைப்பரிவு மண்டலத்தைத் தூண்டியிருக்கிறீர்கள். ஆனால் பதற்றக் கோளாறு உடையவர்கள், தங்கள் மருத்துவரைக் கலந்து ஆலோசனை பெறுமாறு தயவு செய்து கூறுங்கள்.

பழங்காலத்தில் மக்கள் தூங்க முடியாமல் இருக்கும்போது எழுந்து உட்கார்ந்து தங்கள் சுவாசத்தை சோதித்துப்பார்ப்பார்கள். அவர்களின் சுவாசம் இருக்க வேண்டியவாறு இல்லாதிருந்தால் கொஞ்சம் வெந்நீர் குடிப்பார்கள், அல்லது *பிராணாயாமம்* செய்வார்கள், அல்லது சிறிது தூரம் நடப்பார்கள். சூரியன் உதயம் ஆகும் நேரத்தில், நம் சுவாசத்தை மிகவும் கவனமாக கூர்ந்து நோக்கினால், இடது நாசியிலிருந்து வலது நாசிக்கு மூச்சு மெதுவாக இடம் பெயர்வதையும், சூரியன் மறையும் நேரத்தில், வலது நாசியிலிருந்து இடது நாசிக்கு மெதுவாக இடம் பெயர்வதையும் காணமுடியும். அந்நேரங்கள் ஒன்றில் நாம் தியானம் செய்யும்போது, அது அற்புதமாக இருக்கும். தியானத்திற்கு இது மிகச்சரியான நேரமாகும், ஏனெனில் அப்போது உங்கள் சூரிய, சந்திர நாடிகளுக்கிடையில் சமநிலை இருக்கிறது.

ஒரு பரிசோதனையாக, இரவிலும் பகலிலும் அவ்வப்போது இடைவெளிகள் விட்டு உங்களையே கவனித்துப் பாருங்கள். உங்கள் ஆற்றலின் இயக்கம் உள்ளீர்த்துக்கொள்வதாக இருக்கிறதா அல்லது வெளிநோக்கிப் பாய்வதாக இருக்கிறதா? இப்படி உங்கள் ஆற்றலின் உள்நோக்கிய அல்லது வெளிநோக்கிய இயக்கத்தைக் கூர்ந்து கவனிக்கும்போது, இடது நாசியால் சுவாசிக்கிறீர்களா அல்லது வலது நாசியால் சுவாசிக்கிறீர்களா என்பதையும் கூர்ந்து கவனியுங்கள். அப்போது, ஆற்றலை உள்ளீர்த்துக் கொள்தல், வெளியேற்றுதல் மற்றும் உங்கள் சுவாசிக்கும் முறை இவற்றிற்கிடையே ஒரு தொடர்பு இருப்பதை உங்களால் காண முடியும். இந்த ஆராய்ச்சியில் நாம் அனைவரும் பங்களிக்கலாம்.

தினசரி லயகதிகளும், சுரப்புநீர்களும்

விடியற்காலையில், சூரிய உதயத்திற்கு முன்பு, இயற்கையின் ஆற்றல் மூல ஆதாரத்தை நோக்கிய ஒரு திசையில் பாய்கிறது. இது ஒரு பௌதீக ஆற்றல் அல்ல, ஆனால் அதைவிட சூட்சுமமான ஏதோ ஒன்று. அந்த இயற்கையின் ஆற்றலுடன் நாம் இணைந்து செல்வது மிகச் சிறந்தது; இது சூரிய உதயத்திற்கு முன் நாம் தியானம் செய்யும்போது நிகழ்கிறது. எனவே சூரிய உதயத்திற்கு சற்று முன்பு தியானம் செய்வது விவேகமானது. ஏனெனில், அந்நேரத்தில் உங்களுக்குள் இயற்கையாகப் பாய்கின்ற அண்டவெளியின் ஆற்றலுடன் சேர்ந்து *பிராணாஹுதியும்* மிக இயல்பாகப் பாய்கின்றது. சூரிய உதயத்திற்குப்

பின்னர், ஆற்றலானது இயல்பாகவே வெளிநோக்கிப் பாய்கின்றது. எனவே *பிராணாஹுதியை* ஈர்த்துக்கொள்வது சுலபமாக இருப்பதில்லை. மேலும், மாலை நேர சுத்திகரிப்பை, ஆற்றல் வெளிநோக்கிப் பாயும் நேரத்தில் செய்வது, அர்த்தமுடையதாகிறது. ஏனெனில் அப்போது, நம் சரீர அமைப்பிலிருந்து தேவையற்ற விஷயங்களை நாம் வெளியேற்றுகிறோம். இது சூரியநாடி செயல்பட்டுக் கொண்டிருக்கும் நேரத்தில், உதாரணமாக சூரிய அஸ்தமனத்திற்கு சற்று முன்பு நிகழ்கிறது.

கோடிக்கணக்கான ஆண்டுகளின் பரிணாம வளர்ச்சியின் அடிப்படையில், சூரிய சுழற்சி மற்றும் இயற்கையான சுழற்சிகளுக்கு ஏற்ப செயல்படும் விதத்தில் நமது மரபியல் தன்மை ஏற்கனவே அமைக்கப்பட்டுள்ளது.

பகல் நேரத்தில் நமது சுவாசம் மற்றும் செயல்பாடுகள், சில குறிப்பிட்ட விதத்தில் இருக்கும் வகையில் ஏற்கனவே நிர்ணயிக்கப்பட்டுள்ளது. நினைவிற்கெட்டாத காலம் முதல் நம் முன்னோர்கள் இந்த சுழற்சிகளின் அடிப்படையில் ஒரு இயல்பான தினசரி வாழ்க்கை முறையை உருவாக்கினார்கள். பெரும்பாலான செயல்கள் பகல் நேரத்தில் செய்யப்பட்டன, இரவு நேரம் ஓய்விற்காக விடப்பட்டது. ஆகவே பகலில் செயல்பாடு, இரவில் ஓய்வு என்ற லயத்திற்கு நம் உடல் பழகிவிட்டது.

இந்த சுழற்சிகளுடன் இசைந்திருப்பதற்காக, பொதுவாக நம் முன்னோர் விடியற்காலையில் எழுந்து சூரியனை வரவேற்றனர். உதாரணமாக ஹடயோகப் பயிற்சியில் *சூரிய நமஸ்காரம்* எனப்படும் சூரியனை வணங்கும் முறையை, விடியற்காலையில், திறந்த வெளியில், உதயமாகும் சூரியனைப் பார்த்தபடி செய்துவந்தார்கள். இக்காலத்திலும் கூட இந்தியாவில் சில கிராமங்களில், விடியற்காலை வேளைகளில் இந்துமத சம்பிரதாய முறையின்படி மக்கள் சூரியனுக்குத் தண்ணீரை அர்ப்பணிக்கும் பழக்கத்தை நீங்கள் காணலாம். சூரியனின் ஒளி, கண்ணின் விழித்திரையில் இருந்து மூளையின் *ஹைபோதாலமஸ்* எனும் பகுதிவரையிலான நரம்புகளின் பாதையை தூண்டிவிடுகிறது; அது, அதையடுத்து *ஸெரடோனின்* என்ற சுரப்புநீர் உற்பத்தி செய்யப்படுவதற்கு வழிவகுக்கிறது என்பதை விஞ்ஞானிகள் இப்போது அறிந்திருக்கிறார்கள். *ஸெரடோனின்* என்பது நமது 'மகிழ்ச்சி'யின் சுரப்புநீர். அது இல்லையெனில் நாம் மனச்சோர்வுக்கு ஆளாகிறோம். விடியற்காலையில் சூரிய ஒளியில் இருப்பது, அன்றைய தினத்திற்கான *ஸெரடோனின்* உற்பத்தியைத் துவக்கிவைத்து, வாழ்வைப் பற்றிய பிரகாசமான, ஆனந்தமான

உணர்வை நமக்குத் தருகிறது. தண்ணீரின் மீது படும் சூரிய ஒளியும் கூட சூழ்ந்திருக்கும் வாயு மண்டலத்தில் எதிர்மறை அயனிகளை (ions) வெளிப்படுத்தி, நமது உடலமைப்புக்கு இன்னும் அதிக சக்தி அளிக்கிறது. பழமையான சடங்குகள் பலவற்றில் மிகப் பெரிய விஞ்ஞான பூர்வமான விவேகம் இருக்கிறது!

அது மட்டுமல்ல, நம் உடலில் *மெலடோனின்* என்று சொல்லப்படுகிற மற்றொரு சுரப்புநீர் உற்பத்தியாவதற்கு, போதுமான அளவு *ஸெரடோனின்* முன்தேவையாக இருக்கிறது. மூளையின் நடுப்பகுதியில் உள்ள நமது *பீனியல்* சுரப்பிக்குள் *ஸெரடோனின்* ரசாயன முறையில் *மெலடோனின்* என்ற இன்னொரு சுரப்புநீராக மாற்றம் செய்யப்படுகிறது. நாம் தூங்கச் செல்வதற்கு திட்டமிடப்பட்டுள்ள நேரத்திற்கு இரண்டு மணிநேரத்திற்கு முன்பு நம் உடலின் (ரத்தத்தில்) *மெலடோனின்* அளவு அதிகரிக்கத் துவங்குகிறது. ஆகவே இந்த இயற்கையான லயகதியை உணர்வதற்குப் போதுமான அளவு கூருணர்வுத்திறன் நமக்கு இருந்தால், அன்றைய தினத்திற்கான வேலையை ஒரு ஓய்வான மனநிலையில் முடித்துவைக்க ஆரம்பிப்போம். அதைத் தொடர்ந்து இரவிற்காக நம்மைத் தயார் செய்துகொள்வோம். இதற்கு மாறாக, நமது உடல் தூங்குவதற்குத் தயாராக முயற்சித்துக் கொண்டிருக்கும்போது, தொலைக்காட்சியைத் தொடர்ந்து பார்த்துக் கொண்டிருந்தால் அல்லது இரவில் நெடுநேரம் வரை *வீடியோ* விளையாட்டுகளை விளையாடிக் கொண்டிருந்தால், இது ஆற்றின் போக்கிற்கு எதிராக நீந்துவது போலாகும்.

அன்றாட சுரப்புநீர்கள் சார்ந்த இந்த லயகதி, ஒருங்கிணைந்த ஒரு லயகதியாக, ஒன்று மற்றொன்றுக்கு இட்டுச் செல்வதாக இருக்கிறது. காலையில் விரைவில் எழுந்து, வெளியே சூரிய ஒளியில் இருப்பது *ஸெரடோனின்* உற்பத்திக்கு வழிவகுக்கிறது. அது நம்மை நன்றாகத் தூங்குவதற்கு அனுமதிக்கின்ற *மெலடோனின்* உற்பத்திக்கு வழிவகுக்கிறது. அது நம்மை மறுநாள் காலை விரைவில் எழ அனுமதிக்கிறது. இந்த சுழற்சி தடை செய்யப்படும்போது, தூக்கம் சம்பந்தமான பிரச்சினைகளுக்கும், மனச் சோர்வுக்கும் நாம் உள்ளாகிறோம். இவ்விரண்டும் நவீன உலகின் மிகவும் குறிப்பிடத்தக்க நோய்களாக உள்ளன.

நலவாழ்வுக்கான தூக்கம்

இது தூங்குவதன் முக்கியத்துவத்திற்கு நம்மைக் கொண்டு செல்கிறது. நம் தூக்க சுழற்சியை ஒழுங்குபடுத்துவது நம் வாழ்க்கையையே மாற்றுகிறது. நாம் எவ்வளவு நன்றாக, எவ்வளவு ஆழ்ந்து

தூங்குகிறோம் என்பது, நாள் முழுவதும் நமது மனதின் நிலையைத் தீர்மானிக்கிறது. பொதுவாக, இயற்கையின் சுழற்சிகளுடன் இசைந்து இருக்கக்கூடிய விதத்தில் இரவில் விரைவில் தூங்குவது மிகவும் சிறந்தது. நமது உணர்வுறுநிலையுடன் நாம் போராடாமல் இருப்பதால், நமது காலை நேர தியானமும், மிகப்பெரிய அளவில் மேம்பாடு அடையும். நன்கு ஓய்வெடுத்த மனதுடன் நாம் தியானம் செய்யும்போது, நமது உணர்வுறுநிலையின் மீது நமக்கு ஒரு நல்ல பிடிப்பு இருக்கிறது; அதேநேரம், தூக்கமின்மையின் காரணமாக நமது உணர்வுறுநிலை சீர்கெட்டிருந்தால், புத்துணர்வுடைய மனதுடன் காலைநேர தியானத்திற்காக விழித்து எழுவது சுலபமாக இருக்குமா?

காலையில் நாம் முழுமையான விழிப்புடன் இருக்கும்போது, உயர் உணர்வுறுநிலையை நாம் அன்புடன் அழைக்க முடியும் மற்றும் அந்த சாராம்சத்துடன் ஒன்றுபட்டு இருக்க முடியும். அப்போது சில அழகான உள்நிலைகள் நம் இதயத்தில் உருவாக்கப்படும். அவை மிகவும் தீவிரமாக இருக்கும்போது, நாம் அவற்றைத் தக்க வைத்துக்கொள்ள முயன்றாலும், முயலாவிடினும், அவை நம்மிடமே ஒட்டிக் கொண்டிருக்கும். அவற்றை நாம் உதறித் தள்ளிவிட முயன்றாலும் அவை போவதில்லை. நம் உணர்வுறுநிலை அதைப் பெறுவதற்குத் தயாராக இருக்கும்போது, நம்மிடம் உருவாக்கப்படும் உள்நிலையின் தாக்கம் அல்லது நிரந்தரத்தன்மை அத்தகையதான ஒன்றாகும். ஒரு மோசமான இரவுத் தூக்கத்திற்குப் பிறகு நடப்பது போல, நமது காலை தியானம் தடைப்பட்டால், அந்த நாள் முழுவதும் பாதிக்கப்படுகிறது. ஒருபோதும் தியானம் செய்திராத ஒருவருக்கு அல்லது விட்டுவிட்டு தியானம் செய்பவருக்கு அது அதிக வேறுபாட்டை ஏற்படுத்துவதில்லை. அவருக்கு இன்னொரு நாள் வெறுமனே கடந்து சென்றுவிடுகிறது, அவ்வளவுதான். உணர்வுறுநிலையின் அந்த நிலையை ஆர்ப்பரிக்கும் சமுத்திரத்திற்கு நாம் ஒப்பிடலாம். அவை பார்ப்பதற்கு மிகவும் அரிய காட்சிகளாகத் தோன்றும். அதைப் பற்றி கவிதைகள் எழுதப்படும். ஆனால் அலைகள் இன்றி சலனமற்று இருக்கும் ஒரு குளமும், சுற்றிலும் பூரண அமைதியும் இருப்பதில்தான் உண்மையான அழகு உள்ளது.

ஆகவே, இதில் தேர்ந்தெடுக்கும் வாய்ப்பு நம்முடையதுதான். ஆர்ப்பரிக்கும் கடல்போல ஒரு வாழ்க்கை நடத்துவதை நாம் தேர்ந்தெடுத்தால், கலக்கமுற்ற நமது உணர்வுறுநிலையின் அலைகளில் நாம் தொலைந்துபோவோம். இதற்கு மாறாக, நமது உணர்வுறுநிலை சலனமின்றி, நிலைபெற்று இருக்கும்போது, சலனமற்றிருக்கும் ஒரு குளத்து நீரில் விழுகின்ற ஒரு மிக மெல்லிய இலை சிற்றலைகளை

உருவாக்குகின்ற விதத்தில், நம்மிடம் தோன்றும் மிக மெல்லிய மாற்றம் அல்லது வித்தியாசமும்கூட நம்மால் கவனித்தறியப்படுகிறது. அவை உணரப்படுகின்றன. ஆகவே தூக்கம் முக்கியத்துவம் வாய்ந்ததாகும்.

இரவில் சரியான அளவு தூக்கம் நமக்குக் கிடைத்தால், காலையில் தானாகவே வலது நாசி செயல்படும். கோடிக்கணக்கான ஆண்டுகளாக, சூரியன் உதிக்கும்போது குறிப்பிட்ட சுரப்புநீர்கள் சுரக்கத் தூண்டப்படுகின்ற விதத்தில், நம் சரீர அமைப்பு பரிணாம வளர்ச்சி அடைந்து வந்திருக்கிறது. அந்த லயகதிக்கு இசைந்தவர்களாக நாம் இருக்கும்போது, நமது ஆரோக்கியம் தானாகவே மேம்படுகிறது.

இரவில் மிகவும் தாமதமாகத் தூங்கச் செல்பவர்களுக்கு என்ன நேரிடுகிறது? இந்த லயகதிக்கு எதிராக நாம் செல்லும்போது, ஆற்றின் போக்குக்கு எதிராக நாம் நீந்துகிறோம்; இதனால் காலப் போக்கில் நமது ஆரோக்கியம் பெருமளவிற்கு பாதிக்கப்படும். எனவே, வாழ்க்கையில் சாத்தியமான அளவு விரைவில் ஒரு ஆரோக்கியமான நடைமுறையை நிலைநிறுத்திக் கொள்வது மேலானது. இரவுநேர நடவடிக்கைகள் நவீன உலகின் சாபங்களில் ஒன்று. மின் சக்தியின் காரணமாக, இப்போது பகலுக்கும் இரவுக்கும் இடையே அதிக வேறுபாடு இல்லை. ஒழுங்கற்ற பழக்கங்கள், இரவில் நீண்டநேரம் கண் விழித்தல் ஆகியவற்றால் தூக்கமற்ற இரவுகள் உண்டாகின்றன; இதன் விளைவாக ஆரோக்கியம் பாழாகிறது. நமது நரம்பு மண்டலம் அழுத்தத்திற்கு உள்ளாவதால், உடலின் நோய் எதிர்ப்புத்திறன் அளவுகளும்கூட குறைகின்றன.

இரவு நேரங்களில் வேலைபார்க்கின்ற மனிதர்களின் மீது விரிவான ஆய்வுகள் நடத்தப்பட்டுள்ளன. அது பற்றிய மற்ற விஷயங்களுடன், அவர்கள் மிக விரைவில் முதுமை அடைகிறார்கள் என்பதும் அதில் கண்டறியப்பட்டுள்ளது. தங்கள் பிழைப்பிற்காக இப்படி இரவுநேரப் பணி செய்கின்றவர்களைப் போலன்றி, நம்மில் பெரும்பாலோர் இரவில் வேலை செய்ய வேண்டியிருப்பதில்லை. நமக்குத் தேர்ந்தெடுக்கும் ஒரு வாய்ப்பு இருக்கிறது; ஆயினும் இரவில் நாம் அதிக நேரம் விழித்திருந்து எல்லாவிதமான நிகழ்ச்சிகளையும் பார்ப்பதை விரும்பித் தேர்ந்தெடுக்கிறோம். ஆன்மீக வளர்ச்சிக்காக அல்லது ஆரோக்கியத்திற்காக என்று எந்தக் கண்ணோட்டத்தில் பார்த்தாலும், நாம் விரைவில் தூங்கினால் அது நமக்குப் பெரும் உதவியாக இருக்கும். 'இரவில் விரைவில் தூங்கச் சென்று, காலையில் விரைவில் எழுவது மனிதனை ஆரோக்கியமானவனாகவும்,

செல்வந்தனாகவும், விவேகியாகவும் ஆக்குகிறது' என்னும் பழைய ஆங்கிலப் பழமொழியின் விவேகத்தை நினைவில் கொள்ளுங்கள்.

'ஒரு நல்ல இரவு நேரத் தூக்கம் வேண்டியதற்கான மற்றுமொரு காரணம்' என்ற தலைப்பில் *ஜெஃப் இல்லிஃப்* (**Jeff Illif**) என்பவர் ஆற்றிய அருமையான உரை ஒன்றில் அவர், நமது நரம்பு மண்டல அமைப்பு, தூக்கத்தின்போது எவ்வாறு நச்சுப் பொருள்களிலிருந்து தன்னை நீக்கிக்கொள்கிறது என்பதை விவரிக்கிறார். நமது மத்திய நரம்பு மண்டலத்தில் நிணநீர் வடிகால் எதுவும் இல்லை. ஆகவே பெருமூளையின் தண்டுவட நீர், உயிரணுக்களுக்கு இடையே உள்ள இடைவெளியின் வழியே சென்று மூளையிலிருந்து நச்சுப் பொருட்களை நீக்குகிறது. இது தூக்கத்தின்போது நடைபெறுகிறது. சரியான தூக்கமுறையைக் கையாளும் ஒரு மனிதர் விஷயத்தில் பெருமூளையின் தண்டுவட நீரின்வடிகாலால் நச்சுக்களைத் திறம்பட நீக்கிவிட முடிகிறது. தூக்கமற்றிருக்கும் ஒருவருக்கு நச்சுக்களை நீக்கிவிடும் திறன் வெகுவாகக் குறைந்துவிடுகிறது. அப்போது இந்த நச்சுத்தன்மைகள் நம்மை பாதிக்கின்றன. ஆகவே மோசமான மனநிலைகளுக்கு நாம் எளிதில் இலக்காகிறோம். நமக்கு தூக்கம் இல்லாமல் போகும்போது, காலையில் என்ன ஆகிறது? நாம் கோபமும் எரிச்சலும் அடைகிறோம். ஆகவே தூக்கம் இழந்த மனிதர்கள் பெரும் எண்ணிக்கையிலான சாலை விபத்துகளுக்குக் காரணமாகிறார்கள் என்பதில் ஆச்சரியமில்லை. அவர்களால் ஆக்கபூர்வமான விவாதங்களிலும், பலனளிக்கும் உரையாடல்களிலும் தங்களை ஈடுபடுத்திக்கொள்ள முடிவதும் இல்லை. ஒவ்வொரு சிறிய மாறுபட்ட கருத்துக்கும் அவர்கள் எரிச்சல் அடைகிறார்கள்.

ஒரு நல்ல இரவுத் தூக்கத்தைப் பெறுவதற்கு சில உதவி குறிப்புகள்:

1) காலையில் சீக்கிரம் எழுந்து சில நிமிடங்கள் சூரிய ஒளியில் இருங்கள்.
2) மாலையில் சூரியன் மறையும் நேரத்தில் அல்லது உங்களது அன்றைய வேலையை முடித்த பிறகு, அந்த நாளின் கவலைகள் மற்றும் மன அழுத்தங்களைப் போக்க முடிவதற்காக ஹார்ட்ஃபுல்னெஸ் சுத்திகரிப்பைச் செய்யுங்கள்.
3) உறங்குவதற்கு இரண்டு மணி நேரத்திற்கு முன்பாக, உங்கள் மூளை அலைகளின் வேகம் குறைந்து, நீங்கள் இயல்பாகத்

தூக்கநிலைக்குச் செல்லும் விதத்தில், பின்மாலையில் உங்கள் வேலைகளை நிறைவு செய்யுங்கள்.

4) தூங்குவதற்கு முன், அன்றைய நாளில் எதை நீங்கள் இன்னும் சிறப்புற செய்திருக்க முடியும் என்று முதலில் ஆராய்ந்து, நீங்கள் ஏதாவது தவறுகள் செய்திருந்தால், அவற்றை இனி மீண்டும் செய்வதில்லை என்று உறுதி எடுத்துக் கொண்டு, அவற்றைப் போகவிடுங்கள். அதன் பிறகு ஆழ்ந்த வெளிப்படையான ஓய்வான நிலையில் உங்கள் மையத்துடன் இணைந்தவராக நீங்கள் தூங்குவதற்கு ஏதுவாக ஹார்ட்ஃபுல்னெஸ் பிரார்த்தனையைச் செய்யுங்கள்.

இதற்குப் பிறகும் தூங்குவதில் உங்களுக்குப் பிரச்சினை இருந்தால், இன்னும் சில உதவிகரமான குறிப்புகள்:

1) தூங்கச் செல்வதற்கு முன் உங்கள் பாதங்களை சுத்தம் செய்யுங்கள்.

2) வலது பக்கமாகப் படுத்துத் தூங்க முயற்சி செய்யுங்கள்; ஏனெனில், அது உங்கள் துணைப் பரிவு நரம்பு மண்டலத்தைத் தூண்டி, நீங்கள் அமைதியடைவதற்கு உதவுகிறது.

3) உங்கள் தலைக்கு மேலே இருந்து,மென்மையான குளிர்ந்த தண்ணீர் விழுந்து உங்களை அமைதிப்படுத்துகிறது என்று கற்பனை செய்யுங்கள்.

4) மிதமான சூட்டில் ஒரு டம்ளர் பால் குடியுங்கள்.

5) படுக்கையில் படுத்தபடி ஹார்ட்ஃபுல்னெஸ் ஓய்வுநிலைப் பயிற்சியை செய்யுங்கள்.

6) மனதிற்கு ஆறுதலளிக்கும் (மனதை ஆசுவாசப்படுத்தும்) இசையைக் கேளுங்கள். குறிப்பாக தூங்கச் செல்லும் நேரம் கேட்பதற்கான நல்ல இசையை **www.heartfulness.org/goodnightsleep** என்ற இணையதளத்தில் காணலாம்.

வாழ்க்கையில் நாம் தலைசிறந்து விளங்க விரும்பும்போது, நமது தூக்கமுறையை இயல்பானதாக ஆக்குவதற்கு நாம்

ஒரு வழியைக் கண்டறிவோம். இல்லையெனில் அந்த ஒரு அடிப்படையான விஷயத்திலேயே ஆயுள் முழுவதும் நாம் போராடிக் கொண்டிருப்போம். நமது தினசரி நடவடிக்கைகளில் நமக்கு சரியான உணர்வுறுநிலை இருக்காது. சரியான ஆன்மீக நிலையும் இருக்காது. நமக்கு வழிகாட்டியாகத் திகழ்கின்ற சக்தியாகிய நமது உணர்வுறுநிலையையே நாம் வேரோடு அகற்றிவிடுகிறோம். ஆகவே மேலும் அதிக அளவில் உணர்ச்சிவசப்படுதல் மற்றும் பிரதிவினை புரிதல் ஆகியவற்றிற்கு, எளிதில் இலக்காவதை நாம் அனுமதிக்கிறோம். நாள் முழுவதிலும் மென்மேலும் பதிவுகளை நாம் சேகரித்துக் கொள்கிறோம். அப்போது சுத்திகரிப்பின் மூலமாக அந்தப் பதிவுகளை நீக்குகின்ற நமது திறன் பாதிக்கப்படுகிறது; அதனால் தியானம் பாதிக்கப்படுகிறது. இவ்வாறு அது கடும் தீங்கிழைக்கும் ஒரு சுழற்சியாக மாறுகிறது.

இதற்கு பதிலாக, ஒரு நேர்த்தியான உள்நிலையை, ஒரு தூய்மையான உள்நிலையை, ஒரு ஆனந்தமான உள்நிலையை நாம் பெற்றிருந்தால், லகுத்தன்மையையும், நன்றி உணர்வையும் நாம் உணர்வோம். இதயத்திலிருந்து வெளிப்படுகின்ற இந்த நன்றியுணர்வு கடவுளுக்கும் நமக்கும் இடையே ஒரு பந்தத்தை உருவாக்குகிறது. இதில் மிகப்பெரிய நன்மை இருக்கிறது. நாம் மென்மேலும் அதிகமான நன்மையைப் பெறும்போது, நாம் மென்மேலும் அதிகமாக அதைச் செய்ய வேண்டுமென உணர்கிறோம்.

சந்திரனின் சுழற்சியும் உண்ணாநோன்பும்

நமது உடல் அறுபது முதல் எழுபது சதவீதம் நீரால் ஆனது. எனவே சந்திரனால் நமது உடலின் மீது ஒரு குறிப்பிடத்தக்க விளைவு ஏற்படுகிறது. சமுத்திர நீரின் மீது சந்திரனின் ஈர்ப்பு சக்தியின் தாக்கத்தை நீங்கள் அறிவீர்கள். சில இடங்களில் அலைகளின் உயரம் ஐம்பது அடிக்கும் மேலாக இருக்கிறது. அதேபோல நம் உடலில் உள்ள நீரின் மீதும் சந்திரனின் தாக்கம் உள்ளது. இந்த 'சந்திர விளைவு' பலவகைத் தாவரங்கள் மற்றும் விலங்குகள் மீதும் இருப்பது கண்டறியப்பட்டுள்ளது.

லூநாடிக் (lunatic) என்ற ஆங்கில சொல் மனித உடலமைப்பின் மீது சந்திரனின் தாக்கம் என்பதிலிருந்து தான் வந்துள்ளது. அதிலும் குறிப்பாக பௌர்ணமியின் போது குற்றச்செயல்கள் வழக்கத்தைவிட அதிகமாக இருப்பதாக பதிவேடுகள் குறிப்பிடுகின்றன. பழங்கால இந்தியர்கள் இதை கவனித்து அறிந்திருக்க வேண்டும். ஏனெனில் சந்திரனின் சுழற்சியில் 8வது நாள் முதல் அதன் ஈர்ப்பு சக்தியின்

விளைவு அதிகரிக்க ஆரம்பித்து, 14வது நாளில் அது உச்சத்தை அடைகிறது என்பதை அவர்கள் கவனித்தார்கள். இந்த இரண்டிற்கும் இடையில் ஏகாதசி என்று அவர்கள் பெயரிட்ட 11வது நாள் வருகிறது. ஏகாதசி என்ற சொல் வடமொழியில் 11ஆம் எண்ணைக் குறிக்கிறது. ஒவ்வொரு மாதத்திலும் இரண்டு ஏகாதசி தினங்கள் வருகின்றன. ஒன்று மாதத்தின் முதல் பாதியில் வளர்பிறையில் வருகிறது. மற்றொன்று அதன் இரண்டாம் பாதியில் தேய்பிறையில் வருகிறது. உடல் நலத்திற்கு இந்நாட்கள் ஒரு குறிப்பிட்ட முக்கியத்துவத்தைக் கொண்டுள்ளன. எனவே பலர் இந்த நாட்களில் உண்ணாநோன்பு இருக்கிறார்கள். தங்கள் உடல் நலம் மற்றும் நலவாழ்விற்காக இந்தச் சடங்கை மக்கள் பின்பற்ற வேண்டும் என்று இந்த பயிற்சி மதத்தோடு சம்பந்தப்படுத்தப்பட்டது. ஏகாதசி நாட்களில் நாம் உணவை மிதமாக உட்கொள்ளும்போது, நமது உடலமைப்பில் சந்திரனின் தாக்கத்தையும் குறைக்கிறோம் என்பதை நம் முன்னோர்கள் கண்டறிந்தார்கள்.

நம் சரீர அமைப்பை சமன் செய்வதற்காக உண்ணாநோன்பு இருக்கும் கருத்து, டாக்டர். யோஷினோரி ஓஸுமி (Dr.Yoshinori Ohsumi) என்பவரின், மனித உடலில் நடைபெறும் மறுசுழற்சி செயல்பாட்டினைப் பற்றிய (Autophagy) மனம் கவரும் ஆய்வறிக்கைக்கு இசைந்ததாக இருக்கிறது. இதற்காக அவருக்கு 2016ஆம் ஆண்டின் மருத்துவத் துறைக்கான நோபல் பரிசு அளிக்கப்பட்டது. மறுசுழற்சி செயல்பாடு (*ஆட்டோபேகி*) என்பது நமது உடலின் உள்முக மறுசுழற்சியைக் குறிக்கிறது. இந்தச் செயல் முறையில் நமது உடல் தனது பழுதுபட்ட உடல் அணுக்களையும், உபயோகிக்கப்படாத புரதச் சத்துக்களையும் மறுசுழற்சி செய்து உணவாக்கிக் கொள்கிறது. உண்ணாநோன்பின்போது இது மேலும் பயனளிக்கும் விதத்தில் நிகழ்கிறது. ஒரு தொற்றுநோய்க் கிருமி தாக்குதலுக்குப் பிறகு, இந்த செயல்முறை *பாக்டீரியா* மற்றும் *வைரஸ்* கிருமிகளால் தாக்கப்பட்ட உடலின் அணுக்களை நீக்குகிறது. பல பாரம்பரியங்களில், 'ஜலதோஷம் பிடித்தால் பட்டினியாக இரு' என்று ஒரு பழமொழி இருப்பது பலரும் அறிந்ததே. நமது உடல்ரீதியான, உணர்ச்சி பூர்வமான மற்றும் மனோரீதியான அமைப்புகளுக்கிடையே தொடர்பிருப்பதை நம் முன்னோர்கள் கண்டறிந்தார்கள். எனவே குறிப்பிட்ட நாட்களில் உண்ணாநோன்பு இருக்கும் சடங்கை ஆரம்பித்தார்கள் என்று நான் நம்புகிறேன். ஆகவே தன்னிடம் இருக்கும் பழுதடைந்த செல்களை மறுசுழற்சி செய்யும் இந்த செயல்முறை வெறும் உடல்சார்ந்த நன்மைகளைத் தாண்டி நமது உணர்ச்சிபூர்வமான மற்றும் மனோரீதியான நல்வாழ்விலும் ஒரு பங்குவகிக்கிறது என்பது

அறிவுபூர்வமான ஒரு கருத்தாகும். இதை உறுதி செய்ய மேலும் அதிக ஆராய்ச்சி தேவைப்படுகிறது.

வாழ்க்கையில் மிக முக்கியமான கோட்பாடுகளில் ஒன்று, இயற்கையோடு இசைந்து இருத்தல் என்பதாகும். நாம் ஆற்றின் நீரோட்டத்துடன் சேர்ந்து நீந்தலாம் அல்லது ஆற்றின் போக்கை எதிர்த்தும் நீந்தலாம். ஆனால், எதிர்த்துச் செல்வதால் நாம் என்ன பலனை அடைகிறோம்?

கதிர்வீச்சு

நம் வாழ்க்கையில் மின்காந்த தொழில்நுட்பம் பெருமளவுக்கு ஒன்றிணைந்த ஒரு பகுதியாக இருக்கிறது, *வைஃபை* (WiFi), இணையதள வசதி, *ப்ளூடூத்* என்ற தொழில்நுட்பம், கைபேசிகள், கணினிகள், *டாப்லட்கள்* என்ற ஒருவித தொலைத்தொடர்பு சாதனம், *மைக்ரோவேவ்* அடுப்பு, மருத்துவ உபகரணங்கள் மற்றும் அனைத்து விதமான, மனிதனால் செய்யப்பட்ட மின்காந்த கதிர்வீச்சை வெளியிடும் சாதனங்களும் நமது சுற்றுச் சூழலில் உள்ளன. இன்று அதன் விளைவுகளைப் பற்றி இன்னும் அதிகமாகக் கற்க ஆரம்பித்திருக்கிறோம். உதாரணமாக 2011ம் ஆண்டு மே மாதம், WHO எனப்படும் உலக சுகாதார அமைப்பின் புற்றுநோய் பற்றிய ஆராய்ச்சிக்கான சர்வதேச நிறுவனம், கைபேசிகளிலிருந்தும் மற்ற சாதனங்களிலிருந்தும் வரும் மின்காந்தப் புலங்களை வகைப்படுத்தி, இவை, 'மனிதர்களுக்கு புற்றுநோய் உண்டாக்கும் சாத்தியம் உள்ளவை' என்று அறிவித்துள்ளது மற்றும் இம்மாதிரி சாதனங்களின் கதிர்வீச்சிற்கு நாம் ஆட்படுவதை குறைத்துக் கொள்வதற்காக *'ஹேண்ட்ஸ்ஃப்ரீ'* எனப்படும் கையில் வைத்துக்கொள்ளாமல் தொலைவிலிருந்து இயக்கும் சாதனத்தை பயன்படுத்துதல், பேசுவதற்கு பதிலாக குறுஞ்செய்தி அனுப்புதல் போன்ற பாதுகாப்பு முறைகளைப் பின்பற்றுமாறு அனைவருக்கும் அறிவுரை தந்துள்ளது.

இப்போது 'உயிரி மின்காந்தத்துறை' என்று அறியப்படுகின்ற ஒரு ஆராய்ச்சித்துறை இருக்கிறது; ஸ்வீடன், ஆஸ்திரியா, ஜெர்மனி, ஃப்ரான்ஸ் ஆகிய நாடுகளில் இருக்கும் இத்துறை சார்ந்த வல்லுனர்கள் தங்கள் நாட்டு மக்களுக்கு கீழ்க்கண்ட பரிந்துரைகளை செய்துள்ளனர்.

- தலையில் கதிர் வீச்சின் தாக்கத்தைக் குறைப்பதற்காக 'ஹேண்ட்ஸ் ஃப்ரீ' எனப்படும் சாதனத்தை பயன்படுத்துங்கள்.
- உங்கள் கைபேசியை உடலைவிட்டு தொலைவில் வைத்திருங்கள்.

• வெளிப்புற *ஆன்டென்னா* (ஒலி, ஒளிக்கதிர்களைப் பெற்று உங்கள் கைபேசிக்கு அனுப்பும் சாதனம்) இன்றி காரினுள் உங்கள் கைபேசியை பயன்படுத்தாதீர்கள்.

மின்காந்தப் புலங்கள் (Electromagnetic Fields) நமது உயிரியல் தன்மை மற்றும் உடல்நலத்தை எவ்வாறு பாதிக்கின்றன? நமது சூட்சும சரீரம்தான் நமது ஆற்றல் மிக்க உடல். அது மின்னோட்டத்தின் எதிர்மறை மற்றும் நேர்மறை காந்தசக்தி ஈர்ப்பால் தனக்கே உரியதான மின்காந்தப் புலத்தைக் கொண்டுள்ளது. இதனால், சுற்றுப் புறத்தில் உள்ள மற்ற ஆற்றல் புலங்களினால் சூட்சும சரீரம் பாதிக்கப்படுகிறது. உதாரணமாக, இடியுடன் கூடிய பெரும் மழைக்கு முன்பாக, சூழ்நிலையில் அதிகரிக்கும் நேர்மறை மின்மயத் துகள்கள் அமைதியின்மையை உருவாக்குகின்றன. பெரும் மழை வந்தவுடன் வெளிப்படும் எதிர்மறை மின்மயத் துகள்கள் அமைதியைத் தருகின்றன.

இயற்கையில் அனைத்துமே ஒரு செயலாற்றல் மிக்க சமநிலையில் அல்லது நடுநிலையிலான அமைதியில் இருக்கின்றன. இது எந்தவொரு குறிப்பிட்ட நாளிலும், மாறுபட்ட ஆற்றலின் ஓட்டம் ஒன்றோடொன்று இசைந்திருக்கும் வண்ணம் தொடர்ந்து மாறுவதைப் போல உள்ளது. இதே விதமான ஒன்று மாறி இன்னொன்று வருகின்ற அமைப்பு, சூரிய மற்றும் சந்திர நாடிகளுடன் தொடர்புடைய பரிவு நரம்பு மண்டலம் மற்றும் துணைப்பரிவு நரம்பு மண்டலம் இவற்றின் ஓட்டங்களுடன், இசைந்து இருப்பது அறியப்பட்டுள்ளது. அதில் சில நேரங்களில் ஒன்று ஆதிக்கம் செலுத்துகிறது. அதன்பிறகு அது இடம் மாறி மற்றொன்று ஆதிக்கம் செலுத்துகிறது. சூரியோதயம் மற்றும் சூரிய அஸ்தமன நேரங்கள் நிலையான விதத்தில் மாற்றத்திற்கான புள்ளிகளாக உள்ளன. அப்போது கடல் அலைகளின் மாற்றத்தைப் போலவே ஆற்றலும் மாற்றமடைவது மிகவும் முதன்மை பெறுகிறது. இந்த காந்த ஈர்ப்பு அமைப்பினை, பேரண்டம் மற்றும் சிற்றண்ட நிலைகள், அதாவது கோள்களின் இயக்கங்கள் மற்றும் அணுத்துகள்களின் இயக்கங்களிலும் காண்கிறோம்.

மனிதனால் செய்யப்பட்ட மின்காந்தப் புலங்களை நமது சுற்றுப்புறச் சூழலில் சேர்க்கும்போது என்ன நிகழ்கிறது? அவை நம் உடலின் இயற்கையான மின்காந்தப்புலங்களுடன் எதிர்ச் செயலாற்றுகின்றன. எனவே நம் நகரத்தின் சுற்றுப்புறத்தில் இந்தக் கம்பியில்லாத் தொழில்நுட்பம் எவ்வளவு வலுவானதாக உள்ளதோ, அந்த அளவுக்கு அவை நம்மை அதிகமாக பாதிக்க வாய்ப்புள்ளது. சிலர் கூருணர்வுத்திறன் உடையவர்களாக இருப்பதால், அவர்களுக்கு தலைவலி, தோல்நோய், குமட்டல் மற்றும் நரம்பு சம்பந்தப்பட்ட

கோளாறுகள் உண்டாகின்றன. மின்காந்தப் புலங்களினால்தான் இந்த நோய் அறிகுறிகள் ஏற்படுகின்றன என்பதற்கான சான்று இன்னும் முடிவாக உறுதிப்படுத்தப்படவில்லை. ஆனால், நமது சூட்சும சரீரத்தில், அதன் ஆற்றலின் புலத்தில் முதலில் இதன் விளைவுகள் ஏற்படுகின்றன. அதையடுத்து உடல் சார்ந்த விளைவை ஏற்படுத்த அவை கீழிறங்குகின்றன. உண்மையில் பெரும்பாலான நோய்கள் சூட்சும சரீரத்தில் ஒரு சமனற்ற நிலை அல்லது சமநிலைக்கு இடையூறாக ஆரம்பமாகின்றன. அதனால்தான் பாரம்பரிய முறையிலான சீன மருத்துவமுறை நரம்பு மண்டலத்திலும், ஆயுர்வேத மருத்துவமுறை நாடிகள் மற்றும் சக்கரங்களிலும் கவனம் செலுத்துகின்றன. பௌதீக விளைவை நம்மால் அளவிட முடியவில்லை என்பதால், இன்னும் சூட்சுமமான நிலைகளில் எதுவும் நடக்கவில்லை என்று பொருளல்ல.

சில ஆண்டுகளுக்கு முன்பு டென்மார்க் நாட்டில் இளம் பெண்களின் குழு ஒன்று பள்ளியில் ஒரு பரிசோதனை செய்தார்கள். அவர்களில் ஒரு பெண், 'பள்ளியில் மனதை ஒருமுகப்படுத்துவதில் எங்களுக்கு சிரமம் இருப்பதை உணர்ந்ததாக, நாங்கள் அனைவரும் எண்ணினோம். இரவில் எங்கள் தலைக்கு அருகே கைபேசியை வைத்துக்கொண்டு தூங்கினால், தூக்கத்தில் இடையூறுகள் ஏற்படுவதையும் அனுபவித்தோம்' என்று சொன்னாள். அவர்கள் ஒருவகை நீர்த்தாவரத்தின் 400 விதைகளை சேகரித்து அவற்றை பன்னிரண்டு குழிவான தட்டுகளில் போட்டு, அதில் ஆறு தட்டுகளை கதிர்வீச்சு இல்லாத ஒரு அறையில் வைத்தார்கள். அடுத்த ஆறு தட்டுகளை இரண்டு *வைஃபை ரௌட்டர்*கள் (*வைஃபை* அலைகளை திசைதிருப்பி அனுப்பும் சாதனங்கள்) இருந்த ஒரு அறையில் வைத்தார்கள். இந்த இரண்டு தட்டுகளிலும் ஒரே அளவு தண்ணீர் ஊற்றி, ஒரே மாதிரி வெளிச்சம் வரும்படியாகச் செய்தார்கள். பன்னிரண்டு நாட்களுக்குப் பிறகு, *வைஃபை* சாதனம் இருந்த அறையில் வைக்கப்பட்டிருந்த விதைகள் நன்றாக வளராமல், அவற்றில் சிலவற்றின் இயல்பே மாறி, அழிந்துவிட்டன.

இந்தப் பரிசோதனை அனைத்து நாடுகளின் கவனத்தையும் ஈர்த்தது. எனவே விஞ்ஞானிகள் இதை வேறு தாவரங்களைப் பயன்படுத்தி, ஒரு அறிவியல் பரிசோதனையாக மீண்டும் செய்தார்கள். இந்தப் பரிசோதனையில் மாறுபட்ட காரணிகளையும் சேர்த்துக் கொண்டார்கள்.

நான்கு வெவ்வேறு சூழ்நிலைகளில் தட்டங்களில் வைக்கப்பட்ட பாசிப்பயிறு விதைகளைப் பயன்படுத்திய உதாரணம் இங்கே தரப்பட்டுள்ளது.

பாசிப்பயறுகளைக்கொண்டு கதிர்வீச்சு பரிசோதனை

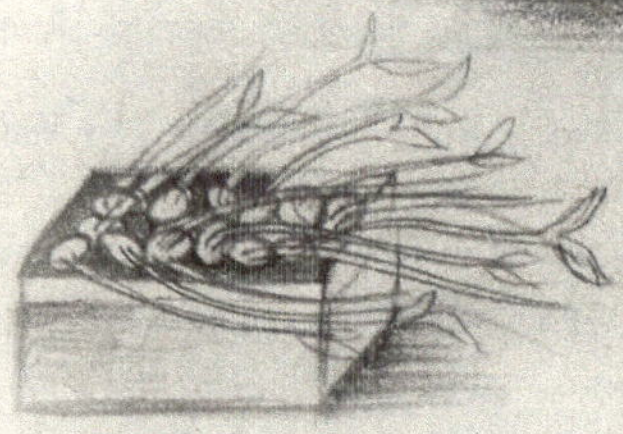

கம்பியில்லா
தொடர்பு சாதனம்

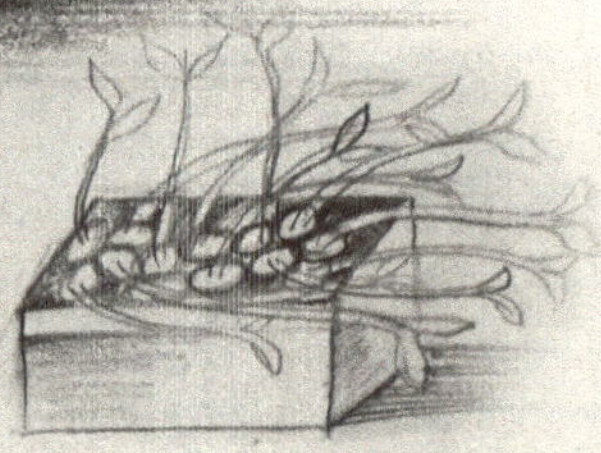

புளூடூத்
(குறுகிய அலை அளவு
கொண்ட கம்பியில்லா சாதனம்)

கட்டுப்படுத்தப்பட்ட-
கதிர்வீச்சு இல்லாத சூழல்

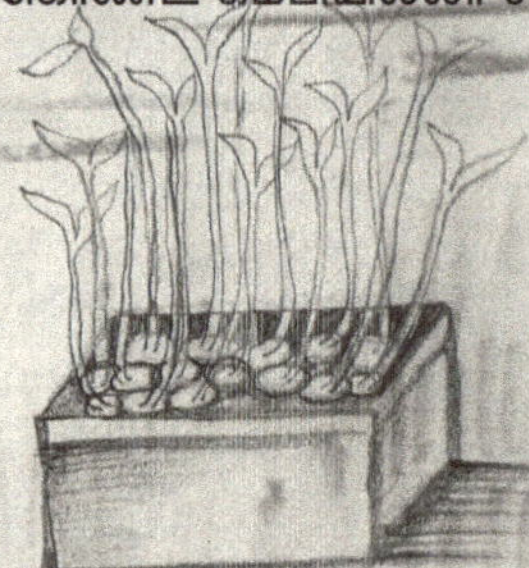

கதிர்வீச்சு இல்லாத சூழல்
- தியானம் அல்லது
பிரார்த்தனை செய்யும் இடம்

நீங்களே இதை முயற்சி செய்து என்ன நடக்கிறது என்பதைப் பாருங்கள். தங்கள் பரிசோதனையை செய்து முடித்த பிறகு *டேனிஷ்* மாணவிகளில் ஒருவர் ‘இனிமேல் நாங்கள் யாரும் எங்கள் கைப்பேசியை படுக்கையில் வைத்துக்கொண்டு தூங்கமாட்டோம். கைப்பேசியை ஒன்று தூரத்தில் வைத்துவிடுவோம் அல்லது வேறு ஒரு அறையில் வைத்துவிடுவோம். எங்கள் கணினியும் எப்போதும் அணைத்து வைக்கப்பட்டிருக்கும்’ என்று கூறினார்.

ஒரு மாறுதலை ஏற்படுத்துகிற சில எளிய விஷயங்கள்:

- இரவு நேரம் உள்பட, உபயோகத்தில் இல்லாதபோது *வைஃபை* சாதனத்தை அணைத்துவிடுங்கள்.
- காரில் செல்லும்போது அவசியமாக இருக்கும்போது மட்டும் உங்கள் கைப்பேசியை பயன்படுத்துங்கள். காரில் போகும்போது கைப்பேசிக்கு மின்சக்தி ஏற்றாதீர்கள்.
- உங்கள் சட்டைப் பையில் வைக்காமல், ஒரு தனிப்பையில் கைப்பேசியை வைத்திருங்கள்.
- *ப்ளூடூத்* வசதியை தேவைப்படும்போது மட்டுமே இயக்குங்கள்.
- தூங்கும்போது கைப்பேசியை தூரத்தில் வைத்திடுங்கள்.
- குழந்தைகளிடம் விளையாடுவதற்கு பொம்மைகளைப்போல கைப்பேசியைக் கொடுப்பதை தவிர்த்துவிடுங்கள்.

இந்தத் தொழில் நுட்பங்கள் நமக்குப் பல நன்மைகளைக் கொண்டு வந்திருக்கின்றன. அவை குறைவானவை அல்ல. இதனால் உலகில் உள்ள மக்கள் மிகவும் சுலபமாக ஒருவருக்கொருவர் தொடர்பு கொள்ள முடிகிறது. குடும்பங்கள் தொடர்பில் இருக்க முடிகிறது; வியாபாரம் செழிப்படைய முடிகிறது, என்பது உண்மை. உலகளாவிய வலைப்பின்னலை அவை புரட்சிகரமானவையாக ஆக்கியுள்ளன. ஆனால் ஒரு குறிப்பிடத்தக்க கீழ்நோக்கிய பாதிப்பையும் அவை ஏற்படுத்தியுள்ளன. இன்று நம்மில் பலர் இந்தத் தொழில்நுட்பங்களை ஒரு போதைப் பழக்கத்தின் அளவுக்கு சார்ந்து நிற்கிறோம். இந்த சாதனங்களுடன் இணைந்து வருகின்ற கதிர்வீச்சு உடல்நலத்துக்கு மிகவும் தீமை செய்யக்கூடும், ஏனென்றால் நமது சூட்சும சரீரத்தின் மீதும், நமது உணர்வுறுநிலையிலும் அதன் தாக்கம் அத்தகையது. தொடர்ந்து பயன்படுத்துவதன் வாயிலாக ஏற்படக்கூடிய நீண்டகால விளைவுகள் பற்றி காலம்தான் பதில் சொல்லப்போகின்றது. இன்று நாம் பண்டைகால ரோமானியர்களைப் பார்த்து, சமையலின்போது

விஷத்தன்மையை அளிக்கக்கூடிய ஈயப்பாத்திரங்களை பயன்படுத்தும் அளவுக்கு மூடர்களாக ஏன் இருந்தார்கள் என்று வியந்து யோசிக்கிறோம். அதேபோல, இந்த மின்னனுத் தொழில்நுட்பங்களை கண்மூடித்தனமான மற்றும் கட்டுப்பாடற்ற முறையில் நாம் பயன்படுத்தியுள்ளதை அறிந்து, அதே நம்பமுடியாத திகைப்புடன் இருபத்து மூன்றாம் நூற்றாண்டு மனிதர்கள் நம்மைத் திரும்பிப் பார்க்க போகின்றனரோ?

11. உங்களது உறவுமுறைகளை சீரமைத்துக்கொள்ளுங்கள்

இருபதிலிருந்து முப்பது வயதிலுள்ள இன்றைய இளைஞர்களின் மனதில் என்ன ஓடுகிறது என்று கேட்டால், பலரும், உறவுமுறைகள் மற்றும் வாழ்க்கைக்கான தொழில் என்றுதான் கூறுவார்கள். முப்பது - நாற்பது வயதிலுள்ளவர்களிடம் கேட்டால், அவர்களது பதிலும் இதுவாகவே இருக்கக்கூடும். நாம் குடும்பங்களிலும், சமூகங்களிலும், நகரங்களிலும், தேசங்களிலும் வாழ்வதால், உறவுமுறைகள் முக்கியமானவையாகின்றன. நாம் இயல்பாகவே சமூகம் சார்ந்த உயிரினங்களானதால், நமது முக்கியமான உறவுமுறைகளில் ஏதாவது முரண்பாடு ஏற்பட்டால், அது நம் உறவுமுறைகளை முறித்துவிடக்கூடும். இருப்பினும் 'எனக்கு ஆரோக்கியமும், மகிழ்ச்சியும் நிறைந்த, ஆக்கபூர்வமான உறவுமுறைகளைப் பேணி வளர்க்கத் தெரியும்' என்று நம்மில் எத்தனை பேரால் கூற இயலும்? காலப்போக்கில் நான் உறவுமுறைகளைப் பற்றி கற்றுக்கொண்ட சில விஷயங்கள் இங்கு இடம் பெறுகின்றன.

மரியாதை

உறவுமுறைகளில், பரஸ்பர நம்பிக்கையும், மரியாதையும் இருப்பது சிறப்பான தன்மையாகும். ஆனால் நாம் பெரும்பாலும், நமது சுய-மரியாதையைப் பற்றிதான் அதிக அக்கறை கொள்கிறோம். மற்றவர்களை நாம் மதிக்க முயலுவதைவிட, பிறர் நம்மை மதிக்க வேண்டும் என்று எதிர்பார்க்கிறோம். எனக்கு 'சுய-மரியாதை' என்னும் கருத்தின் மேல் அதிக மதிப்பு கிடையாது. ஏனெனில்

அது பொதுவாக குழந்தைத்தனமாக இருக்கின்றதேயன்றி, நமது வளர்ச்சிக்கு உதவுவதில்லை. ஆனால் இவ்விஷயத்தை ஒரு மேன்மையான அணுகுமுறையில் சிந்திப்போம். சுய-மரியாதையைப் பற்றி, நமது ஹார்ட்ஃபுல்னெஸ் பாரம்பரியத்தின் இரண்டு குருமார்கள், கீழ்க்கண்டவாறு கூறியுள்ளார்கள்.

> பாபூஜி: 'எனது அபிப்பிராயத்தில், சுய மரியாதை என்பது, மற்றவர்கள் நமக்கு எதைச் செய்வதை நாம் விரும்பமாட்டோமோ, அதை நாம் அவர்களுக்கு செய்யாதிருப்பதேயாகும்.'

> லாலாஜி: 'அனைவரும், பரஸ்பரம் பேச்சு வார்த்தையில் சற்று கவனமாக இருக்கவேண்டும். அதிகம் பேசுவதற்கு வாய்ப்பு அளிக்கக்கூடாது - அதாவது, நீண்ட விவாதத்திற்கு அதிக வாய்ப்பு ஏற்படுத்திக் கொடுக்கக் கூடாது. ஒருவர், தனது வீட்டு ரகசியங்களை அனைவரிடமும் வெளிப்படுத்தக் கூடாது. ஒருவர் தன்னை பலவீனமானவனாகக் கருதக் கூடாது. மற்றவர்கள் நம்முடன் பண்பற்ற முறையில் நடந்துகொள்ளுமாறு செய்ய வைக்கும் எந்த வார்த்தைகளையும் உபயோகப்படுத்தக் கூடாது. இவை அனைத்தும் சுய மரியாதையில் அடங்கும்.'

இப்போது நாம் மற்றவர்கள் மீது மரியாதை செலுத்துவது பற்றி யோசிப்போம். உண்மையில் அது, உங்களுக்கு உங்கள் மீதேயான அன்பின் மறுவடிவமாகும். உங்களையே நீங்கள் நேசிக்காவிடில், இந்த மிகச்சிறந்த அன்பு உங்களுக்குள் உருவாவது ஒருபோதும் சாத்தியமில்லை.

நீங்கள் செய்த ஏதோவொரு செயலினால், உங்களுக்கு உங்கள் மீதே வருத்தமேற்பட்டு, அதனால் நீங்கள் கோபத்துடன் இருக்கின்ற ஒரு சூழ்நிலையை எடுத்துக் கொள்ளுங்கள். அத்தகைய நேரத்தில் நீங்கள் மற்றவர்களை மதிக்க முடியுமா? அது சாத்தியமேயில்லை. அதற்கு மாறாக, நீங்கள் அன்பார்ந்த மனநிலையில் இருக்கும்போது எப்படி நடந்துகொள்கிறீர்கள் என்று பாருங்கள். அப்போது உங்கள் முன் ஒரு விரோதி வந்தால் கூட, நீங்கள் பழகும் விதத்தைக் கண்டு அவன், 'இவர் என்னை எவ்வளவு நன்றாக நடத்துகிறார்' என்று உணர்வான். பிறகு அவன் மாறியவனாகத் திரும்பிச் செல்வான்.

மற்றவர்கள் மேலுள்ள மரியாதை, பலவிதங்களில் வெளிப்படுத்தப்படுகிறது. உதாரணத்திற்கு, நீங்கள் ஒரு பிரமுகரை சந்திக்க அழைக்கப்பட்டால், அரைக்கால் சட்டையை அணிந்து செல்வீர்களா? மாட்டீர்கள். ஏனென்றால், அவர் மீதுள்ள மரியாதையை,

நீங்கள் வெளிப்படுத்த விரும்புகிறீர்கள். கருத்து என்னவெனில், நீங்கள் அழகாகத் தோற்றமளிக்க வேண்டும் என்பது உங்களது நோக்கமல்ல. ஆனால் (சமூகத்தில் உயர் அந்தஸ்திலுள்ள) ஒருவரை நாம் சந்திக்கும்போது கூடுதல் கவனத்துடன் இருக்கவேண்டும். நாம் டை அணிந்து அலுவலகம் செல்கிறோம். ஏனெனில் சில விருந்தினர்கள் நம்மை சந்திக்க வருகின்றார்கள், நாம் அவர்களுக்குரிய மரியாதையை அளிக்கவேண்டும். நாம் நமது பெருமைக்காக டை அணியவில்லை. முக்கியமாக, மற்றவர்கள் மீதுள்ள மரியாதையை வெளிக்காட்டுவதற்காகவே குறிப்பிட்ட முறையில் ஆடை அணிகிறோம்.

அதேபோல, நாம் பேசும் விதம், அமரும் விதம், தலையை நிமிர்த்தி வைத்திருக்கும் விதம் இவைகூட நாம் சந்திக்கின்ற மனிதர்களுக்கு சிலவற்றை உணர்த்துகிறது. விருந்தினர்கள் முன்னால், நாம் அருவருக்கத்தக்க முறையில் நடந்துகொண்டால், அது மரியாதையாகாது. நீங்கள் எதுவும் பேசாவிட்டாலும், உங்களது நடத்தை பேசுகின்றது.நேர்மையாக அல்லது உளமார்ந்து நாம் நம்மை வெளிப்படுத்திக் கொள்ளாதபோது, அதனை நமது தோற்றமும், நடத்தையும் தெரிவித்துவிடுகின்றன.

ஒரு சிலர் அறைக்குள் வரும்போதே ஒரு புயலை ஏற்படுத்தியது போல் வருவார்கள். கதவை சத்தமாக மூடுவார்கள். அவர்கள் நடக்கும் விதம், பேசும் விதம், பார்க்கும் விதம், இவையே பல விஷயங்களை வெளிப்படுத்துகின்றன. அவர்கள் மரியாதையற்ற சூழலை தங்களுடன் கொண்டு வருகிறார்கள், ஏனெனில் அவர்களிடம் மற்றவர்களுக்கான அன்பு இல்லை. அவர்கள் மற்றவர்களை மதிப்பதில்லை.

மேலும், குழந்தைகளுடனான நமது உறவுமுறைகளைப் பற்றி என்ன சொல்வது? நாம் குழந்தைகளை ஒரு பொருட்டாக மதிக்காமல், அவர்கள் குழந்தைகள்தானே என்று பெரும்பாலும் அவர்களை மதிப்பதில்லை. ஆனால் பாபூஜி குழந்தைகளுடன் பழகுவதை கவனித்தால், அவர் சிறு குழந்தைகளை, 'நீங்கள்' என்றுதான் அழைப்பார். ஏனென்றால் அவர் சிறுவர்களை மிகவும் மதித்தார்.

நாம் மிகுந்த மரியாதையுடன் ஒரு குழந்தையை அழைக்கும்போது, இவ்வுலகில் பிறந்து, வளர முயலும் அந்த சிறு குழந்தையிடம் நாம் அந்தப் பண்பை உருவாக்குகிறோம். ஆனால் நாம் எந்நேரமும் அந்தக் குழந்தையிடம், 'நீ ஒரு முட்டாள், இங்கு உட்கார், நீ இதைச் செய்யக்கூடாது, நீ அதைச் செய்யக்கூடாது' என்று தொடர்ந்து போதனை செய்துகொண்டு, எள்ளி நகையாடிக்கொண்டு மற்றும் அக்குழந்தையை ஒதுக்கித் தள்ளினால், அக்குழந்தை அந்த

விதத்திலேயே பேசக் கற்றுக்கொள்ளும். அக்குழந்தைக்கு, சிறு வயது முதலே மரியாதை என்பது தெரியாத ஒன்றாக ஆகிவிடும். குழந்தைகளுக்கு மரியாதை என்றால் என்னவென்று தெரியாவிடில் அதன் காரணம், பெரியவர்கள் அவர்களை மதிக்காதது தானாகும்.

ஒரு சிறு குழந்தைக்கு, 'ஓ! இந்த மலர் மிகவும் அழகாக இருக்கிறது' போன்ற எண்ணம் ஏற்பட்டால், அவளை மெச்சி, 'ஆம், இது மிக அற்புதமான மலர். சரியாகச் சொல்கிறாய்' என்று பாராட்டுங்கள். அவள் மேலும் அதனைப் பற்றி ஆராய வழி காட்டுங்கள். 'அந்த மலரில் எத்தனை இதழ்கள் இருக்கின்றன?', 'அதன் நிறம் என்ன? அதன் நறுமணம் உங்களுக்குப் பிடித்திருக்கிறதா?' என கேட்டு அக்குழந்தை தனது பகுத்தாராயும் திறன்களை வளர்த்துக்கொள்ள உதவுங்கள். முதலிலிருந்தே ஆரம்பித்தால், அது எங்கே செல்லமுடியும் என்பதை நாம் காணலாம்.

அன்பு

அன்பு என்ற இந்தத் தலைப்பைப் பற்றி ஒரு அறிவியல் கருத்துடன் ஆரம்பிக்கிறேன். சீர்குலைவின் அளவு (*என்ட்ரபி*) என்பது என்ன? ஒரு நடைமுறை உதாரணம் மூலம் இதை நாம் புரிந்துகொள்வோம். நீங்கள் நூலகத்திலிருந்து ஒரு புத்தகத்தை எடுத்து வருகிறீர்கள்; உங்கள் அப்பா வேறு ஒரு புத்தகத்தை பரிசாகத் தருகிறார்; உங்கள் சிநேகிதி சில பத்திரிகைகளைக் கொடுக்கிறாள்; உங்களிடமும் இசைக் குறுந்தகடுகள் உள்ளன, இவையனைத்தும் உங்கள் அறையின் சிறிய மேஜை மீது குவிந்து கிடக்கின்றன. ஆகவே இப்போது அங்கு குப்பையாக இருக்கிறது. அறையில் மீதியுள்ள பகுதியும் ஒழுங்கற்ற நிலையில் இருக்கிறது. உங்கள் துணிமணிகள் தரையில் இறைந்து கிடக்கின்றன. உங்கள் காலுறைகள் படுக்கையின் கீழே கிடக்கின்றன. உங்கள் துண்டு, நாற்காலியில் தொங்குகிறது. இது ஒரு சீர்குலைந்த தாறுமாறான நிலையாகும்.

இந்த அலங்கோலத்தைக் கண்டு, நீங்கள் எரிச்சலடைகிறீர்கள். எல்லாவற்றையும் சரி செய்கிறீர்கள். ஒவ்வொரு புத்தகத்தையும் அலமாரியில் அதற்கான இடத்தில் வைக்கிறீர்கள். துணிகளைத் துவைக்கிறீர்கள். படுக்கையை சரிசெய்கிறீர்கள். இப்போது அந்த அறை சுத்தமாக இருக்கிறது. இது மீண்டும் அங்கே மேலும் பல புத்தகங்களையும், மற்ற பொருட்களையும் கொண்டுவந்து இறைக்கும் வரையில்தான். பிறகு மீண்டும் அந்த அறை கலைந்து கிடக்கும் குப்பையாகிறது. ஆகவே இதையெல்லாம் சீராக வைத்திருப்பதற்கு ஆற்றல் உள்ளீடு (input) தொடர்ந்து தேவைப்படுகிறது.

எனவே *என்ட்ரபி* என்பது எந்த அமைப்பிலுமுள்ள சீரற்ற அல்லது ஒழுங்கற்ற நிலையின் அளவாகும். வெப்ப இயக்கவியலின் இரண்டாம் விதி, சீர்குலையும் அளவானது காலப்போக்கில் அதிகரிக்கின்றது என்று கூறுகிறது. ஒரு அமைப்பை சீரான நிலையில் வைத்திருப்பதற்கு, ஆற்றல் உள்ளீடு இல்லாவிடில் காலப்போக்கில் அதன் சீரற்ற நிலையை அது பிரதிபலிக்கிறது.

தினந்தோறும் நாம் பழகும் விதத்தினால் உருவாகக்கூடிய ஒழுங்கற்ற தன்மையின் காரணமாக நமது மனித உறவுமுறைகள்கூட நிலையற்றதாக ஆகிவிட முடியும். நம்முள் விஷயங்களை குவிய விடுகிறோம். படுக்கையறையில் கிடக்கும் புத்தகங்களையும், ஆடைகளையும் போலவே, உணர்ச்சிகளையும், எதிர்செயல்களையும் நம்முள் மேலும் மேலும் சேகரித்துக்கொண்டு நம்முள் சீரமைப்பற்ற தன்மையை உருவாக்கிக் கொள்கிறோம். இதற்காக ஏதாவது செய்தாலன்றி, நாம் சேகரித்துள்ள மனக்கசப்புகளும், எரிச்சல் உணர்வுகளும் ஒருநாள் பொங்கி வெடித்துவிடும். உறவில் ஏற்படும் பிளவுகளையோ அல்லது வேறுபாடுகளையோ சரிசெய்து, அதை நிலைத்திருக்கச் செய்வதற்கு நமக்கு உள்ளீடு தேவைப்படுகின்றது. அப்போது நாம் இவ்விஷயங்களுக்கு மனதில் இடம் கொடுப்பதில்லை அல்லது அவற்றை சேர்த்து வைப்பதில்லை.

அதற்கு தேவைப்படும் உள்ளீடு என்ன? நம் உறவுகளை நிலைத்திருக்கச் செய்வதற்காக, இடைவிடாமல் வெளிப்புற உள்ளீடுகளை கொடுத்துக் கொண்டே இருக்க வேண்டுமா? நாம் தவறு செய்யும் ஒவ்வொரு முறையும், மற்றவரை சமாதானப்படுத்துவதற்கு, *ஐஸ்க்ரீம்* அல்லது மிட்டாய் தரவேண்டுமா? ஒரு உறவு நிலைப்பதற்கு தொடர்ந்து முதலீடு செய்துகொண்டே இருக்க வேண்டும் என்று இதற்குப் பொருளாகிறது. ஒரு சண்டை அல்லது தகராறு நடக்கும் ஒவ்வொரு முறையும் நிரந்தரமான உள்ளீடு தேவைப்படும்போது அந்த உள்ளீட்டின் அளவு அதிகரிக்கிறது. அதே நேரம் எவ்விதத்திலாவது நாம் ஒருவரையொருவர் நேசிப்பது நம் கடமையாகும். இந்த முயற்சியில் நம் மனம் காயப்படலாம். மேலும் நம் தரப்பிலிருந்து ஏராளமான சக்தி தேவைப்படும். ஆனால், நாம் அதற்குத் தயாராக இருந்தால், உறவுகள் மேம்படும்.

நம் தினசரி வாழ்க்கையில் இது எவ்வாறு செயல்படுகிறது? ஒரு குடும்பத்தில், நாம் ஒருவரையொருவர் சகித்துக்கொள்ள வேண்டுமானால், அதற்கு நிரந்தரமான உள்ளீடு தேவைப்படுகிறது என்றால், அது விரும்பத்தக்க விஷயம் அல்ல. உண்மையில், நாம் ஒன்று சேர்ந்து ஒரு வீட்டில் இருந்தாலும், அது ஒரு அன்பான

குடும்பம் அல்ல என்றுதான் பொருள். இதற்கு மாறாக, எந்த குடும்பத்தில் அனைவருக்குமிடையே அன்பும், ஏற்றுக்கொள்ளும் தன்மையும் இருக்கிறதோ, அங்கு விஷயங்களை சரிசெய்ய நீங்கள் *ஐஸ்கிரீம்* வாங்கிக் கொடுக்கவோ அல்லது குடும்பத்தினரை சுற்றுலாவிற்கு அழைத்துச் செல்லவோ எப்போதுமே தேவை இருக்காது. அந்நிலையில் நீங்கள் ஒருவரை ஒருவர் அன்புடன் ஏற்றுக்கொள்கிறீர்கள் என்பதைச் சொல்லத் தேவையில்லை. இதனால் உங்கள் இதயத்தில் உள்ள அன்பாகிய இந்த உள்ளீடே உறவுகளை நிலைநிறுத்துகிறது. அன்பு இருந்தால் ஒரு உயர்மட்ட ஏற்றுக்கொள்ளும் தன்மை உள்ளது.

ஏற்புத்தன்மை என்பதை நான் சகிப்புத்தன்மை என்ற பொருளில் கூறவில்லை. சகிப்புத்தன்மை ஒரு நற்குணமாக இருக்கக்கூடும். ஆனால், ஒருவருடைய தவறுகளை நாம் சகித்துக்கொள்ள வேண்டியிருக்கும்போது, அன்பின் அடிப்படையில் வருகின்ற அந்த ஒரு ஏற்புத்தன்மை நமக்கு இருப்பதில்லை. அன்பு அனைத்தையும் சரி செய்து விடுகின்றது. எங்கிருந்து இந்த அன்பு வருகிறது? அது ஒரு தூய்மையான, உண்மையான இதயத்திலிருந்து வருகிறது. அவநம்பிக்கை உறவுமுறைகளை அழிக்கிறது. அதே நேரம், அன்பு, ஏற்றுக்கொள்ளும் தன்மை, தூய்மை இருக்குமிடத்தில் தியாகம் இயல்பாக இருக்கிறது; அங்கு நம்மால் அனைத்தையும் விட்டுக்கொடுக்க முடிகின்றது.

ஆகவே சீர்குலைவின் அளவு (*என்ட்ரபி*) என்ற இந்தக் கோட்பாடு, உறவுமுறைகளில் அன்பின் முக்கியத்துத்தைப் புரிந்துகொள்ள நமக்கு உதவுகிறது. நமது ஜீவனின் நிரந்தரமான நிலை அன்பாகவே இருக்கும்போது, உள்ளீடுகளுக்கான தேவை மறைந்துவிடுகிறது; உள்ளீடு எதுவுமே தேவைப்படுவதில்லை. இப்படி எதுவுமே தேவையில்லாதபோது, அது மிகவும் நிலையான உறவுமுறை, மிகவும் ஸ்திரமான குடும்பம் என்று பொருளாகிறது. அங்கு எதற்கும் விளக்கம் தேவையில்லை. தேவைப்படுவதில்லை; ஏனென்றால் எங்கே அன்பு இருக்கிறதோ, அங்கே எந்த விளக்கமும் தேவையில்லை.

உண்மையான அன்பு இருக்கும் போது என்ன நிகழ்கிறது? அன்பு அங்கே ஆரம்பமாகி, அந்த இருவரின் இதயங்களும் விரிவடைகின்றன. அவர்கள் பரஸ்பரம் ஒத்துப்போய், தங்களைப் பற்றிய அனைத்தையும் சரிப்படுத்திக்கொள்கின்றனர். அவர்களது தவறுகள்கூட போற்றத்தக்கதாகின்றன. நீங்கள் அவருடன் அதற்காக சண்டையிடுவதில்லை. அதன்பிறகு இதன் அடுத்த நிலை வருகிறது. நீங்கள் உண்மையாக நேசிக்க ஆரம்பிக்கும்போது, உங்களையே

இழக்கத் துவங்குகிறீர்கள். நீங்கள் அந்த மற்றவருடன் ஐக்கியமாக ஆரம்பிக்கிறீர்கள். எனவே அவரை சந்தோஷப்படுத்த அனைத்தையும் செய்ய விரும்புகிறீர்கள். அந்த நேரத்தில் உங்களைப்பற்றி நீங்கள் கவலைப்படுவதில்லை.

காதல் திருமணங்கள் ஏன் தோல்வியடைகின்றன? பரஸ்பர பரிமாற்றம் சமமாக இல்லாத போது இப்படி நிகழ்கிறது. இப்போது அளவு வேறுபடுகின்றது. 'நான் இதைச் செய்திருக்கக் கூடாது' என்று மதிப்பீடு செய்யவும் யோசிக்கவும் ஆரம்பிக்கிறீர்கள். நீங்கள் பின்வாங்க ஆரம்பிக்கிறீர்கள். ஏனெனில் உங்களை முழுமையாக இழப்பதற்கு நீங்கள் விரும்பவில்லை. நீங்கள் பயப்படுகிறீர்கள்: அந்த பயம் அகங்காரத்திலிருந்து வருகிறது. இப்போது நீங்கள் உங்களைப் பற்றி நினைக்க ஆரம்பிக்கிறீர்கள். எனவே அந்த உறவுமுறை தாறுமாறாகச் செல்கிறது. இதற்கு முன்பு உங்கள் சொந்தத் தேவைகள் பற்றி அறியாதிருந்த நீங்கள் இப்போது அதைப்பற்றி சிந்திக்க ஆரம்பிக்கிறீர்கள். முன்பு அந்த மற்றவருக்காக எதையும் மற்றும் அனைத்தையும் செய்ய விரும்பினீர்கள். இப்போது, 'எனக்கு என்ன ஆகிவிட்டது? நான் ஒரு பெரிய டாக்டராக இருந்தேன். இப்போது இந்த அளவிற்கு தியாகம் செய்து கொண்டிருக்கிறேனே?' என எண்ணுகிறீர்கள். பின்னர் அந்த உறவு தோற்றுப்போகிறது. 'நான் தியாகம் செய்திருக்கிறேன்' என்ற எண்ணம் தோன்றிய அக்கணமே அந்தக் காதல் கதை முடிவுறுகிறது.

நாம் நேசிக்கும்போது நம்மைப்பற்றி நினைக்கவே கூடாதா? நாம் நேசிக்கும் போதும் நமது சுய முன்னேற்றத்தின் மீதும் நாம் கவனத்துடன் இருக்க வேண்டிய தேவை தொடர்கிறது என்பது உண்மைதான். எனவே இது ஒரு எச்சரிக்கைதான்: மற்றவருடன் மனக்கசப்புடன் இருப்பதை நீங்கள் கண்டறிந்தால் அல்லது அவருக்காக நீங்கள் எவ்வளவு தியாகம் செய்கிறீர்கள் என்பதை கவனிக்கிறீர்கள் என்றால், அப்போது அங்கே உங்கள் அகங்காரம் தலைதூக்குகிறது என்பதையும், அதை இப்போது கவனத்தில்கொள்வது அவசியம் என்றும் அறிந்து கொள்ளுங்கள். இன்னொரு பக்கம் பார்த்தால் நமது தொடர்ந்த சுய முன்னேற்றம் என்பது அகங்காரத்துடன் சேர்ந்த இயல்பல்ல. ஆனால் அது தன்னைப் பற்றியே மையம் கொண்டிருக்கும் உணர்வையும் தாண்டி, படிப்படியாக உயர்வடைகின்ற ஒரு செயல்முறையாகும். மேலும் தனிப்பட்ட ஆசைகளில் விருப்பம் குறைந்து, அதிகம் ஏற்கும் தன்மை கொண்டதாக ஆகிறது. உண்மையில் அது ஒரு அன்பான நிலையில் மற்றவர்களுடன் இயைந்து செயல்பட நமக்கு உதவுகிறது. உங்கள் அன்றாட செயல்கள் மற்றும் எண்ணங்கள் குறித்து ஆழ்ந்து சிந்தித்தால் அது தெளிவாகப் புரியும்.

ஏற்றுக்கொள்ளுதல்

இளம் வயதினர் பலர் என்னிடம், 'வாழ்க்கைத் துணையைத் தேர்ந்தெடுப்பதில், கருத்தில் கொள்ளவேண்டிய மிக முக்கியமான விஷயம் என்ன?' என்று கேட்கிறார்கள்.

'உங்கள் இதயத்தைப் பயன்படுத்துங்கள். நான் இதுவரை வாழ்ந்த வாழ்க்கை முறையில், நான் பார்த்தவரை, மிகவும் எதிர்பார்க்காதீர்கள்' என்று மட்டுமே என்னால் சொல்ல முடியும்.

வாழ்க்கை என்பதே ஏற்றுக்கொள்ளுதல்தான். ஏற்றுக்கொள்ளும் கலையை நாம் கற்றுக்கொள்ளும்போது, சூழ்நிலை, வியாபார விளைவு அல்லது வாழ்க்கைத் துணை என்று - வாழ்க்கையில் எது வந்தாலும், அதை அப்படியே ஏற்றுக்கொள்ளுதலே வெற்றியைக் கொடுக்கின்றது. மிக சாதகமற்ற சூழ்நிலையில் உயிர் வாழ்வதற்காக பாக்டீரியாகூட விரிவடைகிறது எனும்போது நம்மால் ஏன் முடியாது? நாம் சூழ்நிலைகளுக்கேற்ப நம்மை எப்போதும் மாற்றிக்கொள்ள வேண்டும். அவற்றால் பாதிப்படையக்கூடாது. குறைபாடற்ற மனிதர் என்று எவரும் கிடையாது. நாம் ஒருவரோடு ஒருவர் நமது குறைபாடுகளுடன் மோதிக் கொண்டிருக்கின்றோம். நாம் பூரணத்துவத்தை நாடும்போது, 'நாம் குறைபாடின்றி உள்ளோமா' என்று நம்மையே நாம் முதலில் கேட்க வேண்டும்.

சரியான வாழ்க்கைத் துணையைத் தீர்மானிப்பதில் ஜாதகங்கள் முக்கியமானவையா என்று பலரும் அறிந்துகொள்ள விரும்புகிறார்கள். இதற்கு பதிலளிக்க மிகச்சிறந்த வழி ராமாயணத்திலிருந்து ஸ்ரீராமரின் உதாரணத்தைக் கூறுவதாக இருக்கலாம். சீதையின் திருமணத்திற்கு முன் ரிஷிகள் அனைவரும் ஒருமுறை, இரண்டு முறை, மூன்று முறை அந்த ஜாதகங்களை பரிசீலனை செய்தார்கள். ஆயினும் ஸ்ரீராமர் பதினான்கு ஆண்டுகள் மனைவியோடு காட்டில் துன்பப்பட வேண்டியிருந்தது. அவளை பல கடுமையான சோதனைகளுக்கு உள்ளாக்க வேண்டியிருந்தது. ராவணன் சீதையை கடத்திச் சென்ற பிறகு, ஸ்ரீராமரால் மீட்கப்பட்டாலும் அவள் அக்கினிப் பிரவேசம் செய்யவேண்டியிருந்தது. என்ன மாதிரியான ஒரு கணவர் அவர்?

சீதை துணிவோடு இந்த அனைத்தையும் அனுபவித்தாள். சுவாமி விவேகானந்தர் கூறியதுபோல இந்த மண்ணுலகில் இதற்குமுன் சீதையைப்போல ஒரு பெண்மணி இருந்ததில்லை. இனி ஒருபோதும் இருக்கப்போவதுமில்லை. அப்படியொரு மிகச் சிறந்த கற்புடைய, தூய்மையான பெண்மணியே கேள்வி கேட்கப்பட்டாள். அதுவும் ஏதோ ஒரு சாதாரண மனிதனால் அல்ல, ஒரு தெய்வீக அவதார

புருஷரால். ஆகவே அளவுக்கு மீறி எதிர்பார்க்காமல் இருப்பதே மேலானது. வாழ்க்கை அளிப்பதை ஏற்றுக்கொள்ள நம்மால் இயலும்போது, நாம் சந்தோஷமாக முன்னேற முடியும். மிகச் சிறந்த பொருத்தம்கூட, முழுத் தோல்வியாக ஆகக்கூடும். ஏனெனில் முந்தைய *சம்ஸ்காரங்கள்* எந்த நேரத்தில் வெளிப்படும் என்று நமக்குத் தெரியாது. மேலும் எவ்வளவு புதிய *சம்ஸ்காரங்களை* நாம் உருவாக்கிக் கொண்டிருக்கிறோம் என்பதும் தெரியாது.

வாழ்க்கையில் நாம் ஆற்றும் எதிர்வினைகள் மிகவும் சிக்கலானவை. 'நம் தவறுகளை நாம் எந்த அளவிற்கு ஏற்றுக்கொள்கிறோம்?' மேலும் 'மற்றவர்களின் தவறுகளையும் நம்மைச் சுற்றியுள்ள சூழ்நிலைகளையும் நாம் எவ்வளவு சரியாக ஏற்றுக்கொள்கிறோம்?' என்ற இவ்விரண்டு கேள்விகளை நம்மை நாமே கேட்டுக்கொள்ளும்போது எதிர்வினைகள் மேலும் வெளிப்படையாகத் தெரிகின்றன. இதற்கான பதில்களை ஆழ்ந்து சிந்திப்பது தகுந்தது. ஏனெனில் நாம் அனைத்தையும் ஏற்றுக்கொண்டே இருந்தால், பூரணத்துவத்தை நோக்கித் தொடரும் நமது முன்னேற்றத்திற்கான பொருள்தான் என்ன? 'என் குறைபாடுகளை நான் ஏற்றுக்கொள்கிறேன். எனவே நான் மிகவும் மகிழ்ச்சியாகவும் அமைதியோடும் இருக்கிறேன். நான் மாற வேண்டியதில்லை' என்று சொல்லும் இந்த விதமான ஏற்றுக்கொள்ளுதல் பயன்தருமா?

ஒரு கணவன் தன் மனைவியிடம், 'அப்பாவும் அம்மாவும் இன்று மாலை நம் வீட்டுக்கு வருகிறார்கள்' என்று சொல்லும் ஒரு நகைச்சுவைத் துணுக்கு உங்களுக்குத் தெரிந்திருக்கலாம். அவன் இந்தச் செய்தியை மனைவியிடம் மிகவும் சந்தோஷமாகச் சொல்கிறான். ஆனால் அவன் மனைவி முணுமுணுக்க ஆரம்பிக்கிறாள், 'மறுபடியுமா? எதற்கு அவர்கள் அடிக்கடி வருகிறார்கள்?' என்கிறாள். கணவன் ஒன்றும் பேசாமல் இருந்துவிடுகிறான். அன்று மாலை அழைப்பு மணி ஒலிக்கிறது. கதவைத் திறந்தால், அவளுடைய பெற்றோர் அங்கே நிற்கிறார்கள்! அவளுக்கு மிகவும் சந்தோஷமாக இருக்கிறது. அங்கு ஏற்றுக்கொள்ளுதல் என்பதன் அர்த்தம் என்ன?

சில குறிப்பிட்ட நிலைமைகளை நாம் மிகுந்த மகிழ்ச்சியுடன் ஏற்றுக்கொள்கிறோம். மற்றவற்றை வெறுக்கிறோம். நம் இதயங்கள் சிறியதாக மாறிவிடும்போது அந்த ஏற்றுக்கொள்ளுதல் விடைபெற்றுவிடுகிறது. அவர்கள் நம்மைச் சேர்ந்தவர்களாக இருக்கும்போது, மக்களையும் அவர்களின் வினோதமான நடவடிக்கைகளையும் சுலபமாக ஏற்றுக்கொள்கிறோம். அவர்கள் நம்மவர்களாக இல்லாதபோது, அது வேறுவிதமான விஷயமாகிறது. ஆனால் ஆன்மீகம் வேறு ஏதோ ஒன்றைச் சொல்கிறது. தயவுசெய்து

அதுபற்றி சிந்தியுங்கள். உங்கள் குடும்பத்தில், வியாபாரத்தில் அல்லது பணியிடத்தில் இருக்கின்ற ஏதோவொரு சூழ்நிலையில் எந்த அளவிற்கு ஏற்றுக்கொள்ளுதல் என்பது தேவைப்படுகிறது, அதை எவ்வளவு தூரம் உங்களால் ஏற்கமுடிகிறது என்பதைப் பாருங்கள். இதுபற்றி சிந்தியுங்கள்.

ஏற்றுக்கொள்ளுதல் என்பது ஒரு பழக்கம் அல்லது கட்டாயத்தின் அடிப்படையில் இருக்குமானால், அப்போது நாம் மற்றும் ஒரு சடங்கை செம்மையாகச் செய்கிறோம் என்று பொருள். உதாரணத்திற்கு, அதிலும் குறிப்பாக, நம் இதயம் அதற்கு மாறாக ஏதாவது சொல்லும்போது, 'இதை நான் ஏற்றுக்கொண்டாக வேண்டும், இல்லாவிடில் ஹார்ட்ஃபுல்னெஸ் தத்துவத்திற்கு எதிராக நான் போகிறேன் என்று ஆகிவிடும்' என்று நினைத்தால், அது பயன்தரும் எண்ணமல்ல; வாழ்க்கையின் சூழ்நிலைகளை நாம் முழு விழிப்புடனும், கவனத்துடனும் ஏற்றுக்கொள்ள வேண்டும். யாரோ ஒருவர் சொல்கிறார் என்பதற்காக ஏதோ ஒன்றை நாம் ஏற்றுக்கொள்ள வேண்டும் என்று வேறு வழியின்றி செய்வதில் பொருளில்லை. அப்போது அது உண்மையான ஏற்றுக்கொள்ளுதலாக இருக்காது.

ஏற்றுக்கொள்ளுதலைப் பற்றி சொந்தக்கதை ஒன்றை உங்களுடன் பகிர்ந்துகொள்ள விரும்புகிறேன். இது 1983ம் ஆண்டு பாபூஜி மறைந்த பிறகு நடந்தது. ஏப்ரல் 19ம் தேதி பாபூஜி மறைந்தார். 18ம் தேதி ஏதோ ஒரு நேரத்தில் நியூயார்க்கில் ஒரு மருந்தகத்தில் நான் வேலை செய்து கொண்டு இருந்தபோது, என் மொத்த உடலும் பலவீனமானதைப் போல உணர்ந்தேன். சக்தி என்னைவிட்டு நீங்கிக் கொண்டிருந்தது. எனவே என் முதலாளியிடம், அன்று இனிமேலும் என்னால் வேலை செய்ய இயலாது என்பதால், நான் வீட்டுக்குப் போக வேண்டும் என்று சொன்னேன்.

அன்று நள்ளிரவில் தென்ஆப்பிரிக்காவில் இருக்கும் குடும்ப நண்பர் ஒருவரிடமிருந்து எனக்குத் தொலைபேசியில்; 'சகோதரரே, நமது பாபூஜி மறைந்துவிட்டார்' என்று செய்தி வந்தது.

இரண்டு நாட்களுக்குப்பிறகு ஷாஜஹான்பூர் செல்வதற்காக விமானம் ஏறினேன். நான் அங்கு போய்ச் சேர்ந்தபோது, அவரது உடல் தகனம் செய்யப்பட்டிருந்தது. ஆயினும், அவரது புனிதச் சாம்பலை சேகரித்து, அதை ஒரு பாத்திரத்தில் போட்டு, அவருடைய குடிலில் வைக்கும் வாய்ப்பைப் பெற்றேன்.

அப்போது பாபூஜியின் ஆன்மீகப் பிரதிநிதியாக சாரிஜி அறிவிக்கப்பட்டார். ஆனால் என் இதயத்தில், 'இப்படிப்பட்ட ஒரு

மகாபுருஷருக்கு எவராவது பிரதிநிதியாக இருக்க முடியுமா?' என்று எண்ணினேன். எனவே, 'சாரிஜியை நான் அமைதியாக வாழவிடமாட்டேன், அதற்காக செயல்படுவேன்' என்று உறுதி எடுத்துக்கொண்டேன்.

ஆகவே இந்த மனப்பான்மையோடு ஒரு *அம்பாஸிடர்* காரை வாடகைக்கு எடுத்துக்கொண்டு, இன்னும் மூன்று பேருடன், *ஃபதேகர்* சென்று லாலாஜிக்கு அஞ்சலி செய்து, என்ன ஆனாலும் சரி, சாரிஜியை இந்தப் பதவிக்கு வர நான் விடமாட்டேன் என்று சபதம் எடுத்துக்கொள்ளப் புறப்பட்டேன்.

போகும் வழியில் இதைப்பற்றி மிகவும் தீவிரமாக நாங்கள் பேசிக் கொண்டிருந்தபோது, எந்த ஒரு காரணமும் இன்றி எங்கள் கார் ஒரு பக்கமாகப் புரண்டு, ஒரு சாக்கடையில் விழுந்தது. அதிர்ஷ்டவசமாக அது வறண்ட சாக்கடைப் பள்ளமாக இருந்தது. உள்ளூர் கிராமவாசிகள் ஓடிவந்து வண்டியைப் புரட்டி நேராக நிறுத்தி அதை மீண்டும் சாலைக்குக் கொண்டு வந்தார்கள். ஆனால் அந்த வண்டி ஓடும் நிலையில் இல்லையென்பதால் ஒரு பஸ் பிடித்து ஷாஜஹான்பூர் திரும்பினோம்.

இது எனக்கு ஒரு பெரிய அதிர்ச்சியைத் தந்தது. 'உன் சிந்தனையில் ஏதோ தவறு இருக்க வேண்டும். அவசரப்படாதே! நிதானமாக இரு. அதீத உணர்ச்சி வேகத்திற்கு ஆளாகாதே. பிரார்த்தனை செய்யத் துவங்கு' என்று மனதில் தோன்றியது.

ஆகவே பாபூஜியிடம் பிரார்த்தனை செய்ய ஆரம்பித்தேன். ஒவ்வொரு கனவிலும் சாரிஜியே அவருடைய பிரதிநிதி என்பதை நான் உணர எனக்கு வழிகாட்டினார். ஆனால் இந்தக் கனவுகள் நான் பொதுவாக நடுநிலையில் இருக்கும்போது, அதாவது அந்த முடிவுக்கு ஆதரவாகவோ, எதிராகவோ இல்லாமல், ஒரு நடுநிலைக்கு வந்த பிறகே வர ஆரம்பித்தன. நாம் ஏற்றுக்கொள்வதும் இல்லை, ஏற்றுக்கொள்ளாதிருப்பதும் இல்லை. இதுவே அடுத்த அடியை எடுத்து வைப்பதற்கான முன்தேவை என நான் நினைக்கிறேன். நான் இரண்டிற்கும் இடையிலான ஒரு நடுநிலைக்கு வந்திருந்தேன்.

இம்மாதிரியான எந்த ஒரு சூழ்நிலையிலும் ஒரு நல்ல முதல்படி இதுவே என்று நான் நினைக்கிறேன். அப்படி ஒரு நடுநிலைக்கு வந்தால் மட்டுமே தீர்வு கிட்டுவதற்கான சாத்தியம் இருக்கிறது. பாபூஜிக்குப் பதிலாக அந்த இடத்தில் வேறு யாரும் இருக்கமுடியாது என்ற நம்பிக்கையில் நான் பிடிவாதமாக இருந்திருந்தால், நான் வழிகாட்டுதலை இழந்திருப்பேன். நடுநிலைக்கு வந்ததினால்,

மேலான சக்திகள் என் மீது வேலை செய்து, நான் சரியாக வழி நடத்தப்படுவதற்கான சாத்தியம் இருந்தது.

எனவே ஏற்றுக்கொள்ளுதலில் முதலாவது படி - நாம் ஒரு நடுநிலையில் இருக்க - இது இப்படி இருக்கிறது, அது அப்படி இல்லை என்று கூறும் சாத்தியக்கூற்றை விட்டு விடுவதேயாகும். இயற்கை அல்லது கடவுள் அல்லது உங்கள் வழிகாட்டியிடமிருந்து, வழிகாட்டலை நீங்கள் எப்போது விரும்பினாலும், அந்த நடுநிலைக்கு வர இடமளியுங்கள்; அதன் பிறகு எவ்வாறு நீங்கள் சரியான வழியில் திசைதிருப்பப்படுகிறீர்கள் என்பதைக் காண்பீர்கள்.

நாம் இப்படி ஒரு நடுநிலைக்கு வரும்போது அது ஒரு சுமை நம்மிடமிருந்து நீக்கப்பட்டதைப் போன்றது. குடும்ப வாழ்க்கை அல்லது வியாபாரம் இப்படி எதுவாக இருந்தாலும் அதுபற்றி இறுதியாக முடிவெடுப்பதற்கு முன்பு, ஒரு நடுநிலைக்கு வந்து, அந்த விஷயம் எதுவாக இருந்தாலும் சரி அதை ஏற்றுக்கொள்ள வேண்டுமா அல்லது மறுக்க வேண்டுமா என்று பாருங்கள். இப்படி நாம் ஒரு நடுநிலைக்கு வரும்போது நமது முன்கணிப்புகளையும், முன்பே சிந்தித்த கருத்துக்களையும் விட்டுவிடுகிறோம். முன்கணிப்புகள் நம் தீர்மானங்களை ஒருதலைப்பட்சமாக ஆக்குகின்றன. அதேநேரம் நாம் நடுநிலைத் தன்மையுடன் இருக்கும்போது நம் கண்ணோட்டம் தெளிவாக இருக்கிறது. நடுநிலையில் தன்னம்பிக்கை வலுப்பெறுகிறது. நமது திசை சரியானதாக இருக்கும்போது இதயம் லேசாக ஆகிறது.

ஏற்றுக்கொள்ளுதலைப் பற்றி உண்மையாகவே சிந்திக்கத் தகுந்த இரண்டு கேள்விகள் இருக்கின்றன.

1. எதிர்பார்த்தல் மற்றும் நம்பிக்கை இவற்றினிடையே உள்ள வேறுபாடு என்ன?
2. ஏற்றுக்கொள்ளுதல் மற்றும் பொறுப்புணர்வை நாம் எவ்வாறு சமன்படுத்துவது? வேறுவார்த்தைகளில் சொல்வதானால் ஏற்றுக்கொள்ளுதல் எப்போது பொறுப்புணர்வற்றதாக மாறுகிறது? இவற்றைப் பற்றி சிந்தியுங்கள்.

ஒட்டுமொத்த விதி

என்னுடன் உள்ள இளைஞர்கள், சமுதாய மாற்றம் ஏற்பட வேண்டும் என்ற உயர்ந்த குறிக்கோளுடனும், அதில் அதிக ஆர்வமுள்ளவர்களாகவும் இருக்கின்றனர். சுய முன்னேற்றத்தில் அதிக கவனம் செலுத்துவதற்குப் பதிலாக நாம் நாட்டின் வளர்ச்சிக்கும்,

சமுதாய மேம்பாட்டிற்கும் நமது பங்கினை அதிகம் அளிக்கலாமே என்று அடிக்கடி கேட்கின்றனர். நாம் நியூயார்க் நகர மக்கள் அனைவரிடமும் மாற்றம் வரவேண்டும் என வைத்துக்கொள்வோம். அதற்கான திறமையும் நமக்கு இருக்கிறது என்றாலும் நாம் மாறாவிடில், அது எவ்விதத்தில் பயனளிக்கும்? பெருந்தன்மை என்பது வீட்டில் இருந்து, நம்மிடம் இருந்து ஆரம்பம் ஆகிறது. பிறருக்கு உதவுவதற்கு முன் நாம் நம்மைத் தயார் செய்துகொள்ள வேண்டும். யாருக்காவது ஒரு லட்சம் ரூபாய் கொடுக்க வேண்டுமெனில் நம்மிடம் பத்து லட்சம் ரூபாய் இருக்க வேண்டும். நம்மிடம் பணம் இல்லாதிருப்பினும் ஒருவருக்கு பத்துலட்சம் கொடுக்க முடியும் என நினைத்தால், அது ஒரு பகட்டான செயலாகும். நாம் யாரையாவது கொள்ளை அடித்தால்தான் மற்றவருக்குக் கொடுக்க முடியும்.

இதனைப் போன்றே, நம் மனதில் அமைதியில்லாதபோது, நாம் எவ்வாறு மற்றவர்களுக்கு அமைதியை வழங்க இயலும்? சில ஆசிரியர்கள் வகுப்பறைக்குள் நுழையும்போதே ஒரு பதட்ட நிலையை உருவாக்குபவர்களாக இருக்கிறார்கள். சிலர் நம்மை உருவாக்குகிறார்கள். நாம் அவர்களைச் சுற்றியே இருக்க விரும்புகிறோம். அவர்களது சுபாவம் காரணமாக சில நண்பர்களுடன் ஒன்றாக இருப்பதை, நீங்கள் விரும்புகிறீர்கள்.

நாம் பூரணத்துவத்தை நோக்கிச் சென்றுகொண்டிருக்கிறோம். எதில் பூரணத்துவம்? நமது வெளித்தோற்றத்திலோ அல்லது மற்ற புற விஷயங்களிலோ அல்ல. நமது உள்முக சமநிலை, நமது உள்முக மாசற்ற பண்பு மற்றும் நடத்தை முறைகளில் பூரணத்துவம் பெறுவதாகும். 1957ல் பாபூஜி ஐக்கிய நாடுகளின் அமைப்பிற்கு, உலக அமைதியினை எவ்வாறு கொண்டு வருவது என்பது குறித்து கடிதம் எழுதினார். அதில் இந்த பிரபஞ்சம் முழுவதையும் உயர்ந்த நிலைக்கு கொண்டுவருவதற்கான ஒரு வழிமுறையினை மிகச்சிறப்பாக விவரித்திருந்தார். ஒவ்வொருவரும் தினசரி ஒரு குறிப்பிட்ட நேரத்தில், ‘உலக மக்கள் அனைவருள்ளும் அமைதிக்கான விருப்பமும், பக்தியுணர்வும் வளர்ந்து வருகிறது’ என்ற எண்ணத்துடன் அமரவேண்டும் என்ற கருத்தினைப் பரிந்துரைத்தார். நாம் முன்னேற முன்னேற, நமது சமநிலை மற்றும் உள்ளார்ந்த நிலை, அங்குள்ள சுற்றுச்சூழலுக்கும் அப்பாலும் ஒரு தாக்கத்தை ஏற்படுத்துகிறது. அதன்விளைவு வான்மண்டலத்தைக்கூட எட்டுவதாக உள்ளது.

எனவே இந்த உலகத்தினை மாற்ற நம்மால் என்ன செய்ய இயலும்? முதலாவதாக, மிகக் குறைந்தபட்சமாக, நாம் இந்த உலகத்தினை இன்னும் மோசமானதாக மாற்றிவிடாது இருப்போமாக.

நாம் நம்முடைய சுத்திகரிப்பு பயிற்சியினை செய்கின்றபோது, நமது நலனுக்காக மட்டுமே நாம் பதிவுகளை நீக்குவதில்லை. வீட்டிலும், அக்கம் பக்கத்திலும், முடிவில் நாம் தொடர்பு கொண்டுள்ள அனைவரிடமும் நல்லிணக்கத்தினை ஏற்படுத்துவதில் பங்களிக்கிறோம். நம்மில் பலர், காலையில் சீக்கிரமாக எழுந்து, நமது தியானத்தை முடித்துவிடும்போது நம் குழந்தைகள் மகிழ்ச்சியுடனும் சிரித்துக் கொண்டும் விழித்தெழுவதையும், நாம் தியானத்தை புறக்கணிக்கின்ற தினத்தில் நமது குழந்தைகள் பாதிப்படைவதையும் அனுபவத்தில் கண்டுள்ளோம். நமது தியானம் நிச்சயமாக ஒரு உடனடி தாக்கத்தை ஏற்படுத்துகிறது. சுற்றுப்புற சூழ்நிலையின் அதிர்வுநிலையை மாற்றுகிறது. கள்ளங்கபடமற்ற குழந்தைகள் இந்த மாற்றங்களை வெகுவாக உணர்ந்து கொள்கின்றனர். நல்ல அதிர்வுகளுக்கு அவர்கள் பழக்கப்பட்டுவிட்டால், அவை இல்லாத போது, அந்தக் குறையை அவர்கள் உணர்கின்றனர்.

நம்மைச் சுற்றியுள்ள சூழ்நிலையில் எண்ணங்களால் ஏற்படுகின்ற தாக்கம் குறித்து எண்ணிப்பாருங்கள். சிறைச்சாலையில் எத்தகைய சூழல் நிலவுகிறது? சிறைச்சாலையில் இருப்பவர்களது ஒரே தன்மையான எண்ணங்களின் ஒட்டுமொத்த சேர்க்கையின் காரணமாக அங்குள்ள சூழல் உருவாக்கப்படுகிறது. மருத்துவமனையில் நிலவும் சூழ்நிலை எப்படி உள்ளது? அங்குள்ள நோயாளிகள் மற்றும் அவர்களுக்குப் பிரியமானவர்களின் மனநிலை மற்றும் உணர்வு நிலையைப் பொறுத்து அந்த சூழ்நிலை உருவாகின்றது. ஒரு குழுவினரால் உருவாக்கப்படுகின்ற ஒட்டு மொத்த எண்ணத்தொகுப்பு அல்லது அதிர்வு, ஒரு தனித்தன்மையுடைய சூழல் என்று அழைக்கப்படுகிறது. ஒரு தேவாலயத்தில், கோயிலில் அல்லது தியான கூடத்தில் நிலவும் தனித்துவமான சூழல், அங்கு மக்கள் தங்களது சொந்த பிரச்சினைகள் மற்றும் கவலைகள் குறித்து சிந்தித்துக்கொண்டிராமல், தியானம் அல்லது பிரார்த்தனை செய்து கொண்டிருக்கும்வரை பக்தி நிரம்பிய ஒன்றாக உள்ளது. ஒவ்வொரு இடமும் ஒரு வேறுபட்ட அதிர்வினைக்கொண்டுள்ளது. ஒரே தன்மையுடைய நமது ஒட்டுமொத்த எண்ணங்களின் மூலம் அந்த சூழ்நிலையை நாம் உருவாக்குகின்றோம்.

உதாரணத்திற்கு நீங்கள் மகிழ்ச்சியாக இருக்கின்றீர்கள் என வைத்துக்கொள்வோம், அந்த மகிழ்ச்சியான உணர்வினை ஒரு வரைபடத்தில் குறிப்பிட முயற்சித்தால் அது ஒரு அலைவடிவம் போன்ற தோற்றத்தினைத் தரும். நீங்கள் மகிழ்ச்சியான மற்றொரு நபருடன் ஒன்றாக இருக்கும்போது அவர் உருவாக்குகின்ற அலைவடிவம் உங்களுடையதுடன் இணைந்து ஒரு ஆற்றலை

உருவாக்கும் விளைவினைக் கொண்டதாக இருக்க நேரிடும். பல மகிழ்ச்சி அலை வடிவங்கள் ஒன்றுசேருவதால் வரைபடத்தில் வளைவானது உயர மட்டுமே செய்யும். இவ்வாறுதான் ஒரே தன்மையுள்ள உணர்வுகள் மற்றும் எண்ண வடிவங்களின் தனித்துவமான ஒரு சூழல் உருவாகின்றது.

பொதுவாக நாம் எவ்வாறு தனித்துவமான ஒரு சூழலை திறம்பட உருவாக்குகிறோம் என நமக்குத் தெரிவதில்லை. ஏனெனில், அது நாம் முயற்சி செய்யவேண்டிய அவசியம் இல்லாமலேயே, நாம் உருவாக்குகின்ற ஒட்டுமொத்த எண்ண சக்தியினால் நிகழ்கின்றது. இவ்வாறுதான் நாம் வெளிப்புற சூழ்நிலையில் மாற்றத்தினை கொண்டு வருகிறோம். அது தானாகவே நிகழ்கிறது. ரோஜா செல்லுமிடமெல்லாம் நறுமணம் வீசுகிறது. நாம் எங்கே சென்றாலும் நம்முள் இருப்பது, நம்முடன் வருகிறது. நான் முட்டாளாக இருந்தால் என் முட்டாள்தனமும் என்னுடன் வரும். நான் ஒரு நகைச்சுவை நிரம்பியவனாக இருந்தால் எனது நகைக்க வைக்கும் பண்பும் என்னுடன் வருகிறது. என்னைச் சுற்றியுள்ளவர்களும் என்னைப் பார்த்து நகைப்பார்கள். அதுவே நாம் நம்முடன் கொண்டுசெல்லும் பண்புகளால் வெளிப்புற சூழலில் ஏற்படும் தாக்கமாகும்.

எனவே, நாம் ஒன்றாக இணைந்து நமது உணர்வுறுநிலையை தூய்மைப்படுத்தினால், அறிவொளியூட்டக் கூடிய ஒரு சூழலை உருவாக்குவதில் நாம் என்ன செய்ய முடியும் என கற்பனை செய்து பாருங்கள்! நாம் அனைவரும் அறிவுசார்ந்த ரீதியிலும், நல்லொழுக்க ரீதியிலும் மற்றும் ஆன்மீக ரீதியிலும் இணைக்கப்பட்டு இருக்கிறோம். குற்றவாளிகள் கூட மிக நெருக்கமான தொடர்பில் இருப்பதை அறிந்தால் நீங்கள் ஆச்சரியத்தில் ஆழ்வீர்கள். அஸ்ஸாமின் கருப்புச் சந்தை வியாபாரி தனது பண்டக சாலையில் எவ்வளவு தேயிலையைப் பதுக்க வேண்டும் என்பதை அறிவான். அதை வெளிக்கொண்டு வரும் விவரத்தை தென் இந்தியாவில் உள்ள அல்லது துபாயில் உள்ள யாரோ ஒருவருக்குத் தெரிவித்து அவர்களால் வணிக ஒப்பந்தம் செய்துகொள்ள முடிகிறது. அவர்கள் லாப நோக்கில் இணைகிறார்கள். தீவிரவாத இயக்கத்தினர்கூட இணைந்து செயல்படுகின்றனர். *மாஃபியா* கும்பலைச் சார்ந்தவர்கள் பரஸ்பரம் மிகுந்த மரியாதையுடன், ‘எனக்கு இந்த தொழிலாளர் சங்கத்திலிருந்து ஒரு ஒப்பந்தம் கிடைத்தது. அந்த இலாகாவிற்கு சென்று ஒப்பந்தத்தை முடிப்பது உங்களுடைய பொறுப்பு’ என்பதாக விவரங்களைப் பரிமாறிக்கொள்கிறார்கள்.

ஆன்மீகவாதிகளின் நிலை என்ன? நாம் அனைவரும் நன்கு இணைந்து ஒருவருக்கு ஒருவர் ஆதரவாக இருக்கின்றோமா? இதில் நம் பங்காக நாம் செயலாற்ற வேண்டிய அவசியம் எதுவும் இல்லை. செயல்முறையில் குறுக்கிடாமல் விஷயங்களை அதன் வழியே நிகழும்படி நாம் விட்டுவிட வேண்டும். நம்மை நாமே தூய்மைப்படுத்திக்கொள்ள துவங்குகின்றபோது இந்த இணைப்பு தன்னிச்சையாகவே நிகழும். அதன் பிறகு, நம்முள் நாம் எதனை உருவாக்குகிறோமோ அது ஒட்டு மொத்தமான உணர்வுகளுடன் சங்கமித்துவிடுவதையும், விஷயங்களின் ஒட்டுமொத்த நிகழ்வின் ஒரு அங்கமாக நாம் ஆகிவிடுவோம் என்பதையும் நாம் உணர்வோம்.

அதனால்தான், தனித்துவமான சூழலின் அதிர்வினை அதிகரிக்க உதவி செய்யும் பொருட்டு நம்மை பாபூஜி அழைத்தார். எவ்வாறு? பயிற்சியின் மூலமாக நம்மை தூய்மை செய்துகொள்வதன் மூலம். நாம் இதனைச் செய்யும்போது, நாம் மாற்றம் பெற தயாராகிறோம். அது மனித சமுதாயத்திற்கு மாறுதலை கொண்டுவரும், அது அடுத்த தலைமுறையினரையும் சென்றடையும். அதிர்வின் தன்மைதான் இந்த மாற்றத்தினைத் தயார் செய்கிறது. எந்த அளவு நாம் நம்மை தூய்மைப்படுத்திக் கொள்கின்றோமோ அந்த அளவு மனித சமுதாயத்தின் எதிர்காலத்திற்கு நாம் பங்களிப்போம். எனவே நமது உள்முக தயாரிப்பானது ஒரு மகத்தான விளைவினைக் கொண்டதாக, எதிர்காலத்தில் நன்கு எதிரொலிக்கப் போகின்றது. நாம் தயார்படுத்தும் இந்த தனித்துவமான சூழல், நாம் தயார்படுத்தும் களம் அதன் தாக்கத்தினைக் கொண்டுள்ளது. நன்கு, முறையான தியானம் செய்வதன் மூலம் நாம் எங்கிருந்தாலும், சேர்ந்தோ அல்லது தனியாகவோ இருந்தாலும் நாம் இருக்கின்ற சுற்றுச் சூழலையும் தாண்டி அதன் தாக்கம் உணரப்படும். மனித சமுதாயம் அனைத்திற்கும் அது நன்மை பயக்கும்.

நமது ஆற்றல் எந்த விதத்திலும் இறையாற்றலுக்குக் குறைவானதல்ல. ஏனென்றால், நமது மனதின் ஆழத்தில் படைப்பின்போது ஏற்பட்ட முதற்சலனம் இன்னும் தொடர்ந்து செயல்பட்டுக் கொண்டேதான் இருக்கிறது. உதாரணத்திற்கு, மகாபாரதப்போருக்கு முன் ஸ்ரீகிருஷ்ணர், துரியோதனனை சந்தித்து, போரிடுவதற்கான அவனது திட்டங்களை முன்னெடுத்துச் செல்லவேண்டாம் என அவனை சமாதானப்படுத்த முயன்றார்: அதற்கு துரியோதனன் 'கிருஷ்ணா, நீர் யார் என்பதை நான் அறிவேன், உமது திறமைகளையும் நான் அறிவேன், இந்தப் போரிடும் முயற்சியில் நான் தோல்வியை சந்திக்கக்கூடும் என்பதையும் அறிவேன். எது நல்லது என்பது எனக்குத் தெரியும்' என்றான்.

'என் கடமை என்ன, நான் செய்ய வேண்டியது என்ன என்பதும் எனக்குத் தெரியும், ஆனாலும் அவ்வழியில் செல்ல என்னை நான் நிர்பந்தித்துக்கொள்ள முடியாது. நான் என்ன செய்யக்கூடாது என்பதும் எனக்குத் தெரியும். இருப்பினும் என்னால் அதைச் செய்யாமல் இருக்க முடியாது' என்றும் கூறினான்.

சில நேரங்களில் நாம் துரியோதனனைப் போலவே இருக்கிறோம். எது சரி என்பது நமக்கு தெரிந்தாலும், பல நேரங்களிலும் நாம், 'என்னால் இதைச் செய்ய முடியாது. இது சரி என்று எனக்குதெரியும், ஆனாலும் என்னால் இதைச் செய்ய முடியாது' என்றோ 'நான் எதை செய்யக் கூடாது என்பதை அறிந்திருந்தாலும் அதை செய்து விடுகிறேன்' என்றோ கூறி, நாம் நிராதரவாக இருப்பதாக நம்மை நாமே சமாதானப்படுத்திக் கொள்கிறோம். *பிராணாஹுதி* அளிக்கவல்ல மகத்தான வல்லமை பெற்ற ஒரு வழிகாட்டியிடம் நாம் பிரார்த்தனை செய்தாலும் அது பலனளிப்பதில்லை. ஏன்? ஏனென்றால், நாம் அதை தடுக்கிறோம். நம் எண்ணசக்தி அதிக ஆற்றல் வாய்ந்ததாக இருப்பதால், மிக உன்னதமான வழிகாட்டிகளும்கூட நம்மை மாற்றுவதற்கான அவர்களது முயற்சிகளில் தோல்வி அடைகின்றனர். விருப்பம் இல்லாத எவரையும், மாற்றுவது என்பது இயலாத காரியம். மாற்றம் என்னும் இந்த செயல்முறையில் நாம் விருப்பத்துடனும், மகிழ்ச்சியுடனும் பங்கேற்க வேண்டும். நம் ஆழ் மனதில் அதற்கான விருப்பம் உண்மையில் இருக்கிறதா என்பதை நாம் தெரிந்துகொள்ள வேண்டியது அவசியம். நம்மிடம் அதற்கான விருப்பம் இருக்கவேண்டும்.

பகுதி நான்கு

விதி, தனிப்பட்ட விருப்பம் மற்றும் தேர்ந்தெடுப்பதில் சுதந்திரம்

இதுவரை நாம் ஹார்ட்ஃபுல்னெஸ் பயிற்சிகள் மற்றும் இந்த பயிற்சிகளுடன் இணைந்த நமது வாழ்க்கை முறையைப் பற்றி ஆராய்ந்தோம். இந்த இறுதிப் பகுதியில், இவை எவ்வாறு நமது விதியை உருவாக்குகின்றன என்பதைப்பற்றி ஆராய்வோம். புத்தகத்தின் ஒரு அத்தியாயத்தில் விவரித்துக்கூற முடியாத அளவிற்கு இந்த தத்துவம் மிகவும் விரிந்தது; எனவே இது ஒரு மேலோட்டமான கண்ணோட்டம்தான். இனி வரவிருக்கும் புத்தகங்களில் இதன் பல கருத்துகள் விரிவாக ஆராயப்படும்.

12. விதி

1982ல் பாபூஜி தனது சில சகாக்களுக்கு ஒரு அழகான செய்தியை[2] அளித்துள்ளார். உண்மையில் இந்த புத்தகம் உருவாவதற்கு அதுவே அகத்தூண்டுதலாக இருந்தது.

> நாம் அனைவரும் மனித வாழ்க்கையின் முக்கிய லட்சியமாகிய ஆன்மீகம், அறிவு மற்றும் நன்னெறி இவற்றால் இணைந்த சகோதரர்கள். இப்போது இது மற்றும் அது என மற்ற எதுவும் இல்லை. இறைவனது செயல்கள் மற்றும் சூழல் அனைத்திலும் தூய்மை ஒன்றுமட்டுமே நிரம்பியுள்ளது. அதுவே பரம்பொருளுடனான ஜீவனின் ஆன்மீக விதியை நிர்ணயிக்கிறது.

வாழ்க்கையின் லட்சியமான, நம் ஆன்மீக தொடர்பு குறித்து அவர் நமக்கு ஒரு சூசகமான குறிப்பினை அளித்துள்ளார். 'இது மற்றும் அது' என்பது நல்லது-தீயது, சரி-தவறு, இருள்-ஒளி போன்ற இருமைத்தன்மையினை, உலகியல் வாழ்க்கையின் எதிரெதிர் தன்மையினை குறிக்கின்றது. எனவே, நாம் இறுதியில் இந்த எதிரெதிர் தன்மைகளுக்கும் அப்பால் செல்கிறோம். நாம் இதய மண்டலத்தினைக் கடந்து மன மண்டலத்தில் நுழைகின்ற போது, இந்த உலகியல் வாழ்க்கையின் இரட்டைத் தன்மைகளை கடந்து செல்கிறோம். அங்கு, தூய்மை பெரும்பாலும் உதயமாகத் தொடங்குகின்றது.

பாபூஜி தனது புத்தகங்களில் மனதின் மூன்று பரந்த மண்டலங்களைப் பற்றி விவரித்துள்ளார்: அவை இதய மண்டலம்,

---

2 **ராம் சந்த்ர 2009 - ராம் சந்த்ராவின் படைப்புகளின் முழுதொகுப்பு, பாகம் 3. ஸ்ரீராம் சந்த்ர மிஷன், இந்தியா**

மன மண்டலம் மற்றும் மைய மண்டலம் எனப்படும்.[3] மன மண்டலத்திற்குள் ஐந்து முக்கியமான மண்டலங்கள் உள்ளன - பிரபஞ்ச மண்டலம், பிரபஞ்சத்திற்கு அப்பாற்பட்ட மண்டலம், சரணாகதி மண்டலம், சரணாகதி மண்டலத்திற்கும் இறைவனுடன் ஒன்றுபடும் மண்டலத்திற்கும் இடைப்பட்ட மண்டலம் மற்றும் இறைவனுடன் ஒன்றுபடும் மண்டலம். எனவே மொத்தம் ஏழு மண்டலங்கள் உள்ளன. இவை ஒவ்வொன்றையும் சரியான விதத்தில் விவரிப்பது என்பது இந்த புத்தகத்தின் வரையரைகளுக்கு அப்பாற்பட்டது. எனவே இங்கு இதய மண்டலமானது, நமது உலகாயத ஜீவிதம் மற்றும் பௌதீக உலகின் உணர்வுறுநிலை இவற்றை உள்ளடக்கிய ஒன்று என நாம் கூறலாம். மன மண்டலமானது, பௌதீக உலகில் விஷயங்கள் வெளிப்படுத்தப்படுவதற்கு முன்பிருந்த நிலையாகிய உணர்வுறு நிலைக்கு துணைபுரியும் உள்ளாற்றலின் ராஜ்ஜியம் எனலாம். மைய மண்டலம் என்பது ‘இன்மைத்தன்மை’ அல்லது ஒவ்வொரு அணுவின் மையத்திலும், நமது ஜீவிதத்தின் மையத்திலும் உள்ள, நமது மொத்த ஜீவிதத்தையும் ஆதரிக்கின்ற வெற்றிடம் ஆகும். இம்மண்டலங்களின் நிலைகளை இயற்பியலில் கூறப்படும் பருப்பொருள், ஆற்றல் மற்றும் ஆகாசம் இவற்றுடன் ஒப்பிட்டுப் பார்த்து சிந்தியுங்கள்; அது இந்த மூன்று இருப்பின் நிலைகளைப் பற்றிய ஒரு கருத்தினை வழங்கும். பருப்பொருள் மிகவும் கனமானது. ஆற்றல் மிக லேசானது, ஆகாசம் இந்த மூன்றில் அதிசூட்சுமமானது.

இந்த மண்டலங்களைப் பற்றிய விளக்கமே ஒரு முழுமையான தத்துவம்தான். இதனைப்பற்றி நீங்கள் பாபூஜி எழுதிய ***ராஜ யோகத்தின் செயல்திறன்***[4] என்ற புத்தகத்தைப் படித்து அறிந்து கொள்ளலாம். ஆனால், விதியினைப் பற்றி விளக்கும் விஷயத்தில் இங்கே நாம் அவசியம் தெரிந்து கொள்ள வேண்டியது என்னவெனில், மனிதராக பிறந்த நாம் அனைவரும், இந்த மூன்று மண்டலங்களால் உருவாக்கப்பட்டுள்ளோம் என்பதுதான். மேலும், இவற்றைப் புரிந்துகொள்ளும் ஆற்றல் நம்மிடம் உள்ளது. நம் விதி பௌதீக மட்டத்திலான ஜீவிதத்துடன் மட்டுமே பிணைக்கப்பட்டிருக்கவில்லை, உண்மையிலேயே அது மூன்று மண்டலங்களையுமே சார்ந்துள்ளது.

---

3 ராம் சந்த்ர 2015 - ராம் சந்த்ராவின் படைப்புகளின் முழுதொகுப்பு, பாகம் 1 ஸ்ரீ ராம் சந்த்ர மிஷன், இந்தியா

4 ராம் சந்த்ர 2014, சகஜ மார்க்க பார்வையில் ராஜ யோகத்தின் செயல்திறன் ஸ்ரீ ராம் சந்த்ர மிஷன், இந்தியா

ஏழு மண்டலங்கள்

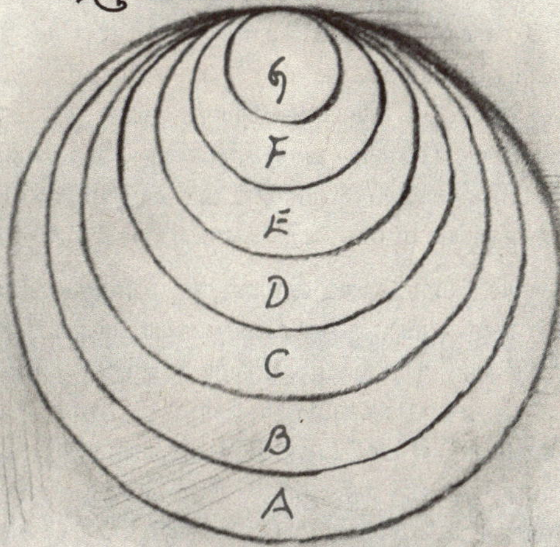

A - இதய மண்டலம்

B - பிரம்மாண்ட மண்டலம், பிரபஞ்ச மண்டலம்

C - பரபிரம்மாண்ட மண்டலம், பிரபஞ்சத்திற்கு அப்பாற்பட்ட மண்டலம்

D - பிரபன்ன, சரணாகதி மண்டலம்

E - பிரபன்னபிரபு, இடைப்பட்ட மண்டலம்

F - பிரபு, இறைவனுடன் ஒன்று படும் மண்டலம்

G - மைய மண்டலம்

நமது ஹார்ட்ஃபுல்னெஸ் பயிற்சிகள், இந்த மூன்று மண்டலங்களின் வழியேயும் நாம் பயணிக்கும் விதத்தில் வடிவமைக்கப்பட்டுள்ளன.

ஒரு ஆன்மீக பயிற்சியின் மூலமாக நாம் வளர்ச்சியடைகின்றபோது, நமக்கான நேரம் வரும்வரை, பௌதீக உலகில் நாம் தொடர்ந்து வாழ்கிறோம் என்றபோதிலும், நாம் நமது ஜீவிதத்தின் மற்ற இரண்டு மண்டலங்களிலும் அல்லது பிரதேசங்களிலும், நமது திறமைகளை வளர்த்துக்கொள்ளவும் செய்கின்றோம். நமது சூட்சும மற்றும் காரண சரீரங்களை நாம் பேணி பாதுகாக்கின்ற காரணத்தினால், பௌதீக பிரதேசம் மட்டுமின்றி - பேரண்டம் மற்றும் அதற்கு அப்பாலுள்ள பரிமாணங்களிலும் நம்மால் விரிவடைய முடிகிறது.

ஒரு எளிய பரிசோதனை: ஒரு அங்குல விட்டமுள்ள 100 க.செமீ (CC) கண்ணாடி குடுவையினை எடுத்துக் கொள்ளவும். அதில் அழுக்கான நீரை நிரப்பவும். நீரில் உள்ள அழுக்கு, மெதுவாக படிவதற்கு அனுமதிக்கவும். நேரம் செல்லச்செல்ல, அடர்த்தி நிறைந்த பொருள் அடிமட்டத்தில் தங்குவதையும், ஒரு சில மிதக்கும் பொருட்களைத் தவிர சுத்தமான நீர் மேல்பரப்பில் இருப்பதையும் நீங்கள் காணலாம். இதைப் போலவே பதிவுகள் நமது பௌதீக வாழ்வில் உருவாகின்ற காரணத்தினால், வினைப்பதிவின் 'அழுக்கினை' பெரும்பாலும் இதய மண்டலத்தில் காணலாம். நாம் இந்த பௌதீக பிரதேசத்தின் எல்லைகளைத் தாண்டி விரிவடையும்போது, மென்மேலும் தூய்மையினைக் காண்கிறோம்.

விரிவடைந்த, பண்படுத்தப்பட்ட உணர்வுறுநிலையின் வழியே பயணித்து, நாம் மேலும் உயர் நிலைக்குச் செல்லும்போது, நாம் அந்த தூய்மை நிலையினை அதிக அளவில் உணர்கிறோம். அது பரம்பொருளுடனான நமது விதியை வடிவமைக்கிறது. மனித மட்டத்தில் இந்தத் தொடர்பினை நிலைநிறுத்துவதே நமது லட்சியமாகவுள்ளது. நாம் அந்த தொடர்பினை நிலைநிறுத்திய பின்னர், தெய்வீகத்தின் சுவையினை பெறுகிறோம். நாம் இந்தப் புத்தகத்தில், வாழ்க்கை முறை என்ற பகுதியில், மிக விரிவாக இது குறித்து விவாதித்திருப்பதைப் போன்று, நாம் நமது வாழ்க்கை முறையினை சூட்சுமத்தன்மையின் நேர்த்தியான நிலைகளுக்குப் பொருந்தும் விதத்தில், வடிவமைத்துக் கொள்ளத் துவங்குகிறோம். நாம் இந்தச் செயல்முறையின் மூலமாக, பரம்பொருளுடனான நமது விதியை வடிவமைத்துக் கொள்கிறோம்.

இந்த பரம்பொருளுடனான விதி என்பது என்ன? இது நமது அன்றாட வாழ்க்கைக்கான பௌதீக உலகிலான நமது விதி மட்டுமே அல்ல. உலகாயத அர்த்தத்தில், நாம் ஒரு மகிழ்ச்சியான குடும்பம், ஒரு

அழகான வீடு, போதுமான அளவு வீட்டு உபயோகப் பொருட்கள், ஒரு வெற்றிகரமான வேலை மற்றும் மனித சமுதாயத்திற்கு ஒரு பயனுள்ள பங்களிப்பினை அளித்தல் ஆகியவற்றை உள்ளடக்கிய ஒரு நல்ல வாழ்க்கையினை விரும்புகிறோம். அவை அனைத்தும் முக்கியமானவை, ஆனால், அவை பௌதீக உலகிலான நமது வளர்ச்சியுடன் சம்மந்தப்பட்டவை. நாம் இறந்த பிறகு, இந்த உலகிற்கு அப்பால் வேறு எந்தப் பரிமாணத்திற்கும் அவை நம்முடன் வர இயலாது. பரம்பொருளுடனான ஒரு நிறைவான விதியினைப் பெற, இவ்வுலகிற்கு அப்பாலுள்ள நமது பயணத்திற்கு நம்மைத் தயார் செய்கின்ற, அந்த உள்ளார்ந்த நற்குணங்களை வளர்த்துக் கொள்வதில், நமது கவனத்தை செலுத்தவேண்டிய தேவையும் உள்ளது. ஏனெனில், நமது காரண மற்றும் சூட்சும சரீரங்கள், இந்த பௌதீக உடலினை விட்டு நாம் பிரிந்த பின்னர், மற்ற பரிமாணங்களை நோக்கி தொடர்ந்து செல்கின்றன. அந்தத் தயாரிப்பு, முதுமையிலோ அல்லது இறக்கும் கணத்திலோ நடைபெற இயலாது. உலகாயத ஜீவிதத்திற்கு இணையாக வாழ்நாள் முழுவதும் படிப்படியாக அது உருவாக்கப்படுகிறது.

பாபூஜி தனது அருட்செய்தியில், 'நெய்தல்' என்ற அழகான வார்த்தையினைப் பிரயோகித்தார். நெய்தல், தனித்தனியான முறுக்கேற்றிய நூலிழைகளிலிருந்து ஒரு துணியை உருவாக்குகிறது. அவர், வேறுபட்ட இயற்கை மூலக்கூறுகளை ஒன்றாக இணைப்பது குறித்துப் பேசுகிறார். பல ஆன்மீக சம்பிரதாயங்கள் மற்றும் மதங்கள் ஆகியவற்றின் சொல்லியல் அகராதியில், இது 'ஒன்றிணைதல்' அல்லது *லயாவஸ்தா* என்று கூறப்படுகிறது. இந்தப் புத்தகத்தில், முன்னரே குறிப்பிடப்பட்டுள்ள 'ஒன்றுகலந்திருத்தல்' என்பதனை விவரிக்கும் மற்றொரு விதமாகும் இது.

சூட்சும சரீரத்தினை தூய்மைப்படுத்துவதற்கான அனைத்தையும், நமது உயர்நிலை ஆன்மீக விதியே செய்தாக வேண்டியுள்ளது. நாம் அதைச்சுற்றியுள்ள பதிவுகளின் அடுக்குகளை அகற்றுவதின் மூலமாக, இதனைச் செய்கிறோம். இதன் காரணமாக, இது ஆதிமூலத்துடன் ஒன்றுகலக்க இயலும். (ஹார்ட்ஃபுல்னெஸ் சுத்திகரிப்பு என்ற அத்தியாயத்தில் பயிற்சி என்னும் பிரிவில் இது விவரிக்கப்பட்டுள்ளது). இந்த அடுக்குகள் ஒரு உறையாக வடிவம் பெறுகின்றன. இதனை நீரின் மேல் உள்ள ஒரு எண்ணெய்ப் படலத்துடன் ஒப்பிடலாம். ஒரு நீர்த்துளி, எண்ணெயினால் சூழப்பட்டு இருந்தால், அதனால் கடல்நீருடன் ஒன்றுகலக்க இயலாது. ஏனெனில், தண்ணீரும் எண்ணெயும் ஒன்று கலப்பதில்லை. எண்ணெயினால்

சூழப்பட்ட நீர்த்துளி, ஆயிரக்கணக்கான ஆண்டுகளானாலும், கடலில் மிதந்தவாறே இருக்கும். நமது வாழ்நாள் முழுவதும் நாம் இறைவனின் நினைவிலேயே இருக்கக் கூடும். ஆனால் *சம்ஸ்காரங்களின்* இந்த எண்ணெய்ப் படலம் நீடித்து இருக்கிறவரையில், நம்மால் ஒருபோதும் ஆதிமூலத்துடன் ஒன்று கலக்க இயலாது. அதன் காரணமாகத்தான், லட்சியத்தினை அடையும் பொருட்டு, *சம்ஸ்காரங்களின்* அடுக்குகளை ஒன்றன்பின் ஒன்றாக நாம் அகற்றிக்கொண்டே இருக்கிறோம்.

13. அனுபவங்களின் அர்த்தம்

இதய மண்டலம், மன மண்டலம் மற்றும் மைய மண்டலங்களின் வழியாக செல்லும் இந்தப் பயணத்தில் நாம் பதிமூன்று புள்ளிகள் அல்லது சக்கரங்களைக் கடக்கும்போது,

- இதயத்தினுள் மென்மேலும் ஆழ்ந்த மட்டங்களுக்குள் செல்கிறோம்.
- உணர்வுறுநிலையின் பல்வேறு நிலைகள் அனைத்தையும் கடந்து,
- உணர்வுறுநிலைக்கும் அப்பால், உள்ளார்ந்த ஆற்றலுக்கும் மற்றும் அதிலிருந்து முழுமையான இன்மைத் தன்மையையும் நோக்கிப் பயணிக்கிறோம்.

உணர்வுறுநிலை, உள்ளார்ந்த ஆற்றல், இன்மைத்தன்மை ஆகியவற்றை புரிந்துகொள்ள முயற்சிப்பதற்கு அவற்றை உடல், மனம் மற்றும் ஆன்மாவுடன் தொடர்புபடுத்துவதுதான் மிக எளிமையான வழியாகும். உணர்வுறுநிலையானது நமது பௌதீக ஜீவிதத்துடன் அதாவது இதய மண்டலத்துடன் இணைந்தது. உள்ளார்ந்த ஆற்றலானது, மன மண்டலத்துடன் இணைந்தது. இன்மைத் தன்மை என்பது காரண சரீரம், ஆன்மா, அதாவது மைய மண்டலத்துடன் இணைந்தது. உள்ளார்ந்த ஆற்றலிலிருந்து உணர்வுறுநிலை தோன்றுகிறது. இன்மைத் தன்மையிலிருந்து உள்ளார்ந்த ஆற்றல் தோன்றுகிறது. பரிபூரண இன்மைத் தன்மையே இறைவனின் உச்சக்கட்ட ராஜ்ஜியமாக இருந்தபோதிலும், இறைவன் எதிலும் நீக்கமற நிறைந்திருப்பதால், இம்மூன்றிலுமே அவர் இருக்கிறார்.

பதிமூன்று சக்கரங்கள்

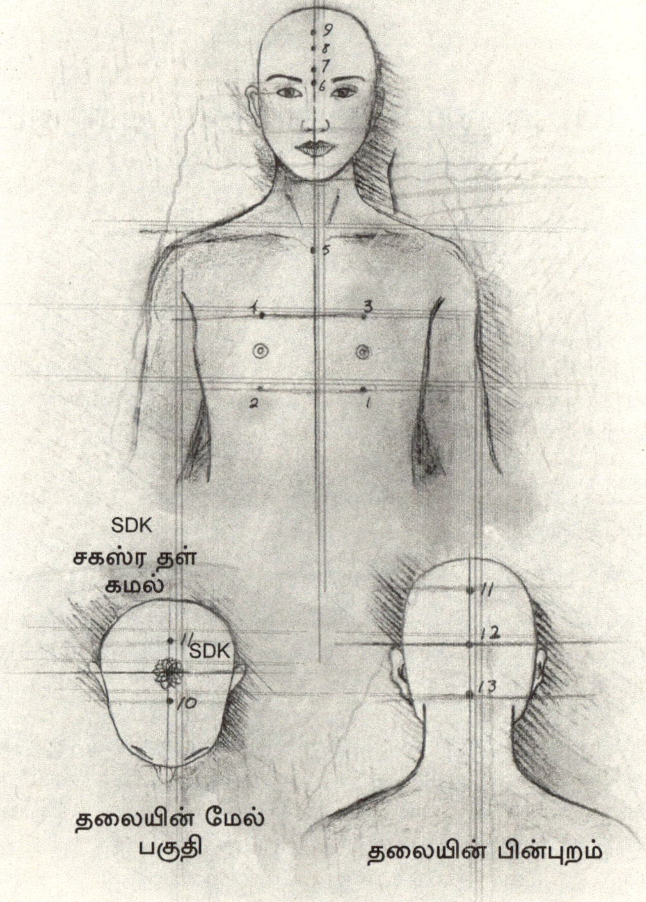

உண்மையில் இப்பயணத்திற்கு முடிவே கிடையாது, ஒவ்வொரு புள்ளியுமே தன்னுள் எல்லையற்ற பிரபஞ்சமாக இருக்கிறது. இதை அனுபவத்தினால் அறிய முடியும். முதல் புள்ளி, இரண்டாம் புள்ளி என்று பதிமூன்றாம் புள்ளி வரை ஒவ்வொன்றுமே அதன் விரிவாக்கத்தில் எல்லையற்றதாக உள்ளது. நாம் இதய மண்டலத்திலுள்ள முதல் புள்ளியிலேயே பிறவிற்குப் பின் பிறவியாக முடிவின்றி தியானம் செய்துகொண்டே இருக்க முடியும். ஆனால் இது கிடைமட்ட வளர்ச்சியாகும். நமது ஆன்மீகப் பயணத்தில் வேறொரு வகையான வளர்ச்சியுள்ளது. அதை நாம் செங்குத்தான வளர்ச்சி என குறிப்பிடுகிறோம்.

முதல் புள்ளியில் சற்று விரிவாக்கம் பெற்றபின், இரண்டாம் புள்ளிக்கு செல்கிறோம். அங்கேயும் எல்லையில்லா தன்மை இருக்கிறது. இரண்டாம் புள்ளியின் அந்த எல்லையில்லா உள்ளாற்றலில், எளிதாக நாம் நம்மை இழந்துவிடக் கூடும். ஆனால் தகுதி வாய்ந்த ஒரு வழிகாட்டி நம்மை அடுத்த கட்டத்திற்கு, அதாவது மூன்றாவது புள்ளிக்கு நகர்த்துகிறார். இவ்வாறாக நாம் பதிமூன்றாம் புள்ளியை அடையும் வரை இது தொடர்ந்து கொண்டே இருக்கிறது.

பாபூஜியிடம் ஒருவர், ‘உங்களால் எனக்கு கடவுளைக் காட்ட முடியுமா அல்லது குறைந்தபட்சம், கடவுளைப் பற்றி, இந்த ஆதி நிலையைப்பற்றி கூறமுடியுமா?’ எனக் கேட்டார்.

அப்போது சாரிஜியும் பாபூஜியுடன் இருந்தார். ‘இந்த முதியவர் நன்றாக மாட்டிக்கொண்டார்! அவர் என்ன சொல்லப்போகிறார் என்று பார்ப்போம்‘ என சாரிஜி நினைத்தார்.

அதற்கு பாபூஜி, ‘ஒருவேளை நான் உங்களுக்குக் கடவுளை காண்பித்தால், அவர்தான் கடவுள் என உங்களுக்கு எப்படி தெரியும்?’ என அவரிடம் கேட்டார்.

அதை எவ்வாறு அனுபவபூர்வமாக அறிவது என்பதே கேள்வியாகும். அதற்கான பதில், நீங்கள் பெறுவது எதுவாயினும் திறந்த இதயத்துடன் இருங்கள், என்பதாகும்.

திறந்த இதயத்துடன் இருப்பது எவ்வாறு?

முழுமையாக சுத்திகரித்து, *பிராணாஹுதியை* உள்வாங்கிக் கொள்ளும் வகையில், உங்கள் உணர்வுறுநிலையை விரிவடையச் செய்யுங்கள்.

பிராணாஹுதியைப் பெறுவதற்கு என்ன செய்ய வேண்டும்?

அதற்கான சிறந்த வழி தியானம் செய்வதுதான். அதன் மூலமாக சிறிது சிறிதாக உங்களையே நீங்கள் தயார்செய்து கொள்வீர்கள். இந்த செயல்பாட்டில் பல நிலைகளையும் மற்றும் உள்நிலைகளையும் நீங்கள் அனுபவபூர்வமாக உணர்வீர்கள்.

இவற்றை அனுபவபூர்வமாக அறிவதன் மூலமாக நீங்கள் வேறொன்றாகவும் ஆகிறீர்கள். அனுபவங்களை பெறுவது மட்டும் போதாது, நீங்கள் மாற்றம் அடைந்து, வேறொன்றாக ஆகவும் வேண்டும். இதுவே உங்கள் விதியை வடிவமைக்கும் செயல்முறையாகும்.

ஒருவேளை இந்த ஹார்ட்ஃபுல்னெஸ் பயிற்சிகளில் அனுபவங்களைப் பெறவில்லையெனில், நம்மில் யாராவது தியானம் செய்வதைத் தொடர்ந்திருப்போமா? அனேகமாக தொடரமாட்டோம். நமக்கு கிடைக்கும் இந்த அனுபவங்கள், நாம் பயிற்சியை மேற்கொள்ள நமக்கு அளிக்கப்படும் தூண்டுகோல் மட்டும்தானா? இல்லை. அனுபவங்களுக்கு வேறொரு காரணமும் உண்டு. ஆன்மீகத்தின் முழுமையான அனுபவத்தை அல்லது அனந்தத்தை நாம் ஒரே மூச்சில் அறிவோமானால், யாராக இருந்தாலும் அடுத்த கணம் வரைகூட ஜீவித்திருக்க முடியாது. இது நீங்கள் உடற்பயிற்சி கூடத்தில் சேர்ந்ததுமே 1000 கிலோ எடையை தூக்கச் சொல்வதைப் போன்றது - அது உங்களால் முடியுமா? ஒருவேளை யாராவது 1000 கிலோ எடையை தூக்க உங்களுக்கு உதவிசெய்து, பின்னர் அந்த எடையை நீங்களே பிடித்துக்கொள்ளும்படி விட்டுவிட்டால் என்ன ஆகும்? அதைப்போன்றே நம் வழிகாட்டியும் அவரது பெருந்தன்மையில் அதிரச்செய்யும் அனுபவங்களை ஒட்டுமொத்தமாக நமக்கு அளித்தால் நம்மால் தாங்க முடியாது. நம் ஜீவிதம் முடிந்துவிடும்.

எனவே ஐந்து கிலோவில் துவங்கி, பத்து கிலோ, பின்னர் பதினைந்து கிலோ என அதிகரிப்போம். மெல்ல மெல்ல நம் உடல், பளுவைத் தாங்கும் வலுவைப் பெறுகிறது. அதேபோன்றுதான் அனுபவத்திற்கு பின் அனுபவமாக உச்சக்கட்ட அமைதியை உள்முகமாக நாம் எதிர்கொள்ள துவங்குகிறோம்.

தியானம் செய்கின்ற சிலர் உறங்குவது போன்ற சமாதி நிலையில் ஆழ்ந்து சென்றுவிடுவதை நீங்கள் கவனித்திருப்பீர்கள். அவர்கள் குறட்டையும் விடக்கூடும். இது ஒருவிதத்தில் வலுவற்ற உணர்வுறுநிலையை குறிக்கிறது. போதை மாத்திரை பயன்படுத்தும் சிலரைப்பற்றி நீங்கள் கேள்விப்பட்டிருக்கலாம். அவர்கள் எடுத்துக்கொள்ளும் முதல் மாத்திரையில் இரவு முழுவதும் வீழ்ந்து கிடப்பார்கள், சில நாட்களுக்குப்பின் ஐந்து மாத்திரை சாப்பிட்டாலும்

நிலைதடுமாறாமல் நிற்பார்கள், வகுப்புகளை அல்லது அலுவலகப் பணிகளைக்கூட கவனிப்பார்கள். இதை என் மருந்து வியாபாரத் துறையில் நான் பார்த்திருக்கிறேன். *டையாஜீபாம்* (diazepam) என்றொரு மருந்து இருக்கிறது, அது தூக்கத்திற்காக பயன்படுத்தப்படும் மாத்திரையாகும். அம்மாத்திரையை இரண்டரை மில்லிகிராம் அளவு எடுத்துக்கொண்டாலும் உங்களால் நிற்கவே முடியாது, தூங்கிட விழைவீர்கள். ஆனால் எனக்கு தெரிந்த ஒரு மருந்துப் பணியாளர் 20 மில்லிகிராம் மாத்திரையை எடுத்துக்கொண்டாலும், பணியில் ஈடுபடுவார். அவர் அதற்கு அடிமையாகிவிட்டார்; அவரின் உடற்கூறு அதற்கு பழக்கப்பட்டுவிட்டது.

இதேபோன்று, தூய்மை, புனிதத்தன்மை, எளிமை மற்றும் தெய்வீகம் ஆகியவற்றின் அதிகப்படியான அளவுகளால் ஒரே நாளில் நாம் உயர்ந்த பரிணாம வளர்ச்சி அடைந்தவர்களாகிட வேண்டியதில்லை. நமது உணர்வுநிலையை மெல்ல மெல்ல விரிவாக்கம் செய்யவேண்டும். இந்த நெடுந்தொலைவை படிப்படியாக நாம் கடப்பதால் நமது பயணத்தின் ஒவ்வொரு புதிய சூழ்நிலையிலும், அதற்கேற்றவாறு நம்மை சரிசெய்துகொள்ள முடியும்.

ஆரம்பத்தில் நமக்கு நிறைய அனுபவங்கள் கிடைக்கின்றன. ஒரு ஹார்ட்ஃபுல்னெஸ் பயிற்றுனருடனான தியான அமர்வுகளின்போது லகுத்தன்மையை உணர்வதால் நாம் ஈர்க்கப்படுகிறோம். ஏனெனில் நாம் அத்தகைய ஆழ்ந்த அனுபவங்களை பெறுகிறோம், அது மிகவும் அற்புதமானதாக உள்ளது. ஒருவேளை தியானத்தின்போது எதையும் உணரவில்லை என்றாலும் அனுபவங்கள் வெளிப்படும்போது அதன் பின்-விளைவு நம்மை வியப்படையச் செய்கிறது. உண்மையில் தியான நிலையினால் நமது அமைப்பு முழுவதும் ஈர்த்துக் கொள்ளப்படுவதால் அமர்வு நடைபெறும்போது இருப்பதைவிட பெரும்பாலும் அதற்கு பின்னர் நாம் அதை அதிகமாக உணர்கிறோம். பிறகு, நாம் மென்மேலும் முன்னேறிச் செல்லும்போது நமக்கு அனுபவங்கள் இன்னும் இருக்கக்கூடும், ஆனால் அவற்றின் இயல்பு மாறுபட்டதாக இருக்கும். அவை ஆன்மீக இயல்புடையவை. ஆகையால் அவை இனியும் வியப்பூட்டுவதாகவோ, ஈர்ப்பதாகவோ இருக்காது. நாம் முன்னேறி செல்லும்போது அனுபவங்கள் குறைந்து கொண்டே இருக்கும். நாம் மைய மண்டலத்தை அடையும்போது அனுபவங்களே இருக்காது. அது எவ்வித தன்மைகளும் இல்லாத மிக நுட்பமான நிலையாகும்; வறண்ட பாலைவனத்தை ஒத்ததாகும்.

பாபூஜி இந்நிலையை அடைந்தவுடன், லாலாஜியிடம், 'இப்போது என்ன செய்வது? எனது கடந்த நாட்கள் இதைவிட சிறப்பாய்

இருந்தன. இது ஒன்றுமே இல்லாதது போலிருக்கிறது. இந்நிலையில் எவ்வித மகிழ்ச்சியும் இல்லை' என முறையிட்டார்.

எனவே லாலாஜி அவரிடம் 'உனக்கு பிடிக்கவில்லை என்பதால் இந்நிலையை உன்னிடமிருந்து நீக்கிவிடவா?' எனக் கேட்டார்.

அதற்கு பாபூஜி 'என் பிரபுவே, தயவுசெய்து அப்படி செய்துவிடாதீர்கள். அப்படி செய்தீர்களானால் அக்கணமே என் மூச்சே நின்றுவிடும். என்னால் உயிரோடு இருக்க முடியாது' என்று சொன்னார்.

இந்நிலையில் அழகோ, வசீகரமோ இல்லாவிட்டாலும், அதை அடைந்தபின் அது இன்றி உங்களால் வாழ முடியாது என்பதைப் போன்ற ஒரு நிலையாகும் அது. அதை அடைவதே நமது குறிக்கோளாகும்; அதாவது, நமது உணர்வுறுநிலை அதன் மிக உயர்ந்த தூய்மையான நிலையை அடைவதாகும்.

14. பரிணாம வளர்ச்சி

பரிணாம வளர்ச்சி என்பது, எனக்கு மிகவும் பிடித்த தலைப்பாகும். மனிதனின் பௌதீக, சூட்சும மற்றும் காரண சரீரங்களை நாம் சேர்த்துப் பார்க்கும்போது - பெரும்பாலான மக்கள் கற்பனை செய்வதுபோல அல்லாமல், உண்மையிலேயே அது மிகப்பெரிய விஷயமாக உள்ளது. பரிணாம வளர்ச்சி என்பதிலிருந்து நாம் உண்மையில் என்ன புரிந்துகொண்டுள்ளோம்? நம்மைச் சுற்றி உள்ளவர்களைக் கேட்டால், பலர் பரிணாம வளர்ச்சி என்பது மாற்றத்தைப் பற்றியது என்பார்கள். ஆனால், மனித பரிணாமத்தில் எது வளர்ச்சி அடைகிறது? விதியும், பரிணாம வளர்ச்சியும், எவ்வாறு ஒன்றோடு ஒன்று பிணைக்கப்பட்டுள்ளன?

நமக்கு தெரிந்த விஷயங்களில் இருந்து ஆரம்பிக்கலாம். பள்ளியில் நாம் உயிரியல் பரிணாம வளர்ச்சி குறித்துப் படித்திருக்கிறோம்: உருவியல் அமைப்பில் **(morpology)** ஏற்படும் மாற்றம், உயிரணுக்களில் ஏற்படும் மாற்றம், மரபணு மாற்றம் ஆகியவை குறித்த அனைத்துக் கோட்பாடுகளையும் படித்திருக்கிறோம். மரபுவழி மாற்ற விஞ்ஞானம் எனப்படுகின்ற *எபிஜெனெடிக்ஸ்*-ல் **(epigenetics)** சமீப கால ஆராய்ச்சிகளின் மூலமாகத்தான், நமது எண்ணங்களும், உணர்ச்சிகளும் மரபணுவை மாற்றியமைத்தல் மற்றும் பரிணாம வளர்ச்சியில் தாக்கங்களை ஏற்படுத்துகின்றன என்பதை விஞ்ஞானிகள் ஏற்றுக்கொள்ளத் துவங்கியுள்ளனர்.

உதாரணமாக, மரபுவழி மாற்ற விஞ்ஞானம் துறையின் முன்னோடிகளில் ஒருவரான டாக்டர் *புரூஸ் லிப்டன்* என்பவர் '*தி பையாலஜி ஆஃப் பிலீஃப்*' (The Biology of Belief) என்ற தனது புத்தகத்தில், எப்போதும் சண்டையும், சச்சரவுகளும் இருக்கின்ற ஒரு

பிளவுபட்ட குடும்பத்தில், ஒரு தாய் கருவுற்று, அவள் தொடர்ந்து மன அழுத்தத்தில் இருந்தால் என்ன நிகழ்கிறது என்பதை விளக்குகிறார். எந்த வகையான ஒரு வன்முறையானாலும், அது உடல் அல்லது மனம் எதை சார்ந்ததாக இருந்தாலும், உடலியல் ரீதியாக என்ன பதில்வினை நிகழ்கிறது?' 'எதிர்த்திடு அல்லது ஓடிவிடு' என்னும் நிகழ்வாகவே அது இருக்கும். யாராவது அவளைத் தாக்க முற்பட்டால், அவள் எதிர் தாக்குதல் நடத்துவாள் அல்லது சண்டையிடாமல் இருப்பதற்காக அங்கிருந்து ஓடிவிடுவாள்; எப்படியானாலும் அவளுக்கு பலம் தேவைப்படுகிறது. இரண்டு சந்தர்ப்பங்களிலுமே அவள் தனது கை கால்களைப் பயன்படுத்தியாக வேண்டும். அப்போது, வயிறு, கல்லீரல், மண்ணீரல், நுரையீரல், மூளை போன்ற உட்புற உறுப்புக்களில் இருந்து விலகிச் செல்கின்ற இரத்த ஓட்டம், கை கால்களுக்கு அதிக அளவில் பாய்கிறது. தாயானவள், எப்போதுமே இதுபோன்ற மன அழுத்தத்தில் இருக்கும்போது, இரத்த ஓட்டமானது, அடிக்கடி அதிக அளவில் அவளது கை, கால்களுக்கே பாய்கிறது. அதுவேதான் அவளுக்குள் வளர்கின்ற கருவுக்கும் நிகழ்கிறது. ஆக, சிசுவின் உள்ளுறுப்புகளைவிட கை, கால்கள் அதிக இரத்த ஓட்டத்தைப் பெறுகின்றன. அத்தகைய குழந்தைகளின் கை, கால்கள் சாதாரணமாக இருப்பதை விடவும் நீளமானதாக இருக்கின்றன.

இரண்டாவதாக நடக்கும் விஷயம், மூளையின் முன்புற மடல்கள் மற்றும் பின்புற மடல்களின் வளர்ச்சியில் ஏற்படுகின்ற வேறுபாடுதான். அன்பும் அரவணைப்பும் உள்ள ஆரோக்கியமான குடும்பச் சூழலில் வாழும் வாய்ப்பைப் பெறுகின்ற சிசுவுக்கு அறிதல் மற்றும் உள்ளுணரும் திறன்களை நிர்ணயிக்கின்ற மூளையின் முன்புற மடல் வளர்ச்சி பெறுகிறது. மன அழுத்தமும், பதட்டமும் உள்ள சூழ்நிலை இருக்கின்றபோது, மூளையின் பின் பகுதிக்கு அதிக இரத்த ஓட்டம் அடிக்கடி பாய்வதால், அது பெரிதாக வளர்கிறது.

தந்தையின் மூளை நன்கு வளர்ச்சியடைந்ததாக இருக்கலாம். அவரது கை கால்கள் சாதாரணமாக இருக்கலாம். தாய்க்கும் அவ்வாறே இருக்கலாம். ஆனால், அந்த சிசு, நீண்ட கை, கால்களையும், குறைவாக வளர்ச்சி அடைந்த ஜீரண மண்டலத்தையும் கொண்டிருக்கும். குழந்தையின் பெற்றோர் மற்றும் சந்திக்க வருகின்ற மற்றவர்களின் சூட்சும சரீரங்களும் மற்றும் குழந்தை வளர்கின்ற சூழலும், பிறக்கப்போகும் குழந்தையின் மரபணு அமைப்பில் ஒரு உறுதியான தாக்கத்தை ஏற்படுத்துகின்றன.

தியானப்பயிற்சி நமது சூட்சும சரீரங்களை சுத்திகரித்து பண்படுத்துவதால், மரபுவழி மாற்ற விஞ்ஞானம் ஒரு மிக முக்கிய

பங்கை வகிக்கிறது. நாம் தியானம் செய்யும்போது என்ன நிகழ்கிறது? சுமார் 10,000 முதல் 20,000 மணி நேரம் வரை தியானம் செய்தவர்கள் மீது விஞ்ஞானிகள் ஆய்வு மேற்கொண்டுள்ளனர். அவர்களது நரம்பு இழைகள் அல்லது ஆக்சான்களைச் சுற்றிப் பாதுகாக்கின்ற *மேய்லின்* எனப்படும் நரம்புறைகள் தடிமனாக மாறியுள்ளன. அது மட்டுமல்ல, தொடர்ந்து தவறாமல் குறிப்பிடத்தக்க காலத்திற்கு தியானம் செய்தவர்களின் மூளையின் முன்புற மடல்கள், அதிக வளர்ச்சி அடைந்திருக்கின்றன. எனவே தியானமும் நம் உடலியல் அமைப்பில்கூட ஒரு உறுதியான பரிணாம வளர்ச்சியின் தாக்கத்தை ஏற்படுத்துகிறது. ஆனால், நமது குறிக்கோள் அதுவல்ல. இத்தனை நல்ல விஷயங்கள் இருந்தபோதிலும், நமது பரிணாம வளர்ச்சிக்கான உண்மையான இலக்கு, இந்த உடலியல் மாற்றங்கள் அனைத்திற்கும் அப்பாற்பட்டது.

வாழ்க்கையில் நல்ல மாற்றம் ஏற்படவேண்டும் என நாம் விரும்பினாலும் நம்மில் பெரும்பாலானோர், மாற்றங்களைக் கண்டு அஞ்சுகிறோம். பிரச்சினை என்னவென்றால், மாற்றம் நமக்கு மிகுந்த அசௌகரியத்தை உருவாக்கி, அஸ்திவாரத்தையே அசைக்கிறது. உதாரணமாக, ஒரு கணவன் மனைவியை எடுத்துக்கொள்வோம். படுக்கையில் அவரவர்களுக்கு உரிய பக்கத்தில்தான் பல ஆண்டுகளாக படுத்துறங்குகின்றனர்; மனைவி வலது பக்கத்தில் படுக்கிறார் என வைத்துக் கொள்வோம். ஒருநாள் அவர்களுள் ஒருவர் மாறி படுக்க விரும்பினால், அங்கு ஒரு சண்டை ஏற்படுகிறது. அத்தகைய சாதாரணமானதொரு உலகாயத மாற்றம் கூட, மிகப்பெரிய சவாலாக ஆகிவிடுகிறது! அதுபோல் நமது 'உள்முக ஆன்மீகச் சூழலில் மாற்றம்' என்பது போன்ற மிகப்பெரிய அளவிலான மாற்றங்கள் ஏற்படுகின்றபோது, நாம் அதை எதிர்க்கிறோம். ஏனெனில், நமது பாதுகாப்புப் பகுதி ஒட்டுமொத்தமாகத் தகர்க்கப்படுகிறது. சில உணர்வுகளுக்கும், சில உள்முகச் சூழல்களுக்கும் நாம் பழக்கப்பட்டுவிட்டோம்.

இதயத்தில் தொடங்கி மைய மண்டலம் வரை, பதிமூன்று முக்கிய புள்ளிகள் அல்லது சக்கரங்களை நாம் பெற்றிருக்கிறோம். நமது ஆன்மீகப் பரிணாம வளர்ச்சியை ஒரு விதத்தில், ஒரு சக்கரத்தில் இருந்து அடுத்த சக்கரத்திற்கு, பின்னர் அங்கிருந்து அடுத்த சக்கரத்திற்கு என அடுத்தடுத்த சக்கரங்களாகப் பயணித்து, இறுதியில் பதிமூன்றாவது சக்கரத்தை அடையும் ஒரு பயணமாக விவரிக்கலாம். எல்லையற்ற வகையில் பரந்த ஒரு உள்முக பிரபஞ்சத்தின் வழியாக நாம் பயணிக்கிறோம். ஒவ்வொரு சக்கரத்தையும், அந்தப் பிரபஞ்சத்தின் வெவ்வேறு விண்மீன் தொகுப்பாகக் (galaxy) கருதலாம்.

ஒரு சக்கரத்தில் இருந்து அடுத்த ஒன்றிற்கு நகரும்போது அந்த நகர்தலுக்கும், அது ஏற்படுத்தும் மாற்றத்திற்குமான ஒரு எதிர்வினை எப்போதுமே இருக்கும். பாபூஜி, 'அனந்தத்தை நோக்கி'[5] என்ற அவரது புத்தகத்தில், ஒவ்வொரு புதிய சக்கரத்திலும் நுழைகின்ற இந்த செயல்முறையை விவரிக்கிறார். அப்போது மனதில் உருவாகின்ற பாரமான தன்மையையும், நிலைகொள்ளாத் தன்மையையும் அவர் விவரிக்கிறார். ஒரு புதிய விண்மீன் தொகுப்பில் (சக்கரத்தில்) நுழைந்திருப்பதன் விளைவாக ஏற்படுகின்ற அசௌகரியத்தை உணரும்போது நம்மில் பலருக்கு தியானம் செய்வதே மிகுந்த சிரமமாகிவிடுகிறது.

எனவே, நாம் இதனைச் சிறந்த முறையில் கடப்பது எவ்வாறு? அதற்கு உதவிவேண்டுமென கேளுங்கள். மனம் பாரமாக இருப்பதால் தியானம் செய்ய மனமில்லை, தியானத்துக்கான மனநிலை இல்லை என நீங்கள் உணர்கின்ற நாட்களில், ஒரு பயிற்றுநரிடம் தியான அமர்வை வழங்குமாறு கேளுங்கள், அல்லது உங்கள் கைப்பேசியில் '*ஹார்ட்ஸ்அப்*' என்ற செயலியை பயன்படுத்தி, ஒரு பயிற்றுநரிடம் தியான அமர்வை பெற்றுக்கொள்ளுங்கள். மாற்றத்திற்கு ஏற்றவாறு மிக எளிதில் நம்மை சரிசெய்துகொள்ள அது உதவுகிறது. பரிணாம வளர்ச்சிப் பாதையில் நீங்கள் இருப்பதனால், அதனைக் கடக்கவும், மாற்றங்களுடன் சரி செய்துகொள்ளவும் ஒரு வழியை நீங்கள் கண்டறிவீர்கள்.

நமது உணர்வுறுநிலையின் உள்முக திரைச்சீலை அதிக அளவில் மாறுவதால், ஒரு சக்கரத்தில் இருந்து அடுத்த சக்கரத்திற்கு செல்கின்ற ஒவ்வொரு நகர்வும், உள்ளுக்குள் ஒரு புதிய சூழ்நிலையை அதனோடு கொண்டுவருகிறது. இதன் விளைவாக நமது பயிற்சியில் நாம் நிலைபெற இயலாத ஒரு நிலையை அடைகிறோம். ஆனால், ஒரு எதிர்பார்ப்புடன் இந்தத் தருணங்களுக்காக நாம் காத்திருந்தால், நமது முன்னேற்றம் குறித்து நம்மை நாமே வாழ்த்திக் கொள்ளலாம்.

ஒரு அனுபவத்தை உங்களுடன் நான் பகிர்ந்து கொள்கிறேன். ஜெர்மனியில் இருந்துவந்த ஒரு இளம் பெண், தியானம் செய்யத் துவங்கிய பின்னர் இந்தியாவில் உள்ள நமது ஆசிரமங்கள் ஒன்றிற்கு வருகை தந்தாள். ஹார்ட்ஃபுல்னெஸ் தியானத்தை அவள் வானளாவப் புகழ்ந்துரைத்துக் கொண்டிருந்தாள். 'கொஞ்சம் பொறுமையாக இரு' என்று கூறிய நான், அவளுக்கு ஒரு நாட்குறிப்பேட்டை பரிசாக அளித்தேன். அவள் கூறிய அனைத்தையும் நாட்குறிப்பின் முதல்

5. ஷாஜஹான்பூரை சேர்ந்த ராம் சந்த்ர, 2015. ***அனந்தத்தை நோக்கி***, ஸ்ரீ ராம் சந்த்ர மிஷன், இந்தியா

பக்கத்தில் குறித்து வைக்குமாறு கேட்டுக்கொண்டேன். பின்னர் அவளிடம், 'பொதுவாக ஹார்ட்ஃபுல்னெஸின் முதல் மூன்று அறிமுக அமர்வுகளை அனுபவிப்பவர்கள், அவர்களுக்கு நிகழ்ந்தவற்றுள் இதுவே மிகச் சிறந்ததாக இருக்கிறது என ஏற்றுக்கொள்கிறார்கள். ஆனால் அவர்களில் பலர் சில நாட்களிலேயே பயிற்சியைக் கைவிடுகிறார்கள்' என்று கூறினேன். அவள் அதற்கு விளக்கம் கேட்டாள்.

அவளுக்கு நான் இவ்வாறு பதிலளித்தேன், 'நீ கொண்டிருக்கும் இந்த பூரிப்புமிக்க உணர்வு நீடித்திருக்காது. அடுத்த ஆன்மீக சக்கரத்திற்கு நீ நகர்ந்திடும் ஒரு புதிய நிலை விரைவில் வரும். அப்போது நீ, 'நான் எங்கே இருக்கிறேன்? எதற்காக நான் இங்கு இருக்கிறேன்? இது அவ்வளவு நன்றாக இல்லையே' என்பாய். ஆனால் அதுவும் கடந்துபோகும். சிறிது காலத்திற்குப் பின்னர், நீ முன்னேறிச் சென்றிருப்பதையும், உனது உணர்வுறுநிலை விரிவடைந்திருப்பதையும் நீ அறிவாய். அந்த மாற்றமே அசௌகரியமாக உணரப்படுகிறது. எனவே, தயவுசெய்து இந்த முதல் பக்கத்தை அப்போது படித்து, உனக்கு நிகழ்ந்தவற்றுள் மிகச் சிறந்த ஒன்று இதுதான் என்பதை உனக்கு நீயே நினைவுபடுத்திக் கொள். ஒவ்வொரு புதிய கட்டத்தின் வழியாக நீ செல்லும்போதும் அதை மீண்டும் படித்துப்பார்.' சில நாட்களுக்குப்பின், 'நான் அந்த அளவுக்கு மோசமாக உணரவில்லை, நான் எப்போது முன்னேறப் போகிறேன்?' என அந்தப் பெண் எனக்கு எழுதியிருந்தார்.

ஆன்மீகப் பரிணாம வளர்ச்சியின் இயக்கவியல் நுட்பங்களைப் புரிந்துகொள்ளும்போது, வளர்ச்சியை அடையாளம் காட்டுவதற்காக வருகின்ற அசௌகரிய நிலையையும், அதனோடு கூடவே வருகின்ற தவிர்க்கமுடியாத கொந்தளிப்பையும் வரவேற்க நாம் கற்றுக்கொள்கிறோம். ஒரு தடகள வீரன், தனது அடுத்தகட்ட செயல்திறன் மிக்க நிகழ்ச்சிக்காக பயிற்சி எடுத்துக் கொள்ளும்போது, அசௌகரியங்களை ஏற்றுகொள்வதை போன்றதுதான் இதுவும். அதேபோல ஒரு கப்பலிலோ அல்லது விமானத்திலோ பயணிக்கும்போது ஏற்படக்கூடும் கொந்தளிப்பை எண்ணிப்பாருங்கள். ஆன்மீகத்தில் அத்தகைய கொந்தளிப்பு வருகிறது என்றால், அதன் அர்த்தமும் நாம் நகர்ந்து கொண்டிருக்கிறோம் என்பதுதான். அதற்கு மாறாக நாம் நமது பாதுகாப்பு பகுதிக்குள் நிலைத்து இருக்கிறோம் என்றால், நாம் முன்னோக்கி நகரவில்லை என்றுதான் அர்த்தம். அப்போது நாம் நகர்ந்திடவும், பரிணாம வளர்ச்சி அடைந்திடவும் உதவுவது வழிகாட்டியின் பணியாகிறது. மாற்றத்தை நாம் எதிர்த்தால்,

அவர் நம்மை கட்டாயப்படுத்தமாட்டார். அதற்கு பதிலாக நாம் மென்மேலும் ஏங்கத் துவங்கும் வகையில் சூழ்நிலைகளை அவர் உருவாக்கிடுவார். இந்தப் பரிணாம வளர்ச்சியின் செயல்முறையை விரைவுபடுத்த வழிகாட்டியானவர் எப்போதும் இருக்கிறார். ஆனால், நமது செயலாற்றல் மிக்க, சுறுசுறுப்பான பங்கேற்பும் அதற்கு அவசியமாகிறது. நம்முள் விவேகியாக இருப்பவர்கள் காலத்திற்கு மதிப்பளிப்பார்கள்!

பயணத்தின்போது இடர்பாடுகளை மகிழ்ச்சியோடு ஏற்றுக்கொண்டு ஒத்துழைத்து, மென்மேலும் உயர்ந்த உள்நிலைகளுக்கு ஆசைப்படும்போது என்னென்ன சாத்தியமாகிறது என சற்று கற்பனைசெய்து பாருங்கள். பயணத்தின்போது பற்பல நேர்மறையான மாற்றங்களும் ஏற்படுகின்றன. முதன்முதலாக ஒரு புதிய சக்கரத்திற்கு நாம் நகர்கின்றபோது, அங்கு அசௌகரியமான நிலை இருக்கும். ஆனால், அங்கு நிலை கொள்ளும்போது நாம் வீட்டில் இருப்பது போல் உணர்கிறோம், மிக மகிழ்வாக உணர ஆரம்பிக்கிறோம். அடுத்தடுத்த ஒவ்வொரு சக்கரத்திலும் நாம் அனுபவிக்கின்ற ஆனந்த நிலை மென்மேலும் அழகாக ஆகிறது. உணர்வுறுநிலையானது புதிய பரிமாணங்களை நோக்கி விரிவடைந்துகொண்டே செல்கிறது, அந்த நிலையின் தெளிவும், சூட்சுமத் தன்மையும் வளர்ந்துகொண்டே இருக்கின்றன.

வழிகாட்டி நம்மை நகர்ந்திட வைக்கிறார். அடுத்தடுத்த ஒவ்வொரு சக்கரத்திலும் நல்ல விஷயங்கள் நமக்குள் முதிர்ச்சி அடைந்து, அந்தக் குறிப்பிட்ட சக்கரத்தில் உணர்வுகள் மற்றும் அனுபவங்கள் என்ற களத்தில் நாம் நிபுணத்துவம் பெற்றிடும்போது, அடுத்த சக்கரத்திற்கு நாம் மென்மையாக நகர்வதற்கான சூழ்நிலைகளை அவர் உருவாக்குகிறார். 'இன்னும் முன்னேறிச் சென்றிட விரும்புகிறேன்' என நாமே நமது விருப்பத்தைத் தெரிவிக்கும்போது, நமது பங்கிற்கு புதிய நிலைகளை நம்மால் மனப்பூர்வமாகத் தூண்டிவிட இயலும். மாற்றத்திற்கு அஞ்சாமல் அதனை வரவேற்பதே விரைவான பரிணாம வளர்ச்சிக்கான திறவுகோலாகும்.

மூன்று சரீரங்கள்: சரீரம், மனம் மற்றும் ஆன்மா

நாம் இதை நன்கு புரிந்துகொள்ளும் பொருட்டு, ஒரு மனிதனின் பௌதீக, மன மற்றும் ஆன்மீக ரீதியிலான மூன்று சரீரங்களை இன்னும் ஆழமாக ஆராயலாம். முதலாவது, நமது பௌதீக சரீரம் தசை மற்றும் ரத்தத்தினால் ஆனது. புலன்களின் இயக்கமும்,

அவற்றின் உணரும் சக்தியும் பௌதீக சரீரத்தின் குணாதிசயமாகும். செயல்படுதல் இவ்வுடலின் இயல்பாகும். நமது வாழ்க்கையில் நாம் எவ்வாறு வாழ்கிறோம் என்பதற்கு ஏற்ப அது சிறிது மாறினாலும், அது அதிகமாக மாற்றம் அடைவதில்லை. உதாரணமாக, நாம் அதிகம் உடல்தகுதி உடையவராக ஆகலாம். எனினும், மேலும் ஒரு அடி கூடுதல் உயரமானவராக மாறவோ அல்லது கூடுதல் அங்கங்களை உருவாக்கிக்கொள்ளவோ முடியாது. ஒரு ஆயுட்காலத்தைவிட அதிகம் நீண்ட காலகட்டங்களில்தான், பௌதீக பரிணாம வளர்ச்சி நிகழ்கிறது. ஆக, இந்த வாழ்நாளில் நமது பௌதீக சரீரம் அதிகம் பரிணாம வளர்ச்சி அடையவேண்டும் என்று நாம் எதிர்பார்ப்பதில்லை.

மனரீதியிலான சரீரத்தையும் நாம் பெற்றுள்ளோம்; அது நுண்ணிய சரீரம், சூட்சும சரீரம், அதிர்வுறும் சரீரம் மற்றும் மனது என்றும் அறியப்படுகிறது. அது இதயம் மற்றும் மனதின் களமாகும். அது ஆற்றலுடன் தொடர்புடையது. அது சிந்தித்தல், உணர்தல் மற்றும் புரிந்துகொள்ளுதல் ஆகிய குணாதிசயங்களைக் கொண்டுள்ளது. இது எண்ணங்கள், உணர்வுகள் மற்றும் உணர்ச்சிகள், உள்ளுணர்வு, அகத்தூண்டுதல், அகங்காரம், புத்தி, விவேகம், துணிவு, அன்பு மற்றும் உணர்வுறுநிலை ஆகியவற்றின் செயற்களம் ஆகும். அதில் இயக்கம் மற்றும் இயக்கமின்மை ஆகிய இரண்டும் உள்ளது.

மூன்றாவது சரீரம் ஆன்மீக சரீரமாகும், அது காரண சரீரம் - நமது ஜீவிதத்திற்கான காரணம் - ஆன்மா என்றும் அறியப்படுகிறது. காரண சரீரம் ஒன்றுமில்லாத்தன்மையின் பூரண நிலையுடன் தொடர்புடையது. நமது ஜீவிதத்தின் அடித்தளம் அதுவே. அமைதி அல்லது ஓய்வு என்பதே ஆன்மாவின் பண்பாகும். இயக்கம் அனைத்தையும் விதை வடிவில் அது கொண்டுள்ளது. இந்த காரண சரீரம் அதீத தூய்மையானதாக, மாற்றமுடியாததாக, மாறாததாக உள்ளது. அதன் பரிணாம வளர்ச்சி என்பது நாம் நேரடியாக செயல்படுத்த முடிகின்ற ஒரு விஷயமல்ல. சக்கரங்களினூடேயான நமது உள்முகப் பயணத்தின் இயல்பான பலனாக அது பரிணாம வளர்ச்சி அடைகிறது.

எதில் நமது தன்மைமாற்றம் நிகழ்கிறதோ, எதன் மூலம் நாம் பரிணாம வளர்ச்சி அடைகிறோமோ, அது இந்த மூன்று சரீரங்களில் நடுவில் இருக்கும் சூட்சும சரீரமாகும். நமது இனம் மனித இனம் என்பதையும், நமது இயல்பு நிலைக்கான காரணம் மனம், அறிவு மற்றும் விவேகம் என்பதையும் நினைவில்கொள்ளுங்கள். ஆக, அங்குதான் நமது பரிணாம வளர்ச்சி நிகழ்கிறது. சூட்சும சரீரத்தின் பரிணாம வளர்ச்சி மற்றும் தூய்மைப்படுத்துதல் என்ற விஷயத்திற்கும், நமது விதிக்கும் அனைத்து தொடர்பும் இருக்கிறது.

மூன்று சரீரங்கள்

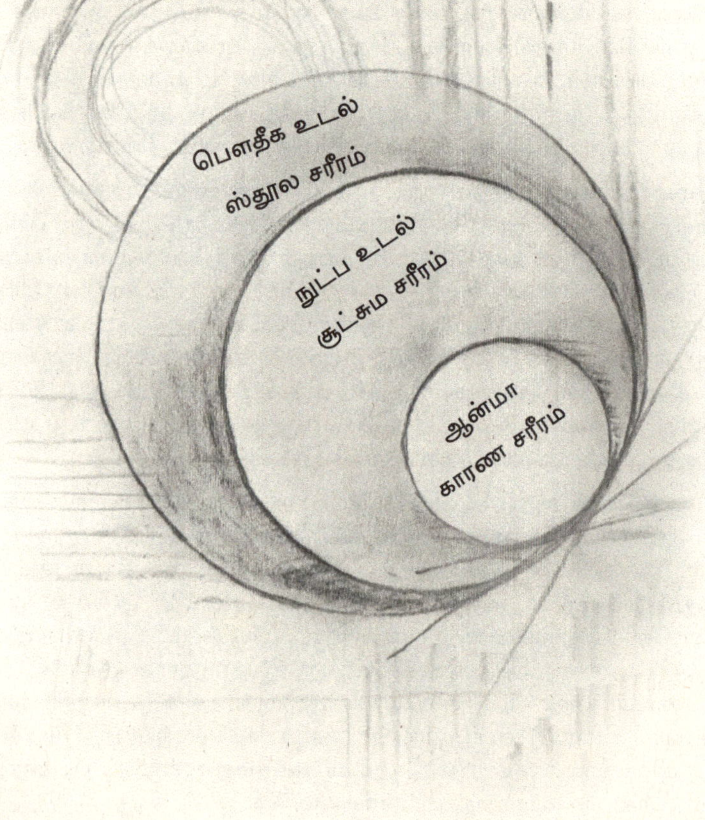

நமது அமைப்பிலுள்ள சக்கரங்கள் அனைத்தையும் தூய்மைப்படுத்தி விழித்தெழச் செய்வதன் பொருட்டு, சிக்கல்கள் மற்றும் மாசுகளின் அடுக்குகளை நாம் நீக்கும்போது, இந்தப் பரிணாம வளர்ச்சி நிகழ்கிறது. அதன்பிறகு, உணர்வுறுநிலை படிப்படியாக விரிவடைவதை நாம் காண்கிறோம். இவ்வாறுதான் நமது விதியினை நாம் வடிவமைக்கிறோம். இதற்காகத்தான் நமது ஹார்ட்ஃபுல்னெஸ் பயிற்சிகள் உள்ளன.

இந்த மூன்று சரீரங்கள் அனைத்து உயிர்களுக்கும் பொதுவானவை. பிரபஞ்சத்திலுள்ள ஒவ்வொன்றிலும் பருப்பொருள், ஆற்றல், முழுமையான விண்வெளி ஆகிய மூன்று நிலைகள் உள்ளன எனும் பௌதீகவியல் கோட்பாட்டுடன் அவற்றை சமன்படுத்திப் பார்ப்பதன் மூலம், இதனை நீங்கள் புரிந்துகொள்ள முடியும்.

கனிமப் பொருட்களில், இவை மூன்றையும் பிரிப்பது மிகவும் கடினம் என்ற அளவிற்கு, அவை மிக நெருக்கமாக, ஒன்றாகப் பிணைக்கப்பட்டுள்ளன; அவற்றுக்கு அதிக இயக்கம் கிடையாது. எந்த அளவு வேறுபட்ட அதிர்வுகளை அவை கொண்டுள்ளனவோ, அந்த அளவு வேறுபட்ட குணங்களை அவை கொண்டுள்ளன. ஆக, தங்கம், ஈயம், ஆஸ்மியம் என்று இதுபோல நாம் அவற்றுக்கு பெயர் வைக்கிறோம்.

தாவர இனங்களில், கனிமங்களைவிட இறுக்கம் குறைவாக, இந்த மூன்று சரீரங்களும் பிணைக்கப்பட்டுள்ளன. தாவரங்களை நாம் கவனமாக பார்த்தால், புறத்தூண்டுதல்களுக்கு ஏற்ப உணர்ச்சியை வெளிப்படுத்துகின்ற மூன்று சரீரங்களை அவை கொண்டுள்ளன என்பதைக் காண்கிறோம். சூரியன் உதிக்கையில் விரிவதும், இருட்டும்பொழுது மீண்டும் மூடிக்கொள்வதுமான செம்பருத்தி, கலிஃபோர்னிய அபினி மலர், தாமரை மற்றும் மக்னோலிய மலர்களை நீங்கள் பார்த்ததுண்டா? சூரியகாந்தி, அபினி, சாமந்தி, வெளிர் ஆதவப்பூ போன்ற ஒளியை நோக்கி சாய்கின்ற மலர்கள், சூரியன் நகரும்போது அதை நோக்கித் திரும்புகின்றன. நீங்கள் தொடும்போது, உள்நோக்கி மடங்கும் இலைகளைக் கொண்ட, தொட்டால் சிணுங்கி தாவரங்களும் உள்ளன. தென்றல் வீசும்போது அல்லது புயல் அடிக்கும்போதுகூட, மரங்களின் இலைகளும் கிளைகளும் அசைந்து ஆடுகின்றன. ஆனால், யாராவது ஒருவர் அதன் கிளையை வெட்டுவதற்கு முயற்சி செய்யும் அத்தருணமே, ஒரு மரம் கிளர்ந்து எழுகின்றது. பூஞ்சைப் பிணையங்களின் **(fungal networks)** உதவியுடன், தங்கள் வேர்களின் மூலம் மரங்கள் எவ்வாறு தொடர்புகொள்கின்றன

என்பதை நவீன ஆராய்ச்சியாளர்கள்[6] விரிவாக எடுத்துரைக்கின்றனர். மரங்களின் மொழி, காடுகளில் மரங்கள் எவ்வாறு தங்களுக்கென்று சமுதாயங்களை உருவாக்கி, ஒன்றுக்கொன்று உதவுகின்றன, எவ்வாறு அவை கற்றுக்கொள்கின்றன என்பதையும் அவர்கள் விரிவாக எடுத்துரைக்கின்றனர். இவை அனைத்தும் இருந்தபோதிலும், விலங்கினங்களில் இருப்பதைவிட, தாவரங்களில் சூட்சும சரீரங்களும், காரண சரீரமும் அதிகம் இறுக்கமாக ஒன்றாகப் பிணைக்கப்பட்டுள்ளன.

தாவரங்களில் இருப்பதைவிட, விலங்குகளில் இந்த மூன்று சரீரங்களும் அதிக அளவில் பிரிந்திருக்கின்றன. மனிதர்களில், இந்த மூன்று சரீரங்களும், இன்னும் அதிகம் தளர்வாக இணைக்கப்படுகின்ற சாத்தியத்தைப் பெற்றுள்ளன; எனினும், இதுவும்கூட, ஒவ்வொரு தனி மனிதன் மற்றும் அவனது அல்லது அவளது குணங்களைப் பொறுத்ததாகவும் உள்ளது. சிலரிடம் இந்த மூன்று சரீரங்களும் இறுகப் பிணைக்கப்பட்ட நிலையில் உள்ளது; அதேநேரம், மற்றவர்களிடம் இந்த மூன்று சரீரங்களும் நிலைமாற்றம் அடையக் கூடியதாகவும், மிகவும் தளர்வாகவும் இணைக்கப்பட்டுள்ளன. இந்தப் பிரிந்திருக்கும் அளவுகளின் ஏற்றத் தாழ்வு விகிதமும் வெவ்வேறாக இருக்கின்றது. வேத சாஸ்திரங்களில் கூறப்பட்டுள்ள ***தாமஸ, ராஜஸ*** மற்றும் ***சாத்வீக*** என்னும் மூன்று குணங்கள் அல்லது பண்புகள் பற்றி நீங்கள் கேள்விப்பட்டிருப்பீர்கள். மனிதர்களிடம் இந்த சரீரங்கள் எவ்வளவு தளர்வாக அல்லது எவ்வளவு வலுவாகப் பிணைக்கப்பட்டுள்ளன என்பதை இந்த மூன்று குணங்கள் பிரதிபலிக்கின்றன.

தாமஸ குணம் கொண்ட ஒரு மனிதர், இந்த சரீரங்கள் மிகவும் இறுக்கமாகப் பிணைக்கப்பட்டுள்ள ஒரு கல் அல்லது கனிமத்தை அதிகம் ஒத்திருக்கிறார். அங்கு சூட்சும சரீரம் அவ்வளவாக சுதந்திரமாக இல்லை. அதன் பலனாக உணர்வுறுநிலை கட்டுப்படுத்தப்பட்டுள்ளது. அத்தகைய மனிதர், தன்னைச் சுற்றி நிகழ்வதைக்கூட கிரகித்துக்கொள்ள இயலாதவராக, குறைந்த மனத்திறன் கொண்டவராக தோன்றுகிறார். நீங்கள் விவரித்தாலும், அவர்களால் அதைப் புரிந்துகொள்ள முடிவதில்லை. ஏனெனில், சூட்சும சரீரமானது, கருத்தை கிரகித்துக்கொள்ளும் அளவிற்கு போதிய சுதந்திரம் பெற்றிருப்பதில்லை.

ராஜஸ குணமுடைய மனிதரிடம் சூட்சும சரீரத்தின் இயக்கம் இன்னும் அதிக அளவில் இருப்பினும் உணர்வுறுநிலையானது அமைதியின்றியும், கலக்கமுற்றும் உள்ளது. மனம் அடிக்கடி

6 *The songs of Trees* (தாவரங்களின் சங்கீதங்கள்), ஆஸ்திரேலியா

மாறிக்கொண்டே இருக்கும் இயல்புடையதாக, இன்பங்களாலும் ஆசைகளாலும் பல திசைகளிலும் ஈர்க்கப்படுகிறது. அதன் பலனாக, உணர்வுறுநிலை அதிகம் ஒழுங்கற்றதாகவும், அதன் முழு அளவிற்கு விரிவடைய இயலாததாகவும் உள்ளது.

சாத்வீக குணமுடைய ஒரு மனிதர், விரிவடையவல்ல ஒரு தூய்மையான உணர்வுறுநிலையினைப் பெற்றுள்ளார். அவரது சூட்சும சரீரத்தால், எங்கு வேண்டுமானாலும் தனது எண்ணங்களை வெளிப்படுத்த முடிகின்ற விதத்தில், சுலபமாக இயங்க முடிகிறது. எண்ணத்தில் லகுத்தன்மையும், வளைந்துகொடுக்கும் தன்மையும், சுற்றிலும் உள்ள அனைத்தையும் பற்றிய ஓர் அதிசயிக்கும் உணர்வும் அங்கு உள்ளன.

பொதுவாக, நமது தூய்மை மற்றும் பண்புகளுக்கு ஏற்ப, இந்த குணங்களின் ஒரு கலவையாக நாம் இருக்கிறோம். சூட்சும சரீரத்தின் வளைந்துகொடுக்கும் தன்மையின் ஏற்ற இறக்க விகிதத்திற்கேற்ப, நமது உணர்வுறுநிலையின் செயல்களத்தினை விரிவுபடுத்தி, பரிணாம வளர்ச்சியடைவதை நாம் தேர்ந்தெடுக்கிறோம்.

நமது ஜீவிதம் ஸ்தூல சரீரத்தினை அடித்தளமாகக் கொண்டிருப்பதாகவும், இந்த அடித்தளத்தின்மீது, சூட்சும சரீரங்களும் ஆன்மாவும் இருப்பதாகவும் தோற்றமளிக்கக்கூடும்; ஆனால், உண்மை நிலை இதற்கு மாறாக உள்ளது. ஆன்மாவானது உணர்வுறுநிலையினை உருவாக்குகிறது, இன்னும் சரியாகச் சொல்வதெனில், அவை பிரிக்கப்பட முடியாதவை. அதன் பிறகு, உணர்வுறுநிலையானது தனது இருப்பிற்காக, தனக்கே உரித்தான அடையாளமாகிய அகங்காரத்தினை உருவாக்குகிறது. பின்னர், அகங்காரம் தனது இருப்பிற்காக, புத்தியை பயன்படுத்துகிறது. புத்தி கூர்மையாவதற்கு, மனதின் சிந்திக்கும் செயல் அதற்குத் தேவைப்படுகிறது. ஆகவே, உண்மையில் ஆன்மாவானது உணர்வுறுநிலைக்கும், உணர்வுறுநிலையானது அகங்காரத்திற்கும், அகங்காரமானது புத்திக்கும், புத்தியானது சிந்தித்தலுக்கும், இவை அனைத்தும் ஸ்தூல சரீரத்தின் இருப்பிற்கும் துணைநிற்கின்றன.

சூட்சும சரீரம்

சூட்சும சரீரம் நமது ஆற்றல் களமாகும். அதை, இதயம் மற்றும் மனதின் செயற்களமாக நாம் நினைக்கலாம். அது புயலின்போது ஆர்ப்பரிக்கும் ஒரு சமுத்திரத்தைப் போல, கொந்தளிப்பதாகவும் அலைபாய்ந்துகொண்டும் இருக்கலாம் அல்லது மறுமுனையில், நீரின் மேற்பரப்பில் விழுகின்ற ஒரு இறகுகூட ஓர் சிற்றலையினை

4 சூட்சும சரீரங்கள்

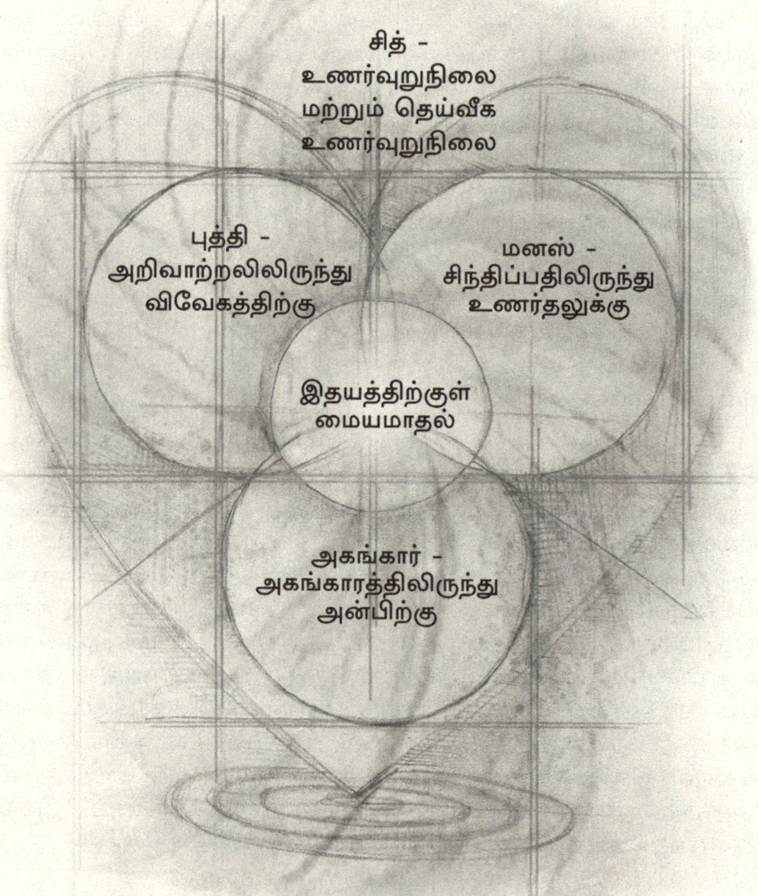

உருவாக்குகின்ற, ஒரு சலனமற்ற குளம் போலவும் இருக்கலாம். இங்குதான் ஹார்ட்ஃபுல்னெஸ் பயிற்சி, முக்கிய பங்கு ஆற்றுவதாக இருக்கிறது; ஏனெனில் அது, இக்களத்தை ஒழுங்குபடுத்தி, தூய்மைப்படுத்தி, எளிமையாக்கத் தேவையான உத்திகளை வழங்கி நம்முள் தெளிவு, அமைதி மற்றும் சலனமற்றத் தன்மையை உருவாக்குகிறது.

இதயமே மனதின் செயற்களமாகும். இதன் பொருள் என்ன? இந்தக் களத்தினுள் நான்கு முக்கிய செயல்பாடுகள் உள்ளன - அவை உணர்வுறுநிலை (*சித்*), சிந்தித்தலும், உணர்தலும் (*மனஸ்*), அறிவாற்றல் மற்றும் விவேகம் (*புத்தி*) மற்றும் அகங்காரமும், தனித்தன்மையும் (*அகங்கார்*) ஆகியவையே. நமக்குத் தெரிந்த மனம் என்ற ஒன்றினை உருவாக்குவதற்கு, அவை ஒன்றிணைந்துள்ளன; அவற்றை நாம் நான்கு பிரதான சூட்சும சரீரங்கள் அல்லது சூட்சும சரீரத்தின் மூலக்கூறுகள் என்று அழைக்கிறோம்.

உண்மையில், குஜராத்தை சேர்ந்த ஹரிதாஸ்ஜி (1862-1938) எனும் ஞானி, சூட்சும சரீரத்தின் 19 மூலக்கூறுகள் குறித்து விரிவாக எடுத்துரைத்துள்ளார். அவை பின்வருமாறு:

> உணர்ந்தறியும் ஆற்றல் படைத்த ஐம்புலன்கள்: பார்த்தல், கேட்டல், முகர்தல், சுவைத்தல் மற்றும் தொடுதல்.
>
> தூண்டும் மன ஆற்றல் படைத்த ஐந்து புலன்கள்: கழிவு நீக்கம், இனப்பெருக்க இயக்கம், கைகளினால் பற்றிக்கொள்ளுதல் மற்றும் பேசுதல் ஆகிய நமது பிரதான ஆற்றல் வாய்ந்த செயல்முறைகள்.
>
> வாயுக்கள் என்று அறியப்படும் ஐந்து பிராணன்கள் அல்லது ஆற்றல் ஓட்டங்கள்: உள்முக ஓட்டம், கீழ்நோக்கிய மற்றும் வெளிப்புற ஓட்டம், ஒருங்கிணைக்கும் சமன்படுத்தும் ஓட்டம், ஏறுமுக ஓட்டம் மற்றும் சுற்றிவரும் ஓட்டம்.
>
> நான்கு *அந்தக்கரணங்கள்* அல்லது மனதின் உள்முக செயல்பாடுகள்: *சித், மனஸ், புத்தி* மற்றும் *அகங்காரம்*.

நமது பரிணாம வளர்ச்சியின் பொருட்டு, இந்த நான்கு *அந்தக்கரணங்களின்* மீதுதான் நாம் அடிப்படையில் பணியாற்றுகிறோம். ஹார்ட்ஃபுல்னெஸ் யோகப்பயிற்சிகளின் மூலமாக, மற்ற 15 மூலக்கூறுகளும் தூய்மையாக்கப்பட்டு சமன்படுத்தப்படுகின்றன. நம் விதியினை வடிவமைப்பதற்காக, இந்த நான்கினுள், உணர்வுறுநிலை அல்லது *சித்* விரிவடைந்து பரிணாம வளர்ச்சி அடைகிறது; எனினும்,

மற்ற மூன்று மூலக்கூறுகளின் பண்படுத்தலின் காரணமாகவே இது நிகழ்கிறது. உணர்வுறுநிலையானது ஒரு ஓவியரின் சித்திரம் தீட்டும் கேன்வாஸைப் போன்றது; அந்த கேன்வாஸில் மற்ற மூன்று சரீரங்களின் செயல்பாடுகளும் அன்றாடம் இயக்கப்படுகின்றன. அவற்றின் ஜீவிதம் உணர்வுறுநிலையினுள் இருப்பதாகக் கூறலாம்.

பரிணாம வளர்ச்சி அடையும் பொருட்டு, நமது உணர்வுறு நிலையினை நாம் மும்முரமாக விரிவடையச்செய்து வருகிறோம். இந்த விரிவாக்கத்திற்கு இடமளிக்கும் வகையில் நமது ஆன்மீகப் பயிற்சி, ஆழமான நிலைகளில், படிப்படியாக, மனதை சலனமின்றி வைத்துக்கொள்வதற்கான சூழல்களை உருவாக்குகிறது. ஒரு பௌதீக மட்டத்தில், நமது உடலின் தசைகளை வலிமைப்படுத்துவதற்காக, நாம் உடற்பயிற்சி செய்கிறோம். மனம் பரிணாம வளர்ச்சி பெற்று, உணர்வுறுநிலை விரிவடைவதற்கு, ஜீவிதத்தின் சூட்சும நிலைக்கு உரித்தான மனஸ், புத்தி மற்றும் அகங்காரம் ஆகியவற்றை நாம் பயிற்றுவிக்க வேண்டியுள்ளது; அதன் பலனாக, உணர்வுறுநிலை விடுவிக்கப்பட்டு, அது விரிவடைந்து எழுச்சியுற முடியும். இது தியானப் பயிற்சிகளின் மூலம் நிகழ்த்தப்படுகிறது.

தியானமும், தியான நிலையும்

தியானத்திற்கும் இதற்கும் என்ன சம்பந்தம்? மனதிற்கு பயிற்சி கொடுக்கவும் மனதை ஒழுங்குபடுத்தவும் நாம் தியானம் செய்கிறோம். ஒழுங்குபடுத்தப்படாத மனம், விருப்பங்களாலும், ஆசைகளாலும், பயங்களாலும், பழக்கங்களாலும் வெவ்வேறு திசைகளில் இழுக்கப்படுகின்றது. அத்தகைய மனதின் இயல்பு *ரஜோ* குணமுடையதாக இருப்பதோடு, அதன் ஆற்றல் வெவ்வேறு திசைகளில் சிதறடிக்கப்படுவதால், பலவீனமாகிவிடுகிறது. பாபூஜி, தனது கையில் வரைந்து காட்டிய நீர் கால்வாய் நினைவிருக்கிறதா? ஒழுங்குபடுத்தப்பட்ட, ஒருமுகப்படுத்தப்பட்ட மனதுடன் இதை ஒப்பிடுங்கள். ஒரே பயன்பாடு, ஒரே திசை. நாம் நன்றாக தியானம் செய்யும்போது, நமது உணர்வுறுநிலை விரிவடைந்து பரிணாம வளர்ச்சி அடைந்திடும் வகையில் நமது மனம் ஒழுங்குபடுத்தப்படுகிறது.

நமது சிந்திக்கும் திறன், புத்தி, அகங்காரம் அனைத்தும் பண்படுத்தப்பட்டு, தியானத்தின் மூலம் மேம்படுத்தப்படுகின்றன. பல திசைகளிலும் சிதறிக் கிடக்கும் நமது சிந்திக்கும் முறையை எளிமைப்படுத்தி, ஒரு திசையில் குவித்து, தியானப் பயிற்சி மூலமாக ஒருமுகப்படுத்திடக் கற்றுக் கொள்கிறோம் பிறகு,

சிந்தித்தல் என்பதிலிருந்து உணர்தல் என்ற நிலைக்கு ஆழ்ந்து செல்கிறோம். 'உணர்தல்' நமக்கு நேரடியாக உணர்ந்தறியும் திறனையும், உள்ளுணர்வையும், உணர்ச்சிகளைக் கையாளும் திறனையும் அதிக அளவில் வழங்குகிறது. இதன் மூலம் நமது வாழ்க்கை முறையை சீரமைத்துக் கொள்வதுடன், நமது வெளிப்புற நடத்தைகளை உள்முக நிலைகளுடன் நாம் ஒருங்கிணைத்துக் கொள்கிறோம்.

தியானத்தின் மூலம் நமது எண்ணங்களின் விளையாட்டை சாட்சியாக உற்று கவனிக்கும் கலையை கற்றுக்கொள்கிறோம். நமது உணர்ச்சிகளையும் எதிர்ச்செயலாற்றுதலையும் கையாள - குறிப்பாக, அகங்காரம் பிரச்சினைகளை உருவாக்கும்போது இது நமக்கு உதவுகிறது. நாம் மிக அதிக கூருணர்வுத் திறனும், எச்சரிக்கை உணர்வும் கொண்டவர்களாக ஆகிறோம்.

தியானத்தில் பெற்ற நிலையை நாள் முழுவதும் தக்கவைத்து வளர்த்துக்கொள்வது நல்ல தியானத்தின் மற்றுமொரு பயனாகும். இது மனதை சமநிலைப்படுத்தவும், அதனுள் இன்னும் ஆழ்ந்து செல்லவும் நமக்கு உதவுகிறது. உள்முக நிலையின் இந்த நிலையான விழிப்புணர்வு அல்லது நிலையான நினைவில் நாம் இருக்கும்போது நமது உணர்வுறுநிலை எனும் கேன்வாஸ் பாழாக்கப்படுவதில்லை. அது புத்துணர்ச்சியுடனும் தூய்மையாகவும் இருக்கிறது. பதிவுகளின் உருவாக்கத்தினால் மாசுபடாமல் இருக்கிறது.

சூட்சும உடல்கள், மனதின் அம்சங்களான ஆழ் உணர்வுறுநிலை, உணர்வுறுநிலை மற்றும் உயர் உணர்வுறுநிலை உள்ளிட்ட உணர்வுறுநிலையின் முழு கற்றையிலும் பரவியிருக்கின்றன. சுவாமி விவேகானந்தர், 'உணர்வுறுநிலை என்பது, ஆழ் உணர்வுறுநிலை மற்றும் உயர் உணர்வுறுநிலை எனும் இரு பெருங்கடல்களுக்கு இடையே உள்ள மெல்லிய படலமாகும்' என்று கூறியுள்ளார். நீங்கள் ஆழ் உணர்வுறுநிலையை பெருங்கடலாகவும், உணர்வுறுநிலையை நிலத்தின் மேற்பரப்பாகவும், உயர் உணர்வுறுநிலையை பிரபஞ்சத்தினூடே பரவியிருக்கும் ஆகாயத்தைப் போலவும் கற்பனை செய்துகொள்ளலாம். நாம் பரிணாம வளர்ச்சி அடையும்போது, நம் உணர்வுறுநிலையானது, ஆழ் உணர்வுறுநிலை மற்றும் உயர் உணர்வுறுநிலை ஆகிய இரு பிரதேசங்களிலும் விரிவடைந்து, மனித உள்ளாற்றல் என்னும் எல்லையற்ற பரப்பின் வழியே பயணிக்கிறது. நாம் மேல்பரப்பில், அதாவது ஆரம்பப் புள்ளியான இதயத்தில் தொடங்கி, நம்முள்ளேயே மென்மேலும் ஆழமாகச் செல்கிறோம் எனவும் கூறலாம்.

உணர்வுறுநிலையின் கற்றை

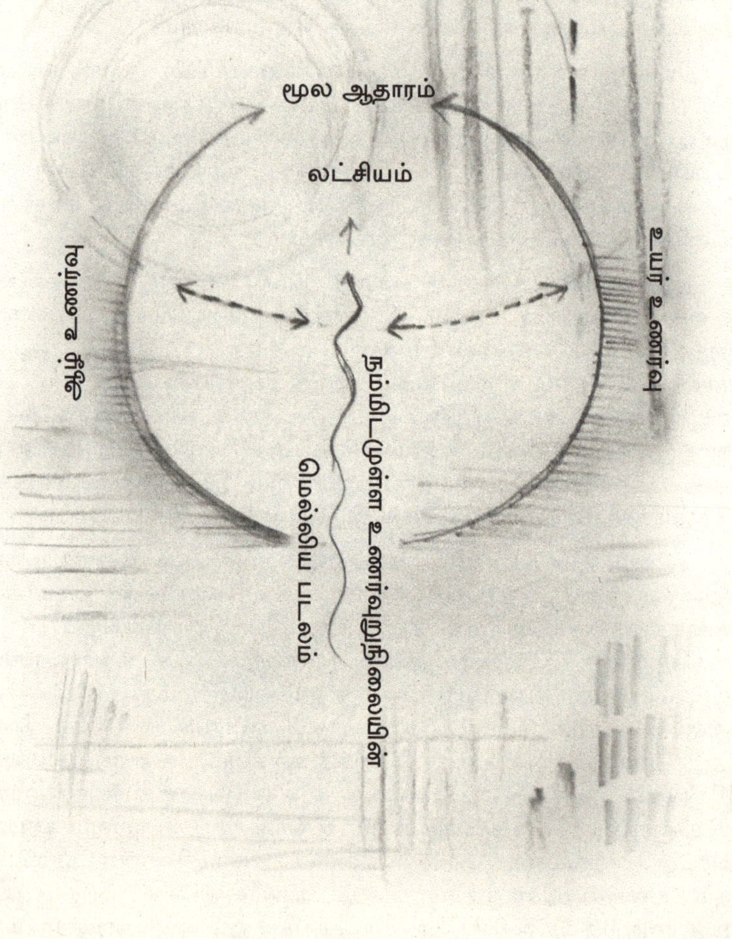

இதே விஷயத்தை அறிவியல் அறிஞர்கள் வேறு விதமாகக் கூறுகிறார்கள். உதாரணமாக, '*தி பையாலஜி ஆஃப் பிலீஃப்*' (The Biology of Belief) என்ற புத்தகத்தில் டாக்டர். புரூஸ் லிப்டன் கூறுகிறார்:

> நரம்பு மண்டலத்தின் செயலாக்கத் திறன்களைப் பொறுத்த வரை, விழிப்புணர்வு மனதைவிட, ஆழ்மனமானது ஒரு மில்லியன் மடங்குக்கும் அதிகமான சக்தி வாய்ந்தது. விழிப்புணர்வு மனதின் ஆசைகளும், ஆழ்மனதின் திட்டங்களும் முரண்படுகின்ற போது, எந்த 'மனம்' ஜெயிக்கும் என்று நினைக்கிறீர்கள்? விழிப்புணர்வு மனதினால் உருவாக்கப்பட்ட விருப்பங்கள் மற்றும் ஆர்வங்களினால்தான் வாழ்க்கையை நடத்துகிறோம் என்று நினைப்பதுதான் நாம் எதிர்கொள்ளும் மிகப் பெரிய பிரச்சினையாகும். நாம் நமது லட்சியத்தை அடையப் போராடும்போதோ அல்லது அதை அடைவதில் தோல்வி அடையும்போதோ, நமது இலக்கை அடைவதில் வெளியில் உள்ள சக்திகள்தான் தடையாக உள்ளன என்று முடிவு செய்கிறோம். ஆனால், நமது வாழ்நாளின் அதிகபட்சம் 5 சதவீத ஆட்டத்தை மட்டுமே, விழிப்புணர்வு மனம் நடத்துகிறது என்பதை நரம்பியல் சார்ந்த அறிவியல் இப்போது நிரூபித்துள்ளது. 95 சதவீதத்துக்கும் அதிகமான நமது வாழ்க்கை அனுபவங்களை ஆழ்மனதினால் பெறப்பட்ட நிகழ்வுகள்தான் உருவமைக்கின்றன. (Szegedy - Maszak 2005)[7]

டாக்டர் லிப்டன் உயர் உணர்வுறுநிலை பற்றிக் குறிப்பிடவில்லை. ஆனால், ஆர்தர் கோஸ்லெர் (Arthur Koessler) 1964ம் ஆண்டு வெளியிட்ட '*தி ஆக்ட் ஆஃப் கிரியேஷன்*' (The Act of Creation) என்ற புத்தகத்தில் மனித படைப்பாற்றலில் உயர் உணர்வுறுநிலையின் தூண்டுதல் எவ்வாறு வெளிப்படுகிறது என்பது குறித்து எழுதியுள்ளார். மாபெரும் அறிவியல் அல்லது யோகா பற்றிய கண்டுபிடிப்புகளைப் பற்றி, நாம் சிந்தித்துப் பார்த்தால், அத்தகைய கண்டுபிடிப்புகளுக்கான தூண்டுதல் உயர் உணர்வுறுநிலையில் இருந்தே ஏற்படுகிறது. அத்தகைய நிலை ஒரு மனிதன் முற்றிலுமாக ஓய்வு நிலையில் இருக்கும்போதே மலர்கிறது. மாபெரும் கண்டுபிடிப்பாகிய ஆர்க்கிமிடிஸ் தத்துவம் அல்லது புவியீர்ப்பு விசையின் அடிப்படைக் கொள்கை, அல்லது கதிரியக்கம் பற்றி மேடம் கியூரி என்ற அம்மையாரின் கண்டுபிடிப்பு, பென்சீன் மூலக்கூறின் அமைப்பு பற்றிய கண்டுபிடிப்பு அல்லது டி.என்.ஏ மூலக்கூறின் இரட்டைச் சுருள் அமைப்பு எதுவானாலும்

---

7. லிப்டன், B.H., 2008. தி பையாலஜி ஆஃப் பிலீஃப், அமெரிக்கா .

அவை பகுத்தறிவு சார்ந்த சிந்தனையின் விளைவாக அல்ல. மாறாக அவை கனவுகளின் மூலமோ அல்லது அவற்றைக் கண்டுபிடித்தவர்கள் ஒரு முழுமையான ஓய்வு நிலையில் இருந்தபோதோ தான் வெளிப்பட்டனவே தவிர அவர்கள் சிந்தித்தபோது விளைந்ததல்ல. ஆன்மீகக் கண்டுபிடிப்புகளும் அறிவியல் கண்டுபிடிப்புகளும் ஒரே மூல ஆதாரத்திலிருந்துதான் வெளிப்பட்டுள்ளன. அறிவியலும் ஆன்மீகமும் அணுகுமுறையில் ஒன்றுக்கொன்று எதிரானவை அல்ல. உயர் உணர்வுநிலை பற்றிச் சொல்லவில்லை என்றாலும் டாக்டர். லிப்டன், விழிப்புணர்வு மனதை விட ஆழ்மனதின் சக்தி எந்த அளவு பரந்து விரிந்தது என்று சுட்டிக்காட்டியுள்ளார். முன்னதாக அறியப்படாத எல்லைப்பகுதிகளான ஆழ்மன உணர்வு மற்றும் உயர்மன உணர்வு ஆகியவற்றை ஆராய்ந்தறிய *பிராணாஹுதியின்* துணையுடன் நமது உணர்வுநிலையை இரண்டு திசைகளிலும் விரிவடையச் செய்ய நம்மால் முடிகிறது.

அறிவாற்றல், பிரார்த்தனை மற்றும் சுத்திகரிப்பு

உள்ளுக்குள் ஆழ்ந்து மூழ்குகின்ற இச்செயல்முறையின் போது, அறிவாற்றல், மென்மேலும், இதயத்தைச் சார்ந்ததாகிறது. உணர்வுநிலையானது, அதன் பல்வேறு நிலைகளில் விரிவடையும் போது, உள்ளுணர்வும், அகத்தூண்டுதலும் வளர்வதோடு, புத்தி கூர்மையும் அதிகரித்து, மின் அலைக்கம்பம் (ஆன்டெனா) போன்று இதயத்தின் சமிக்ஞைகளை அது புரிந்துகொள்கிறது. இதன் பலனாக, அறிவாற்றல் மென்மேலும் விரிவடைந்து விவேகமாக வளர்ச்சியடைகிறது. பெரும்பாலும் விவேகி என்றால் விஷயங்களை புத்திசாலித்தனமாக தேர்வு செய்பவர் என கருதுகிறோம். ஆனால் இங்கே, இச்செயல்முறையின் மூலம் நாம், மேலும் முன்னேறி, முற்றிலும் மாறுபட்ட ஒரு பரிமாணத்திற்குள் செல்லுகிறோம், அங்கே இனியும் தேர்வு செய்வதற்கான தேவையிருப்பதில்லை, ஏனெனில் இதயத்தின் விவேகம் அந்த அளவிற்கு தூய்மையானதும், சரியானதுமாகும். இதன் பலனாக, உணர்வு ரீதியான, சமூக ரீதியான மற்றும் ஆன்மீக ரீதியான அறிவாற்றல்கள் அனைத்தும் இயல்பாகவே மலர்கின்றன.

அறிவாளிக்கும் விவேகிக்குமிடையே பெரிய வேறுபாடு உண்டு. இங்கு வெறும் அறிவாற்றல் என்பது விவேகமாக மாற, நமது ஆன்மீகப் பயிற்சிமுறையின் பிரார்த்தனையும் உதவுகிறது. பிரார்த்தனை நம்மை இதயத்திற்கு இட்டுச்சென்று மூலமுதலுடன் நம்மை இணைக்கிறது. அங்கே நாம் செய்திருக்கக்கூடிய தவறுகளை

எண்ணி, அவற்றை ஒதுக்கிவிட்டு, மறுபடியும் அதே தவறுகளை செய்யாமலிருக்க தீர்மானிக்க முடிகிறது. இது விவேகமில்லையா? அப்படியிருக்க, நாம் நாளுக்கு நாள், மணிக்கு மணி, முட்டாள்தனமான தவறுகளை செய்துகொண்டே இருப்போமேயானால் நமது விவேகம் அதிகரிக்கவில்லை என்றே பொருள். நாம் நமது இதயத்தின் அடிமட்டத்திலிருந்து மாற விரும்பி, அதற்காக உதவி கேட்போமேயானால், அப்போதுதான் நாம் விவேகிகளாகிறோம். நாம் இத்தகைய மனப்பான்மையுடன் ஒவ்வொரு நொடியும் வாழ்க்கையை வாழ்ந்தால், விவேகம் முதிர்ச்சி அடையும்.

நமது மனத்திறன்கள் அனைத்தையும் மிகச் சிறந்த முறையில் உபயோகப்படுத்துவதே விவேகமாகும். குறைந்தபட்ச உள்ளீட்டிலிருந்து அதிகபட்ச பலன்களைப் பெறுவதே விவேகமாகும். குறைந்தபட்ச செயல்பாட்டிலேயே நமக்கு அதிகபட்ச பலன் கிடைக்கிறது. குறைந்த முயற்சியில் அதிக பலனைப் பெறுகிறோம். நமது அன்றாட வாழ்வில் தியான நிலையிலுள்ள மனம் மற்றும் தியான நிலையுடன் செய்யப்படும் செயல்பாடுகளின் மூலமே நாம் இத்தகைய நல்ல பலன்களை எதிர்பார்க்க முடியும்.

இது நிகழ்வதற்கு, சூட்சும சரீரங்கள் தூய்மையானதாக இருக்க வேண்டும்; இல்லையெனில், அது, சேற்றில் கலங்கியிருக்கும் ஒரு ஏரியின் அடிமட்டத்தைக் காண நினைப்பதைப் போன்றதே. குழம்பியிருக்கும் மனதில் தெளிவு இருக்காது. ஆகையால் பழைய பதிவுகளை சுத்திகரிக்கும் பயிற்சியும், உணர்வுறுநிலையின் பரிணாம வளர்ச்சிக்கு அவசியமாகும்.

அகங்காரம்

சூட்சும சரீரத்தின் மூன்றாவது அம்சம் அகங்காரமாகும். உணர்வுறுநிலை விரிவடைகிறதா, இல்லையா என்பதில், அகங்காரத்திற்கு இன்றியமையாத பங்கு உண்டு. பெரும்பாலும் அகங்காரம் என்பது கெட்டதாகக் கருதப்பட்டாலும், அது நமது வாழ்க்கைக்கும், பரிணாம வளர்ச்சிக்கும் அவசியமானதாகும். அது மனதின் உயிர்ப்புள்ள செயல்பாடாகும் - செயல்படுவதற்கும், சிந்திப்பதற்கும் - நமது அன்றாட வாழ்வின் ஒவ்வொரு நிலையிலும் அது தேவைப்படுகிறது. பரிணாம வளர்ச்சிக்கான நாட்டம் கொள்வதற்கும் அது அவசியமாகிறது. அது நமக்கு ஒரு அடையாளத்தை அளிக்கிறது. அதுவே நம்மை செயல்பட வைக்கின்ற அல்லது செயல்பட தூண்டுகின்ற சக்தியாகும். விவேகத்துடன் இதனை உபயோகப்படுத்தினால், இது நமக்கு நற்சேவை செய்கிறது. ஆனால்

அகங்காரம், சுயநல நோக்கங்களுக்காக உபயோகப்படுத்தப்பட்டால், நாம் ஆணவம் மற்றும் சுய-முக்கியத்துவம் கொண்டவர்களாக ஆகிறோம். ஆனால் நாம் அகங்காரத்தை தொடர்ந்து பண்படுத்தி வந்தால், உணர்வுறுநிலை மிக வேகமாக மேம்படுத்தப்படும்.

'அகங்காரத்தைப் பண்படுத்துவது' என்றால் என்ன பொருள்? நம்மிடம் பணிவு அதிகரிக்கின்ற அளவிற்கு அகங்காரமானது, நமது பரிணாம வளர்ச்சிக்கு உதவி புரியும். சிறந்த மத, நன்னெறி மற்றும் ஆன்மீக ஆசிரியர்கள் அனைவருமே, நமது நற்பண்பை வளர்த்தல் என்ற இந்த அம்சத்திற்கு மிகுந்த முக்கியத்துவம் அளித்துள்ளனர். அவர்கள் பணிவுடைமை என்ற இப்பண்பிற்கு மிகுந்த மதிப்பளித்துள்ளனர். எனவே, எந்த நிலையிலும் பணிவை கைவிடக் கூடாது. இதிலுள்ள தத்துவம் என்னவெனில், நம்மை உயர்ந்தவராக எண்ணிக்கொள்வதில் தவறேதுமில்லை. ஆனால், எப்பொழுதும், எதிரே இருப்பவரை நம்மைவிட உயர்ந்தவராக கருத வேண்டும்.

இல்லாவிடில் அகங்காரம் ஒரு கருந்துளையைப்போல் ஆகக்கூடும். நமது உணர்வுறுநிலையின் மீது அது தன் ஈர்ப்பு சக்தியை மிக அதிகமாக செலுத்த வாய்ப்புள்ளது. அப்போது அது, உணர்வுறுநிலையை விரிவடைய அனுமதிக்காது. எவ்வாறு புவியீர்ப்பு சக்தியானது, நம்மை பூமியிலிருந்து எல்லையற்ற விண்வெளிக்குச் செல்ல அனுமதிக்காதோ, அதனைப் போலவே, நமது அகங்காரம் நமது உணர்வுறுநிலையைப் பிணைத்து, அதனை ஒரு குறுகிய புலத்திற்குள் கட்டுப்படுத்தி விடும். இது தன்னைப் பற்றிய கர்வம் மிகவும் அதிகமாக கொண்ட மனிதரிடம் அளவிற்கு அதிகமாகவே ஏற்படுகிறது. அவரது உணர்வுறுநிலையானது, முழுமையாக சுருங்கி, ஒரு கல்லைப் போல ஆகிவிடக் கூடும். ஒரு உதாரணத்திற்காக, தற்பெருமையால் பூரிப்படைந்த, ஆணவம் மிக்க ஒரு திமிர்பிடித்த மனிதரை எடுத்துக்கொள்வோம். அப்படிப்பட்டவர், எப்படி மற்றவர்களுடன் பேசுகிறார் என்று கவனித்துள்ளீர்களா? அதற்கு மாறாக, நாம் மென்மேலும் பணிவுடையவராக ஆகும்போது, உணர்வுறுநிலை எல்லையற்று விரிவடைய முடிகிறது. மேலும் பண்பட்ட உரையாடலின் மூலம் நற்குணம் வெளிப்படுத்தப்படுகின்றது.

அகங்காரம் பல வழிகளில் தன்னை வெளிப்படுத்திக்கொள்கிறது. உதாரணத்திற்கு ஒரு இசைக் கச்சேரியின் போது, ஒரு புல்லாங்குழல் கலைஞர் வாசிக்கும் இசை, கேட்போருக்கு மிகுந்த ஆனந்தத்தை ஏற்படுத்தி, அவையினர் அதை அனுபவித்து பாராட்டுகிறார்கள். ஒரு கலைஞனாகிய அவன், தன்னுடைய முந்தைய கச்சேரிகளை எல்லாம் மிஞ்சிடும் வகையில் தற்போது

சிறப்பாக வாசிக்கவில்லையெனில், மகிழ்ச்சி அடையமாட்டான். அவனது அகங்காரமே அவனை நன்றாக வாசிக்க வைக்கிறது. இவ்விதமாக அகங்காரமானது, நம்மை உலகாயதம் அல்லது ஆன்மீகம் என எத்துறையில் வேண்டுமென்றாலும், சுய மரியாதை மற்றும் பெருமை ஆகியவற்றோடு, தனிச்சிறப்பை அடைய உதவுகின்றது. நமது முந்தைய சாதனைகளை நாமே முறியடிப்பதில் அகங்காரம் சிறந்த நண்பனாக இருந்து நமக்கு உதவுகிறது. ஆனால் நம்மைவிட யாரும் நன்றாக வாசிக்க முடியாது என்று நினைப்பது அகங்காரத்தின் வரவேற்கத்தக்க வெளிப்பாடு அல்ல. அங்கு அப்பட்டமான அகங்காரம் அதன் மோசமான நிலையிலுள்ளது, அது இறுமாப்பு என்றழைக்கப்படுகின்றது.

நமது அனைத்துவித அன்றாட சூழ்நிலைகளிலும், அகங்காரம் தனது தலையைத் தூக்குவது உண்டு. உதாரணத்திற்கு, நாம் வீட்டில் நமது குழந்தைகளுடனோ அல்லது வாழ்க்கைத் துணைவருடனோ, கலந்துரையாடும்போது, சில நேரங்களில் கருத்து வேறுபாடு ஏற்படுகின்றது. சாதாரணமாக, ஒருவரால் நமது கருத்தை ஏற்றுக்கொள்ள முடியவில்லையென்றால் நாம் அவரை கர்வம் பிடித்தவர் என்று பட்டம் சூட்டுகிறோம். அதனால் நாம், ஏற்றுக்கொள்ள இயலாதிருப்பதை அகங்காரத்தோடு சம்பந்தப்படுத்துகிறோம்: அகங்காரத்தின் காரணமாக அவரால் ஏற்றுக்கொள்ள முடியவில்லை என்று எண்ணுகிறோம். மேலும், இன்றைய உலகில், ஒற்றுமையாக வாழ சாத்தியமே இல்லை என்ற வகையில் தனிநபர் சுதந்திரத்திற்கு முக்கியத்துவம் கொடுக்கப்படுகிறது. மற்றவர்களுக்கு இன்னல் விளைவிக்கும் வகையில் தனிநபர் சுதந்திரம் இருப்பின், அப்போது அது, மோதலுக்கும், பிரிவினைக்கும் காரணமாகி விடும். பரிபூரணமான ஒற்றுமைநிலையில், அகங்காரத்தால் தீங்கு ஏற்படுவதில்லை - மற்றும் தன்னலம் மறைந்து போகின்றது.

இரண்டு அல்லது மூன்று நபர்கள் தங்களது கருத்துகளையே வலியுறுத்திக் கொண்டு கலந்துரையாடுவதை கற்பனை செய்து பாருங்கள். அவர்கள் அனைவரும் அறிவாளிகளாக இருந்தாலும், அவர்களது நம்பிக்கைகளும், கருத்துகளும், அவர்களை ஒன்றுசேர விடாமல் தடுத்து, அவர்களைப் பிரித்துவிடும். ஆனால் நாம் மற்றவர்களின் எண்ணங்கள் மற்றும் அபிப்பிராயங்களுக்கு, மதிப்பளித்து மரியாதை தந்தால், அப்போதே நம்மிடையே உள்ள பல்வேறு வேறுபாடுகளையும் ஒருங்கிணைக்க முடிகிறது. அதன் மூலம் நமது எண்ணங்கள் வளம் பெறுகின்றன, நமது கண்ணோட்டம் விரிவடைகின்றது. அகங்காரம் அடக்கமாக

இருந்தால்தான் நாம் மற்றவர்களது திறமைகள், அபிப்பிராயங்கள், கருத்துகள் ஆகியவற்றை மதிக்கவும் அதைப் பயன்படுத்தவும் முடியும். இரண்டு, மூன்று விதமான அபிப்பிராயங்கள் 'பலவாகி', பல்வேறு அகங்காரங்கள் மோதிக்கொள்ளும்போதுதான், சச்சரவு ஏற்படுகிறது. நாம் உண்மையாகவே ஒருவரையொருவர் மனப்பூர்வமாக, போற்றிப் பாராட்டும்போது, அங்கு ஒற்றுமை நிலவ வாய்ப்புள்ளது. அதனால், ஏற்புத்தன்மையே அகங்காரத்திற்கு மாற்றுமருந்து எனலாம்.

இதனைப்பற்றி சிந்தித்துப் பாருங்கள்: நாம் வேறொருவருடைய கோரிக்கையை சரி என்று ஒப்புக்கொள்ளும் போது அதில் அகங்காரம் உள்ளதா? இல்லவேயில்லை. ஆனால், அதற்கு மாறாக, நாம் அவருடன் வாதம் செய்தாலோ அல்லது 'நான் அதனை நிராகரிக்கிறேன்' என்று கூறினாலோ அப்போது அகங்காரமானது - மிகப் பெரியதாக, பலமானதாக - பிரம்மாண்டமானதாகத் தெரிகின்றது. நாம் 'சரி' என்று ஏற்றுக்கொள்ளும்போது, தானாகவே, பல சாத்தியக்கூறுகள் உருவாகின்றன. நாம் 'முடியாது' என்று கூறும்போது, அது மேலும் தொடர வழியில்லாது முற்றுப்பெற்று விடுகிறது. நாம் ஏற்றுக்கொள்ளும்போது, அகங்காரம் மறைந்து விடுகிறது - அகங்காரம் மறையும்போது அறிவெல்லையைக் கடந்த நிலையை நாம் அடைய முடிகிறது.

சிந்தித்தலும், ஆழ்ந்த சிந்தனையும்

சூட்சும சரீரத்தின் நான்காவது செயல்பாடு மனதாகும் - அதாவது சிந்திப்பதும், ஆழ்ந்த சிந்தனையுமாகும். ஹார்ட்ஃபுல்னெஸ் தியானத்தின் போது, பல்வேறு வகைப்பட்ட எண்ணங்களிலிருந்து மனதை, ஒரே ஒரு எண்ணத்திற்குக் கொண்டு வருவதுதான் முதல் படியாகும். அதாவது, நமது எண்ணம் இதயத்திலுள்ள தெய்வீக ஒளி என்ற மூல ஆதாரத்தின் மீது மட்டுமே இருக்கிறது. நாளடைவில், இயல்பாகவே ஒருமுகப்படுத்தும் திறன் அதிகரிக்கிறது. ஆனால் தியானம் முழுவதிலும் இந்த எண்ணத்தினை நிலைநிறுத்திக்கொள்ள வேண்டும் என்ற அவசியமில்லை. அவ்வெண்ணம் நம்மை விட்டு ஏதோ ஓரிடத்தில் விலக வேண்டும், அப்பொழுதுதான் அவ்வெண்ணத்திற்குரிய விஷயத்தை இதயத்தில் உணர முடியும்.

தியானத்தின்போது முழுவதுமாக சிந்தனையில் இருந்தால், நமக்குத் தலைவலி ஏற்படுவதோடு, நமது உணர்வுறுநிலையும் விரிவடையாது. இந்த முதல் எண்ணம், தியானம் செய்யப்படும் பொருள், நம்மை ஆழ்நிலைக்கு இட்டுச் செல்வதற்கான, நீரில்

குதிக்க உதவும் வெறும் பலகையைப் போன்றதாகும். அறிவியல் பரிசோதனையில் உள்ளதுபோல, அது ஒரு அனுமானம் அல்லது உத்தேசமான கருத்து போன்றதாகும். நாம் தியானிக்கும் தெய்வீக ஒளியின் இருப்பை நாம் அனுபவித்து அதில் கரையத் தொடங்கும்போது, இந்த அனுமானம் இறுதியில் சரியானது என்று நிரூபிக்கப்படுகின்றது. பின்னர் நாம் இன்னும் உள்ளே, ஆழ்ந்து செல்லும்போது - நாம் அத்தெய்வீக ஒளியின் இருப்பை உணரும்போது - மெதுவாக நாம் மறைந்துவிடுகிறோம், பிறகு அந்த உணர்தலும் மறைந்துவிடுகிறது. அகங்காரம் போய்விடுகிறது. அதை அனுபவிக்க நாமேகூட அங்கு இருப்பதில்லை.

ஆக, தியானத்தின் மூலம் மனம் பரிணாம வளர்ச்சி அடையும்போது, சிந்தனை பரந்து, விரிவடைந்து, உணர்தலாக வளர்கிறது. பின்பு உணர்தலைக் கடந்து இருப்புநிலையை அடைகிறது. அதற்குப் பிறகு, பூரணமான இருப்பு நிலையுடன் இரண்டறக் கலந்துவிடுவதற்காக அதுவும் இன்மை நிலையாக மாறுகிறது. இந்நிலைகளை, அனுபவத்தின் வாயிலாக மட்டுமே புரிந்துகொள்ள முடியும் என மீண்டும் கூறுவேன்.

உணர்வுறுநிலை

நமது ஆன்மீகப் பயிற்சியின் மூலம், புத்தி, அகங்காரம் மற்றும் சிந்தனை உயர்வடையும்போது, இந்த சூட்சும சரீரங்கள் மேலும் லகுவாகவும், தூய்மையாகவும், எளிமையாகவும், அதிகம் பண்பட்டதாகவும் ஆகின்றன. உணர்வுறுநிலையாகிய ஏரியானது, கிட்டத்தட்ட சிற்றலைகள் ஏதுமின்றி, சலனமற்றதாக ஆகிறது. அது விரிவடைந்து பரிணாம வளர்ச்சியடையவும் முடியும்.

இப்போது, இந்த விரிவடைந்த உணர்வுறுநிலையைக் கொண்டு நாம் என்ன செய்யமுடியும்? தியானத்தின்போது, அதனை வெறுமனே அனுபவித்து மகிழ்வதை விட, நம்மால் இன்னும் அதிகம் செய்யமுடியும். தியானத்திற்குப் பிறகு ஒரு குறிப்பிட்ட நிலையினை நாம் பெற்றிருப்பதாகவும், நாம் பெற்றிருக்கும் நிலை நன்றாக உள்ளதை நாம் உணர்ந்திருப்பதாகவும் வைத்துக்கொள்வோம். அதன் பின்னர் நாம் பணிக்குச் செல்கிறோம். அந்த நிலையினை நாள் முழுவதும் எவ்வாறு தக்கவைத்துக்கொள்வது என்பது பற்றி, நாம் ஏற்கனவே விவாதித்தோம். அதற்கும் மேலாக, மனதார, உணர்வுபூர்வமாக, மேலும் நாம் செல்லுமிடம் எங்கும் அது தனது நறுமணத்தைப் பரப்பும் என்ற உறுதியான நம்பிக்கையுடன், அந்த நிலையினை நாம் ஏன் பரவச் செய்யக்கூடாது?

காலையில் தியானத்திற்குப் பிறகு, 'என்னுள் இருக்கும் நிலை எனக்கு வெளியிலும் உள்ளது. என்னைச் சுற்றியுள்ள அனைத்தும், அதேபோன்றதொரு நிலையில் லயித்துள்ளன. நான் மனிதர்களைப் பார்க்கும்போதோ, அல்லது அவர்களிடம் பேசும்போதோ, அல்லது அவர்கள் சொல்வதைக் கேட்கும்போதோ, அல்லது நான் மௌனமாக இருக்கும்போதோ, அந்த நிலை எல்லா இடங்களிலும் பரவட்டும்,' என்று சிறிது நேரம் நினைத்துக்கொள்ளுங்கள். உணர்வுறு நிலையானது, தான் பரவக்கூடிய இடமெங்கும் விரிவடையட்டும்.

மிகவும் உயர்வான பரிணாம வளர்ச்சி அடைந்துள்ளவர்களின் சூட்சும சரீரங்களை நாம் ஊன்றி கவனித்தால், அவை முழுமையான சுதந்திரம் பெற்றுள்ளன. அவர்களது சூட்சும சரீரம் எங்கு வேண்டுமானாலும் பயணித்து, கொடுக்கப்பட்டுள்ள எந்த ஆன்மீகப் பணியினையும் நிகழ்த்திவிட்டு, மீண்டும் திரும்ப வரமுடியும். அதன் காரணமாகத்தான், ஆன்மீகத்தில், சரீரம் தரித்து வாழும் வழிகாட்டி, அதாவது குரு தேவை என்பதை நாம் பாரம்பரியமாகக் கொண்டிருக்கிறோம். கடந்தகால ஞானிகளும் ஆன்மீக போதகர்களும், அவர்கள் எவ்வளவு மகத்துவம் படைத்திருந்தபோதிலும், தற்போது சரீரம் தரித்து வாழும் குரு செய்ய முடிவதைப்போல, அவர்களால் நேரடியாக நமக்கு உதவ முடியாது. இது ஏன் இப்படி? ஏனெனில், ஆன்மீகப் பணிக்கு, நமது உளவியல் ரீதியிலான மனோபாவம் சரிசெய்யப்பட வேண்டியது அவசியமாய் உள்ளது. மேலும், சூட்சுமமான சங்கல்பம், சுத்திகரிப்பு, *பிராணாஹுதி* மற்றும் பிரார்த்தனை மூலமாக, ஆர்வலரது சம்ஸ்காரங்களை, அவற்றின் மூலகாரணங்களைக் கண்டுபிடித்து அடியோடு நீக்குவதற்கு, சரீரம் தரித்து வாழும் குருவானவர், தனது சூட்சும சரீரங்களைப் பயன்படுத்த முடிகிறது.

சாரிஜி அவர்கள் கடிதங்களைப் படித்துக்கொண்டிருப்பதை, அல்லது, ஏதோ ஒரு விஷயத்தை அவரிடம் வார்த்தைகளில் விளக்கிக்கூற விரும்பியவர்களை சந்திக்கும்போது நான் பலமுறை பார்த்துள்ளேன். எதுவும் கூறப்படாமலேயே, தேவை என்ன என்பதனை அவர் உணர்ந்தார். ஒரு தீர்மானத்திற்கு வரும் செயல்முறையில், அங்கு சிந்தனைக்கே அவசியம் இருந்ததில்லை. விஷயங்களைக் குறித்து சிந்திக்க வேண்டிய அவசியமே இன்றி, மக்களுக்கு உதவுவதற்கு, மிகவும் விவேகமான அறிவுரையினை அவரால் வழங்க முடிந்தது. ஏனெனில் அவரது மனம் அந்த அளவிற்குப் பரிணாம வளர்ச்சி அடைந்திருந்தது. இது தொடர்பாக, ராமகிருஷ்ண பரமஹம்சரைப் பற்றி சுவாமி விவேகானந்தர் கூறியுள்ள சுவாரசியமான தகவல்களில்

ஒன்று நினைவிற்கு வருகிறது. விவேகானந்தர் சொல்கிறார், ‘மேலைநாட்டவர்கள் உணர்வுறுநிலையைப் பற்றி இவ்வளவு அதிகம் பேசுவதைக் கேட்க என்னால் நம்பவே முடியவில்லை! உணர்வுறுநிலையா? உணர்வுறுநிலை என்பது அவ்வளவு பெரிய விஷயமா என்ன? ஏன், சொல்லப்போனால், ஆழ்மனதின் அளவிட முடியாத ஆழத்துடனும், உயர்மனதின் எட்டமுடியாத உயரங்களுடனும் ஒப்பிடும்போது, அது ஒன்றுமேயில்லை! இந்த விஷயத்தில், நான் தவறாக வழிநடத்தப்பட்டிருக்கவே முடியாது. ஏனெனில், ஒரு மனிதனின் ஆழ்மனதிலிருந்து அவனது கடந்தகாலம் முழுவதையும் பத்து நிமிடங்களில் சேகரித்து, அதிலிருந்து, அவனது எதிர்காலத்தையும், அவனது சக்திகளையும் இராமகிருஷ்ண பரமஹம்சர் தீர்மானமாக கண்டறிந்ததை நான் பார்த்ததில்லையா என்ன?’

சூட்சுமத்தன்மையின் படிநிலைகள்

ஆன்மீக வளர்ச்சியடையும்போது, நாம் மென்மேலும் லகுத்தன்மை படைத்தவர்களாகிறோம். ஆகவே நாம் செய்கின்ற அனைத்திலும், நாம் உண்ணும் உணவு போன்ற, அன்றாட விஷயங்கள் உட்பட, மிக அதிக அளவிலான சூட்சுமத்தன்மைக்கு நாம் மெதுவாக அனுசரித்துச் செல்கிறோம். ஒரு பரிணாம வளர்ச்சி அடைந்துள்ள மனிதரின் மூன்று சரீரங்களும் மிக அதிக சுதந்திரத்துடன் பிணைக்கப்பட்டிருப்பதன் காரணமாகத்தான், மிதமான சைவ உணவினை உண்பது நன்மை பயப்பதாகவும் உள்ளது. முன்னரே குறிப்பிட்டபடி, தாவரங்களின் பௌதீக மற்றும் சூட்சும சரீரங்கள், பொதுவாக விலங்குகளில் இருப்பதைவிட, அதிகமான நெருக்கத்துடன் ஒன்றாகப் பிணைக்கப்பட்டுள்ளன. மேலும், விலங்கு அதிகம் பரிணாம வளர்ச்சி அடைந்ததாக இருக்கையில், அந்த இடைவெளி இன்னும் பெரிதாக இருக்கக்கூடும். பௌதீக சரீரத்துடன் சூட்சும சரீரங்களின் இணைப்பு எந்த அளவுக்கு இறுக்கம் குறைவானதாக உள்ளதோ, அந்த அளவுக்கு, மரணத்தில் வேதனையின் சாத்தியக்கூறு அதிகம் உள்ளது.

பெருமகான் ஒருவர் உங்கள் முன் இருப்பதாக கற்பனை செய்யுங்கள். அவரை உண்பது என்பது நினைத்துப்பார்க்க இயலாத விஷயமாகும். ஏனெனில், அவரது சூட்சும சரீரங்கள் எங்கும் நிறைந்துள்ளன. அவர் அல்லது அவள், பிரபஞ்சத்தில் உள்ள மிகவும் உயர்ந்த பரிணாம வளர்ச்சி அடைந்துள்ளவர்களில் ஒருவர். நீங்கள் அவர்களைக் கொல்லவேண்டி இருப்பின், உயரிய பரிணாம வளர்ச்சி அடைந்துள்ள அவர்களது உணர்வுறுநிலையின் காரணமாக, அதனுடன் தொடர்புடைய வேதனையானது அளவுக்கு அதிகமாகவே

இருக்கும். ஜீவன் அதிகம் சூட்சுமமானதாக இருக்கையில், சூட்சும சரீரம் அதிகம் வளர்ச்சி அடைந்ததாக உள்ளது. ஆகவே, அங்கு வேதனை அதிகம் இருக்கிறது. அதனை உண்ணும் எவருள்ளும் அல்லது எதனுள்ளும், அந்த வேதனை உட்செலுத்தப்படுகிறது. நாம் உண்ணும் உணவின் அதிர்வு மட்டம், நம்முடைய ஒரு அங்கமாகவே ஆகிறது.

சூட்சுமத்தன்மையின் அதிகரித்துவரும் படிநிலைகளுக்கு ஏற்றவாறு எவ்வாறு அனுசரித்துச் செல்வது? உங்களது தியானத்தை நீங்கள் முடித்தவுடன், உங்களைச் சுற்றிலுமுள்ள முரண்பாடான விஷயங்கள் அனைத்துடனும் நீங்கள் போராடவேண்டி இருப்பினும்கூட, அந்த தியான நிலையினைத் தக்கவைத்துக்கொள்ள முயற்சி செய்யுங்கள். அது ஒரு சவாலாகும். அங்குதான் நமது பயிற்சியானது தொடங்குகிறது. சூட்சும சரீரமானது - உணர்வுறுநிலை, சிந்தனை, புத்தி மற்றும் அகங்காரம் ஆகிய அனைத்தும் - சுற்றிச் சூழ்ந்துள்ளவற்றுடன் அனுசரித்துச் செல்லவேண்டியதாய் உள்ளது. அதன் காரணமாகத்தான், ஆரம்பத்தில், தியானத்தின்போது அல்லது நாம் தியானத்தை முடித்த பின்னர், ஏதோவொன்று நமது அமைதியைத் தொந்தரவு செய்தால், நாம் மிகவும் கோபப்படுகிறோம். சிறிது காலத்திற்குப் பிறகு, இந்தத் தொந்தரவுகளுக்கு நாம் பழக்கப்பட்டுவிடுகிறோம். மேலும், நம்மைச் சுற்றிலும் என்ன நிகழ்ந்துகொண்டிருப்பினும், அந்த தியான நிலையினை தக்கவைத்துக்கொள்ளும் கலையில் நாம் நிபுணத்துவம் அடைகிறோம்.

உணர்வுறுநிலை எந்த அளவு வரையில் வளர்ச்சி அடைய முடியும்? உணர்வுறுநிலை, மனம், புத்தி மற்றும் அகங்காரம் ஆகியவை, அவற்றின் உச்சபட்ச உள்ளாற்றலை அடையும்போது, உணர்வுறுநிலையானது தெய்வீக உணர்வுறுநிலையின் மட்டத்திற்கு வளர்ச்சி அடைய முடிகிறது. பரிணாம வளர்ச்சியின் சிகரத்தில், மனமானது பயமேதுமின்றி, முழுமையாகத் திறந்துகொள்கிறது. அத்தகைய மிக உயரிய விதத்தில் பரிணாம வளர்ச்சி அடைந்துள்ள ஆன்மாக்கள் முழுமையான சுதந்திரத்துடன், முழுமையான திறந்த மனதுடன் உள்ளன.

ஆக, இந்த பயிற்சி முழுவதும், நமது உணர்வுறுநிலையின் உச்சக்கட்ட உள்ளாற்றலினை அடைவதற்கான பரிணாம வளர்ச்சி செயல்முறையைப் பற்றியதாகும். நமது ஆரம்பகட்ட உணர்வுறுநிலைக்கு, நமது ஆதிநிலைக்கு நாம் திரும்பச் செல்கிறோம் என்று கூறுவது, இந்தப் பயணத்தை விவரிக்கும் மற்றொரு விதமாகும். அந்த ஆதிநிலையில் நம்மிடம் *சம்ஸ்காரங்கள்* எதுவும் இருந்ததில்லை.

நாம் முற்றிலும் தூய்மையாகவும், லகுவாகவும் இருந்தோம். ஆக, நாம் முதலில் படைக்கப்பட்டபோது, உருவான முதல் *சம்ஸ்காரம்* எது? அது பயம் என்பதாகும், நமது மூல ஆதாரத்திடமிருந்து பிரிக்கப்படும் பயமாகும். பயம் என்னும் அந்த முதல் *சம்ஸ்காரம்* நீக்கப்படும் போது, நாம் திறந்த மனதுடன் மாற்றத்தை ஏற்றால், எஞ்சிய *சம்ஸ்காரங்கள்* தாமாகவே விலகிச் செல்ல முடிகின்றது. ஹார்ட்ஃபுல்னெஸில், *சம்ஸ்கார* மாளிகையின் அடித்தளமாகிய, மூலமுதலான பயமானது, முதல் சில அறிமுக தியான அமர்வுகளிலேயே நீக்கப்படுகிறது.

அறிமுக ஹார்ட்ஃபுல்னெஸ் தியான அமர்வுகளின்போது, மூன்று பரிசுகள் வழங்கப்படுகின்றன:

1. உங்களது தினசரி சுத்திகரிப்பை திறம்பட பயிற்சி செய்வதற்கான ஆற்றல் வழங்கப்படுகிறது.
2. உங்கள் இதயத்தில் ஏற்கனவே இருக்கும் தெய்வீக ஒளி தூண்டப்படுகிறது.
3. உங்கள் இதயத்திற்கும், உங்கள் வழிகாட்டியின் இதயத்திற்கும் இடையிலான இணைப்பு நிலைநிறுத்தப்படுகிறது.

வாழும் கலை என்பது, பரம்பொருளிடம் நன்றியுணர்வு படைத்தவர்களாக, எதையும் எதிர்பார்க்காது வாழ்வதாகும். இதுவே பரிணாம வளர்ச்சிப் பாதையில் எடுத்துவைக்கப்படும் ஒரு மிகப் பெரிய அடியாகும். நாம் என்னவாக இருக்கிறோம், மற்றவர்கள் என்னவாக இருக்கிறார்கள் என்பதை ஏற்றுக்கொண்டு தொடர்ந்து செல்வதாகும் அது. நம்மையே மாற்றிக்கொள்வதில் நமக்கு போதுமான கஷ்டங்கள் இருக்கும்போது, உலகை மாற்ற நாம் ஏன் முயற்சிசெய்ய வேண்டும்? கடவுளே கூட, அவரது படைப்பான இந்த உலகை மாற்ற முடியாது. ஆக, நமது வாழ்க்கைத்துணையை, நமது குழந்தைகளை, நமது மேலதிகாரியை மாற்றுவதற்கு முயற்சி செய்வதில், நாம் ஏன் தலையைப் பிய்த்துக்கொள்ள வேண்டும்? மகிழ்ச்சியுடன் ஏற்றுக்கொள்வதே, ஒரு மகத்தான முன்னேற்றம் ஆகும்.

சூட்சும சரீரத்தின் நான்கு அடிப்படை மூலக்கூறுகளாகிய உணர்வுறுநிலை, மனம், புத்தி மற்றும் அகங்காரம் ஆகியவை ஆற்றல்மிக்க கோட்பாடுகளாகும். நமது அன்றாட நடத்தையிலும், பரஸ்பர தொடர்புகளிலும், அவை தம்மை வெளிப்படுத்துகின்றன. நாம் நடந்துகொள்ளும் விதம், உண்மையில், நமது சூட்சும சரீரத்தின் தூய்மைநிலையின் ஒரு பிரதிபிம்பமேயாகும். இது நமது வாழ்க்கைப்பாணி மற்றும் உறவுமுறைகளின் எளிமை மற்றும் தூய்மையின் மூலம் வெளிப்படுத்தப்படுகிறது.

ஹார்ட்ஃபுல்னெஸ் சுத்திகரிப்பு பயிற்சியில், நாம் மேற்கொள்ளும் சங்கல்பம் என்ன? அனைத்து சிக்கல்களும் மாசுகளும் முதுகுப்புறமாக வெளியேறுகின்றன என்பதே. அது எவ்வளவு சுலபமாக இருக்கிறது, பார்த்தீர்களா? சிக்கல்கள் மறைந்துபோகும்போது, நாம் எளிமையானவர்களாக ஆகிறோம். மாசுகள் மறைந்துபோகும்போது, நாம் தூய்மையானவர்களாக ஆகிறோம். இது ஒவ்வொரு மாலையிலும், அனைத்து சிக்கல்களும் மாசுகளும் வெளியேறுகின்றன என்ற சங்கல்பத்துடனான ஒரு அழகான, குறைபாடற்ற வழிமுறையாகும். சிக்கல்களையும் மாசுகளையும் நீக்குவது என்னும் அந்த அடிப்படையான விஷயம் ஒரு சக்திவாய்ந்த செயல்முறையாகும்.

15. விதி மற்றும் அதிர்வுகள்

அதிர்வுகளின் இணக்கத்தன்மை

இணக்கத்தன்மை என்பது ஒரு அதிநுட்பமான கருத்தாகும். இணக்கம் இல்லையெனில், இசைவு மற்றும் ஒற்றுமைக்கு இடமேது? விஷயங்கள் ஒன்றுக்கொன்று ஒத்துப்போகாது. உதாரணத்திற்கு, தகவல் தொழில்நுட்பத்துறையில் பணிபுரியும் ஏழ்மையான பின்னணியைக் கொண்ட ஒரு இந்தியர், வேலை நிமித்தமாக ஐரோப்பிய நாட்டின் ஒரு பெரிய நிறுவனத்திற்குச் செல்கிறார் என்று வைத்துக்கொள்வோம், சில நேரங்களில் அவர் ஒரு ஐந்து நட்சத்திர ஓட்டலில் தங்கவைக்கப்படலாம். அவருக்கோ கத்தியையும், முள் கரண்டியையும் எப்படி உபயோகிப்பது, அல்லது குளியல் தொட்டியை எப்படி உபயோகிப்பது என்பதெல்லாம் தெரியாது. அவர், தனது வாழ்க்கைமுறையை அதைப்போன்ற சூழ்நிலைகளுக்கு ஒத்துப்போகும் விதத்தில் பழக்கப்படுத்திக் கொள்ளும் வரை, அவரால் அந்த சூழ்நிலையுடன் இசைந்து இருக்கமுடியாது. அவர் இன்னும் அந்த சூழ்நிலையுடன் இணைக்கமாகவில்லை. மற்றொரு உதாரணத்தையும் எடுத்துக் கொள்ளலாம்: நீங்கள் ஒரு மருந்தை எடுத்துக் கொள்ளும்போது, தவறுதலாக அந்த மருந்துடன் ஒத்துபோகாத வேறொன்றையும் உட்கொள்ள நேரிடுகிறது என்று வைத்துக்கொள்வோம். அப்போது உங்களுக்குள் ஒரு யுத்தமே நிகழும். மேலும், அதன் பலனாக நீங்கள் துன்புற வேண்டியதாகவும் இருக்கும்.

மனித உறவுமுறைகளிலும் இணக்கத்தன்மை என்பது ஒரு முக்கிய விஷயமாகும். 'நான் அனைவருடனும் எவ்வாறு இணக்கத்தை

ஏற்படுத்திக்கொள்ள முடியும்?' என்பது நம் அனைவருக்குமே ஒரு கேள்வியாக உள்ளது. முப்பது ஆண்டுகள் இணைந்திருந்து வாழ்ந்தபின் நம் வாழ்க்கைத் துணையுடன் ஒத்திசைவை ஏற்படுத்திக் கொள்ள முடிகிறது. குழந்தைகள் வளரவளர அவர்களது சம்ஸ்காரங்களும் வெளிப்படுகின்றன, அதற்கேற்ப ஒருவருக்கொருவர் ஒத்துப்போக நம்மை பழக்கப்படுத்திக் கொள்கிறோம். ஆனால் தொழில் கூட்டாளியுடன் பணிபுரியும் இடத்திலோ அல்லது பள்ளி அல்லது கல்லூரியிலோ, வெவ்வேறு அதிர்வு மட்டங்களின் ஒரு முழு தொகுப்பே இருக்கிறது. அவர்கள் அனைவருடனும் நாம் உடனடியாக ஒத்திசைந்திருக்க முடியுமா? மற்றவர்களது கருத்து நமக்கு ஏற்புடையதாக இல்லாவிடினும், நாம் அவர்களுடன் ஒத்ததிரும் விதத்தில் அவர்களின் உணர்வுகளைப் புரிந்துகொண்டு, ஏற்றுக்கொள்ளும் மனப்பான்மையையும் வளர்த்துக்கொண்டால் மட்டுமே இது சாத்தியமாகும். இந்த திறன்கள் உணர்வுசார்ந்த நுண்ணறிவு **(EQ)** மற்றும் சமுதாய நுண்ணறிவு **(SQ)** எனப்படுகிறது. ஆன்மீகப் பயிற்சியினால் உணர்வுறுநிலை விரிவடைவதன் மூலம், இவை இயல்பாகவே வளர்கின்றன.

இரண்டு நபர்கள் எதிரெதிர் பக்கத்தில் மலையேறிக் கொண்டிருக்கிறார்கள் என்று வைத்துக் கொள்வோம். மேற்குப் பக்கமாக ஏறுபவர், அந்தப் பகுதியில் உள்ளதை மட்டுமே காணமுடியும். அவர் புரிந்துகொள்வதும் அதைச் சார்ந்தே இருக்கும். அதற்குமாறாக, கிழக்குப் பக்கமாக ஏறுபவருக்கு, அப்பகுதியில் உள்ள காட்சிகளையே காண முடியும். அவரது நோக்கும் அதைச் சார்ந்திருக்கிறது. இருபக்கங்கள் என்பது எவ்விதமான இருமை நிலையையும் குறிக்கக்கூடியது, அதாவது: விஞ்ஞானமும் மாறாக மதமும், தொழிலில் லாபமும் மாறாக சூழ்நிலையைக் காத்து பராமரித்தலும், பொறுப்பும் மாறாக ஏற்றுக்கொள்ளுதலும் போன்ற உதாரணங்களைக் கூறலாம். நாம் மலை உச்சியை அடையும் போதுதான் நம்மால் இரு பக்கங்களையும் காணமுடியும். அந்த இருவேறு காட்சிகளையும் 360டிகிரி கோணத்தின் முழுமையான காட்சியினுள் ஒன்றிணைத்து எல்லா பக்கங்களையும் காணமுடியும். நம் உணர்வுறுநிலை விரிவடையும்போதே இது சாத்தியமாகிறது. அதன்மூலம் நமது அதிர்வுமட்டங்கள் உண்மையில் பிரபஞ்சத்திலுள்ள அனைவருடனும், அனைத்துடனும் ஒத்திசைகின்றன.

மரணத்தருவாயில் அதிர்வுநிலை

நம் விதி இந்த பௌதீக பரிமாணத்துடன் மட்டுமே சம்பந்தப்பட்டதல்ல, மற்ற பரிமாணங்களுடனும் தொடர்புடையது என்று இந்த புத்தகத்தின்

ஆரம்பத்திலேயே நான் குறிப்பிட்டுள்ளேன். ஆகவே மரணத் தருவாயில் என்ன நடக்கிறது? நம் ஸ்தூல உடல் எனும் வாகனம், பருப்பொருட்களால் ஆன அணுக்களின் தொகுதிக்கு, அதாவது, பஞ்ச பூதங்கள் எனப்படும் ஐந்து மூலப்பொருட்களின் தொகுதிக்கு திரும்பிச் செல்கிறது. இப்போது, மற்ற இரு சரீரங்களான சூட்சும உடல் மற்றும் ஆன்மாவிற்கு என்ன ஆகிறது? ஒவ்வொரு பிறவியிலும் நாம் அதிர்வுகளால் ஆன ஒரு செயல்திட்டத்தை உருவாக்குகிறோம், அதுவே நாம் அடுத்து அடையக்கூடிய இலக்கை தீர்மானிக்கிறது. மரணத் தருவாயில் நம் சூட்சும உடல்களும், ஆன்மாவும் அந்த செயல்திட்டத்தை ஒத்திருக்கும் பரிமாணத்திற்குச் செல்கின்றன. அவை ஒன்றுக்கொன்று பொருந்தியிருக்க வேண்டும். நமது ஆன்மாவைச் சூழ்ந்துள்ள சூட்சும உடல்களில் நாம் ஏற்படுத்திக் கொண்டிருக்கும் தூய்மையின் அளவைப் பொறுத்தும், ஆன்மாவின் திறனைப்பொறுத்தும் ஆன்மாவானது, தனது நிலையையும், பரிமாணத்தையும் கண்டுகொள்கிறது. நாம் இப்புவியில் எவ்வாறு வாழ்ந்திருக்கிறோம் என்பதைப் பொறுத்தே நாம் அடையக்கூடிய இலக்கை தீர்மானிக்கிறோம். இந்த பௌதீக உலகைச் சேர்ந்தவர்களிடமும், பொருட்களிலும் நாம் பற்று வைத்துள்ள காரணத்தினால் நம்மில் சிலர் இந்த பௌதீக வாழ்க்கைக்கே மீண்டும் வருகிறோம். இதுவே நமது சம்ஸ்காரங்களின் விளையாட்டு. நம்மில் மேலும் சிலர், ஸ்தூல உடலுக்கு அவசியம் இல்லாத வேறு சூட்சும பரிமாணங்களை நோக்கி ஈர்த்துச் செல்லப்படுகிறோம். இவை அனைத்துமே, நாம் வாழ்ந்திருக்கும் வாழ்க்கையில் நாம் உருவாக்கிக்கொண்டுள்ள அதிர்வுகளின் ஆற்றலைப் பொறுத்த விஷயமாகும். இப்படி பலவிதமான சாத்தியங்கள் உள்ளன. ஆனால், அவற்றையெல்லாம் விவரிப்பது இப்புத்தகத்தின் நோக்கமல்ல.

'மரணம் ஏற்படும் நேரத்தில் நான் என்னை தூய்மைப்படுத்திக் கொண்டால் என் அதிர்வுநிலை, மிக நுண்ணிய பரிமாணத்திற்கு இசைவுடையதாக இருக்குமா?' என்று சிலர் கேட்கலாம். ஆனால் அது சாத்தியமாகாது, ஏனெனில், கடைசிநேரத்தில் ஏதோ ஒன்றை சாதிக்க முடியாது. பரிட்சைக்கு ஒருநாள் முன்பு படித்தால், நாம் அதில் தேறிவிடலாம், ஆனால் முதல் நாளிலிருந்தே மெல்ல மெல்ல நாம் அதற்கு தயார் செய்யும்போது, அதன் பலன் வேறுவிதமாக இருக்கும். பரிட்சை எந்த நாளிலும் வரலாம். மரணமும் எந்த நாளிலும் ஏற்படலாம், இன்னும் சரியாகச் சொன்னால், எந்த தருணத்திலும் ஏற்படலாம். ஆகவே அடுத்த பரிமாணத்திற்கு நம்மை தயார்படுத்திக் கொள்வதற்காக மிகத் தூய்மையாக, ஒரு நுட்பமான அதிர்வு நிலையில் இருப்பது நல்லது. அன்பின்

அதிர்வே அத்தகைய நிலையாகும். அந்த இறுதித் தருணத்திற்காக எப்போதுமே தயாராக இருக்கும் விதத்திலான வாழ்க்கைமுறையை நாம் ஏற்படுத்திக் கொள்வதற்கு அது நமக்கு உதவுகிறது. உண்மையில் இது, வெற்றியோ அல்லது தோல்வியோ அடையும் பரிட்சை போன்றதல்ல. சொர்க்கம் மற்றும் நரகத்திற்கு செல்வதையும் இது குறிக்கவில்லை. இது அதிர்வலைகளின் பொருத்தம் மட்டுமே. என் உள்நிலை பாரமின்றி இருந்தால், நான் சூட்சுமமான பிரதேசத்தை நோக்கி ஈர்த்துச் செல்லப்படுவேன். ஆனால் நான் *சம்ஸ்கார* மூட்டைகளை சுமந்து கொண்டிருந்தால், அந்த பாரம் என்னை பௌதீக மட்டத்திற்கு மறுபடியும் இழுத்து வந்துவிடும்.

நாம் நம்மீது செய்யும் பணியுடன் கூடவே நமது வழிகாட்டியும் நமது முன்னோக்கிய பயணத்திற்கு நம்மை தயார் செய்கிறார். இந்த பௌதீக உலகில் எப்படி நம் தாய் நம்மை பெற்றெடுக்கிறாளோ, அதேபோல் தகுதி வாய்ந்த ஒரு ஆன்மீக வழிகாட்டியாலும் நம் ஆன்மீக சத்துவத்தை **(spiritual entity)**, ஒளி உலகம் எனப்படும் உயர் பரிமாணங்களில் பிறக்க வைக்க முடியும். ஒரு ஆர்வலரின் முன்னோக்கிய விதியில் இது ஒரு முக்கியமான படியாகும். நாம் இந்த பௌதீக பரிமாணத்தில் உயிருடன் இருக்கும்போதே நம் ஆன்மீக சத்துவம் ஒளி உலகில் பிறப்பதென்பது ஒரு வசீகரமான விஷயமேயாகும். நம் ஆன்மீக சத்துவம் அனேக பரிமாணங்களில் இருக்கக்கூடிய சாத்தியமுடையது. இதை எவ்வாறு புரிந்துகொள்வதெனில், நீங்கள் ஒரு இடத்தில் இருக்கும்போதே, முற்றிலும் வேறொரு இடத்திலுள்ள மற்றொன்றை நினைத்துக் கொண்டிருப்பீர்கள். அப்போது மனமானது வேறொரு பரிமாணத்தில் இருக்கிறது, அல்லவா? அப்போதே, நீங்கள் நேசிக்கும் ஒருவரின் நினைவும் அடிமனதில் இருந்துகொண்டிருக்கிறது. ஆக, உங்கள் உணர்வு மேலும் வேறொரு இடத்திலும் இருக்கிறது. நாம் நினைப்பதைக் காட்டிலும் பல்வேறு பரிமாணங்களிலும் இருக்கும் விதத்தில் நாம் நமது திறனை உபயோகிக்கிறோம்.

ஒரு உண்மையான வழிகாட்டியின் செயல் ஒரு தாயின் செயலைப் போன்றே இருக்கிறது. ஒரு தாய், தன் கருப்பையில் ஒன்பது மாதங்கள் தன் குழந்தையைப் பேணி வளர்ப்பதைப் போலவே ஒரு வழிகாட்டியும் ஆர்வலரான ஆன்மீகக் குழந்தையை தன் மனம் எனும் கருப்பையில் சில காலங்கள் பேணி வளர்க்கிறார். அப்போது குருவின் எண்ணங்களின் ஆன்மீக அலைகளிலிருந்து ஒரு ஆர்வலர் சக்தியையும், ஊட்டத்தையும் பெறுகிறார். காலம் கனிந்தவுடன் ஆர்வலர் ஒளி உலகில் பிறக்கிறார், அவரது வாழ்க்கை மற்ற பரிமாணங்களில் தொடங்குகிறது.

நாம் அனைத்தையும் நமது வழிகாட்டியிடம் சமர்ப்பித்துவிட்டு உண்மையிலேயே அவரது மனமண்டலத்தில் தங்கியிருக்க முடிந்தால், நம்மை ஒளி உலகில் கொண்டு சேர்ப்பதற்கு அவருக்கு ஏழு மாதங்கள்தான் ஆகும். ஆனால் நாம், நமது எண்ணங்கள், உணர்வுகள் மற்றும் ஆசைகள் ஆகியவற்றிலேயே ஈடுபட்டிருப்பதனால் இது நடந்தேற பொதுவாக தாமதமாகிறது. வழிகாட்டியை நமது ஆன்மீகத் தாயாக ஏற்றுக்கொள்ள முடிந்தால், இந்த முழு செயல்முறையும் எளிமையாகவும், இயல்பாகவும் ஆகிவிடும், ஏனெனில், நாம் அவரிடம் அன்பும், மரியாதையும் செலுத்தும்போது, ஒரு குழந்தை தன் தாயிடம் இருப்பதைப்போல, நமது வழிகாட்டியிடம் இயல்பாகவே சரணடைந்துவிடுகிறோம்.

ஆனால் நமது வழிகாட்டியுடனான உறவுமுறையானது இத்தகைய உயர்ந்த விதத்திலான ஏற்றுக்கொள்ளுதலுடனும், சரணாகதியுடனும் தொடங்குவதில்லை. நாம் மன அமைதி, சலனமற்றநிலை மற்றும் சந்தோஷமான வாழ்க்கையை எதிர்பார்த்தே இதைத் தொடங்குகிறோம். ஆனாலும் இறுதியில் இவை அனைத்தும் நீங்கி, எது வந்தாலும் அதை இன்முகத்துடன் ஏற்றுக்கொள்ள ஆரம்பிக்கிறோம். ஒருவகையில், நம் வாழ்க்கையில் ஏற்படக்கூடிய நிகழ்வுகளை இன்னும் சரியான புரிதலுடன் ஏற்றுக்கொள்வதற்கு உதவுவதும் நமது வழிகாட்டியின் பங்காகிறது.

பௌதீக உலகில் ஒரு தாய், தன் குழந்தையைப் பெற்றெடுக்கும்போது அதிக குதூகலம் ஏற்படுவதைப்போல, ஒரு வழிகாட்டியானவர் ஒரு ஆர்வலரின் ஆன்மீக சத்துவத்தை ஒளிஉலகில் சேர்க்கும்போது அங்கும் அதிகமான குதூகலம் ஏற்படுகிறது. இது வெற்றிகரமாக நடைந்தேறுவது ஆர்வலர்களான நமது திறமையைப் பொறுத்ததேயாகும். ஆர்வலரை தக்கவைத்துக் கொள்வதற்கு வழிகாட்டியின் திறமை மட்டும் போதாது, தீவிர அன்பு செலுத்துவதன் மூலம் அவரது மனம் எனும் கருப்பையில் தங்கியிருப்பது நமது திறமையுமாகும். அன்பிற்காகவே நாம் அன்பு செலுத்துகிறோம், மேலும், நம் இதயங்களில் நாம் உருவாக்கும் வெற்றிடமானது தெய்வீக அருளை நம்மை நோக்கி ஈர்க்கிறது.

நாம் மரணமடையும் நேரத்தில், நம் வாகனமான ஸ்தூல உடலைத் துறந்து உயிர் பிரியும்போது, நமக்கு ஒரு ஆன்மீக சத்துவம் இருக்குமேயானால், அது ஆன்மாவுடனும், சூட்சும உடல்களுடனும் ஐக்கியமாகிறது. ஆன்மாவானது ஆன்மீக சத்துவத்துடன் ஐக்கியமாவதே மகா சமாதி எனப்படுகிறது. ஆகவே, ஒரு ஆன்மீக சத்துவத்தைப் பெற்றிருப்பதே மகா சமாதிக்கான முன் தேவையாகும்.

நமது வழிகாட்டியின் மனம் எனும் கருப்பையில் குறைந்தது ஏழு மாதங்களாவது தங்கியிருக்கும் விதத்திலான உறவுமுறையை வளர்த்துக்கொள்வதுதான், அந்த ஆன்மீக சத்துவத்தைப் பெற்றிருப்பதற்கான முன் தேவையாகும்.

ஆயினும் இப்பிறவியில் நாம் உருவாக்கும் அதிர்வுகளின் செயல்திட்டத்தைப் பொறுத்து, பல்வேறு விதமான மரணங்களும் மற்றும் அதன் பிறகு அடையக்கூடிய இலக்குகளும் உள்ளன. விடுதலையடைந்த ஆன்மாக்களில்கூட சிலருக்கு மற்றொரு பரிமாணத்தில் ஆன்மீக சத்துவம் இருக்கும், சிலருக்கு இருக்காது. அதை உருவாக்கக்கூடிய ஒரு வாழும் வழிகாட்டி அவர்களுக்கு இல்லாதிருப்பதுதான் இதற்குக் காரணம். ஆகவே அவர்களது மரணங்கள் மற்றும் விதியமைப்புகள் வேறுவிதமானவை. தமது சூட்சும சரீரங்களில் சம்ஸ்காரங்களின் சுமையை இன்னும் சுமந்து கொண்டிருக்கும் ஆன்மாக்கள், அந்தப் பதிவுகளின் பாரத்தால் மீண்டும் இந்த பௌதீக பரிமாணத்திற்கு வந்துதான் ஆகவேண்டும். இது ஒரு தண்டனை அல்ல, ஆனால் நாம் பௌதீக வாழ்வு மட்டத்தில் எதன்மீதாவது பற்று வைத்திருப்போமேயானால், அந்தப்பற்று, நம்மை மரணத்திற்குப் பிறகு மீண்டும் இங்கு இழுத்து வந்துவிடும் எனும் எளிய உண்மையே இதற்கு காரணம். இந்த செயல்முறை மறுபிறவி எனப்படுகிறது. அடுத்த பிறவி நம்மை அடுத்த அதிர்வு இணக்கத்திற்கு கொண்டுவந்துவிடுகிறது.

கருத்தரிக்கும்போது அதிர்வுநிலை

பூவுலக பயணத்தின் தொடக்கத்தில், அதாவது, கருத்தரிக்கும் நேரத்தில் நாம் இவ்வுலக வாழ்க்கைக்கு இறங்கி வரும்போது என்ன நடக்கிறது? நம் தாய் தந்தையை, பிறக்கும் இடத்தை, இப்பூவுலகில் நாம் வாழப்போகும் வாழ்க்கையை எது தீர்மானிக்கிறது?

ஒருமுறை நான் சாரிஜியை சந்திக்கச் சென்றிருந்தபோது அவரிடம், ‘கருத்தரிக்கும் இடம் முக்கியமானதா? குழந்தை பிறக்கும் நேரமும், இடமும் முக்கியமானதா?’ என்று கேட்டேன்,

அவர், ‘இல்லை, இது எதுவும் இல்லை’ என்றார். ‘இதைப்பற்றி சிந்தியுங்கள்’ என்று கூறிவிட்டு பின் எங்களுக்கு ஒரு குறிப்பு கொடுப்பதற்காக மகாபாரதத்திலிருந்து ஒரு கதையையும் கூறினார். திருதிராஷ்டிரன், பாண்டு மற்றும் விதுரனின் தந்தையான ராஜா விசித்ரவீரியனுக்கு இரு மனைவியர் இருந்தனர், ஆனாலும் துரதிர்ஷ்டவசமாக அவர் ஆண்மைக் குறைவு உள்ளவர். அவர்

காலமானபின் அவரது தாய், அரசவம்சம் தழைத்தோங்க, அவருக்கான ஒரு வாரிசை உருவாக்க விரும்பினாள். ஒரு ஜோதிடர், 'இதுதான் மிகச் சரியான நல்ல நேரம். இன்னும் இரண்டு மணிநேரத்திற்குள் ராணிகளால் கருத்தரிக்க முடிந்தால், அந்த குழந்தைகள் சிறப்பு வாய்ந்தவர்களாக, மன்னரின் வாரிசாகும் தகுதி உடையவர்களாக இருப்பார்கள்' என்றார்.

ஆகவே, அவள் தன் மூத்தமகனை அங்கு வருமாறு கட்டளையிட்டாள். அவர் ஒரு ரிஷி. சடைமுடியுடன் குளிக்காமல், துர்நாற்றத்துடன் அவர் உடனடியாக அங்கு வந்துசேர்ந்தார். முதல் ராணியுடன் அவர் உறவு கொள்ளச் சென்றார். அப்போது அவரைப் பார்த்ததும் அவள் பயத்தில் திகைத்துப்போய் கண்களை மூடிக்கொண்டாள். 'கடவுளே! இவருடனா உறவுகொள்ள வேண்டும்!' என்று எண்ணினாள். வெறுப்படைந்தவளாக, 'சரி, அது அவசியம் என்றால், நடக்கட்டும்' என்றாள்.

அதுபோலவே, ரிஷி இரண்டாவது ராணியின் அறைக்குச் சென்றபோது, ரத்த ஓட்டமே நின்றுவிட்டதுபோல அவள் பயத்தில் உறைந்து போனாள். இரண்டு ராணிகளும் கருத்தரித்தனர். முதல் ராணிக்குப் பிறந்த குழந்தை கண்பார்வையற்றதாகவும், இரண்டாவது ராணிக்கு பிறந்த குழந்தை உடல் வெளுத்தும் இருந்தன. கருத்தரிக்கும் நேரத்தில் அந்த ராணிகளுக்கு இருந்த மனப்பான்மையே அவ்விரு குழந்தைகளின் நிலையையும் தீர்மானித்தன.

அவ்விரு ராணிகளும் கருத்தரிக்கத் தவறினால், அதற்கு பதிலாக கைகொடுப்பதற்கு வேறொரு திட்டத்தையும் பின்னணியில் தீட்டியிருந்தனர். தமது பணிப்பெண் ஒருத்தியையும் ரிஷியுடன் உறவுகொள்ள வேண்டியிருந்தனர். அந்தப் பணிப்பெண் தனக்கு ஒரு குழந்தையைக் கொடுக்க ஒரு ரிஷி வருவதை மிகுந்த பெருமையாகவும், கௌரவமாகவும் கருதி, இறைவன் மீது நன்றியுணர்வு கொண்டிருந்தாள். அவளது மகனே அனைவரிலும் மிகுந்த விவேகமுடையவனாக இருந்தான்.

சாரிஜியுடனான இந்த கலந்துரையாடலின்போது உதித்த அழகிய கருத்து என்னவெனில்: கருத்தரிக்கும்போது அந்த தம்பதியர் கொண்டிருக்கும் மனப்பான்மையே முக்கியமான விஷயமாகும். கருத்தரிக்கும் தருணத்தில் ஏதோ ஒரு ஆன்மா வந்திறங்குவதில்லை, ஆனால், தனது வருங்கால தாய் தந்தைக்கு பொருத்தமான அதிர்வுநிலை உடைய ஆன்மாவே அந்த குறிப்பிட்ட அதிர்வுநிலையை உடைய கருப்பையில் வந்து இறங்கும், அது அதனுடன் பொருந்திவிடும். இது காந்தத்தை நோக்கி இழுக்கப்படும்

இரும்புத் துகள்களைப் போன்றதே. ஒரு குறிப்பிட்ட ஆன்மாவின் அதிர்வுகளின் செயல்திட்டம், அதே செயல்திட்டத்தை அளிக்கும் பெற்றோரை நோக்கி ஈர்க்கப்படுவது ஒரு இயற்கையான செயல்முறையே ஆகும். பெற்றோரின் மனப்பான்மையே அதற்குரிய விளைவுக்கு காரணமாகிறது. இது ஒரு பூட்டையும் சாவியையும் போன்றது. ஆகவே நீங்கள்தான் அந்த நேரத்தில் உங்கள் குடும்ப விதியை தீர்மானிக்கிறீர்கள். அந்தத் தருணத்தில் ஒரு மிக நுண்ணிய அதிர்வுநிலையை உங்களால் ஏற்படுத்திக்கொள்ள முடியுமா? அது முடியாது. உங்கள் குடும்பத்தில் ஒரு ஏசுநாதரோ அல்லது ஒரு விவேகானந்தரோ பிறக்க வேண்டும் என்று நீங்கள் விரும்பினால், அந்நிலையை கருத்தரிக்கும் அந்த நேரத்தில் உருவாக்க முடியாது. பல வருடங்களாக அதற்கான ஆயத்தம் செய்திருக்க வேண்டும்.

ஒரு ஆன்மா கீழிறங்கி வந்த பின்பு, ஜோதிடப்படி ஒரு குறிப்பிட்ட விதியமைப்பை ஏற்படுத்துவதற்காக குழந்தை பிறக்கும் நேரத்தை அதற்கேற்ற விதத்தில் முடிவுசெய்து கொண்டு, அறுவை சிகிச்சையின் மூலம் குழந்தை பிறக்க வைப்பதில் எந்த பிரயோஜனமும் இல்லை. அந்த சிசுவிற்கு ஏற்கனவே அதனுடைய ***சம்ஸ்காரங்களின்*** மூட்டை இருக்கிறது. அந்த ***சம்ஸ்காரங்கள்*** கட்டவிழ்ந்த பிறகு, குழந்தை பிறக்கும் நேரத்திற்கு என்ன முக்கியத்துவம் இருக்க முடியும்? ஆகவே எந்த நேரம் குழந்தை பிறக்கிறது என்பது முக்கியமல்ல, ஏனெனில், சம்ஸ்காரங்களின் மூட்டை ஏற்கனவே அங்கு இருக்கிறது. உருவெடுத்து பிறக்கப்போகும் ஆன்மாவும் ஏற்கனவே அங்கு இருக்கிறது.

அதிர்வுநிலையும், தியானமும்

எவ்வாறு நம் பெற்றோரின் அதிர்வுநிலைக்கு ஏற்றவாறு நாம் பிறக்கிறோமோ, அதுபோல, நாம் தியானம் செய்ய அமரும்போது, ஒரு ஆன்மீக உள்நிலையை பெறுவதற்கு ஏற்ற அதிர்வுகளம் எனும் கேன்வாஸை நமக்குள் நாம் ஆயத்தம் செய்கிறோம். உங்கள் உணர்வுநிலை எவ்வாறு இருக்கிறது என்பதை அறிந்துகொள்ள காலையில் தியானம் செய்யும்போது நீங்கள் உங்களுக்குள் உருவாக்கும் கேன்வாஸைப் பற்றி ஒரு நிமிடம் எண்ணிப்பாருங்கள். அப்போது உங்களது மனப்பான்மை என்ன? அதையும் எண்ணிப்பாருங்கள். 'என் தாய் நான் கண்களை மூடிக் கொண்டிருக்கிறேனா என்று பார்க்கிறாளா?' என்று எண்ணிக் கொண்டிருக்கிறீர்களா? கல்லூரிக்கோ, வேலைக்கோ போக வேண்டும் என்பதற்காக சீக்கிரமாக தியானத்தை முடித்துக்கொள்ள வேண்டும் என்ற அவசரத்தின்போது என்ன ஆகிறது? ஒருவேளை

நீங்கள் முழு இதயத்துடன் தியானம் செய்ய விரும்பலாம், ஆனாலும் நேரமின்மையால் அவசரத்திற்கு உள்ளாகிறீர்கள். அவ்வாறிருக்கும்போது, ஆக்கபூர்வமான உள்நிலை எவ்வாறு வாய்க்கும்?

மகாபாரதக் கதையில் அந்த இரு ராணிகளால் ஒரு பார்வையற்ற குழந்தையையும், ஒரு பலவீனமான குழந்தையையுமாவது உருவாக்க முடிந்தது. உங்களால் எந்த உள்நிலையையாவது உருவாக்க முடியுமா? நீங்கள் அரைமனதாக தியானம் செய்தாலோ அல்லது அவசரப்பட்டாலோ அது முடியாது. சில நேரங்களில் ஒரு அற்புதமான உள்நிலை வாய்த்திருக்கலாம், ஆனால் கர்ப்ப கால ஆரம்பநிலையில் சில நேரங்களில் நேர்ந்துவிடுவதுபோல, அது கலைந்துவிடுகிறது. உங்கள் அலட்சியமான வாழ்க்கை முறையாலேயே இது ஏற்படுகிறது. நீங்கள் நன்றாக தியானம் செய்துவிட்டு அந்த உள்நிலையை கிரகித்துக்கொள்ளாமல் எழுந்து நேரடியாக உங்கள் உலக வாழ்க்கையின் கடமைகளுக்கு விரையும்போது அந்த உள்நிலையை தவறவிட்டு விடுகிறீர்கள்.

இந்த நிலைமையை மாற்றிப்பாருங்கள், அதாவது, பிரார்த்திக்கும் மனநிலையுடன் படுக்கைக்கு சென்று, காலையில் சீக்கிரமாகவே எழுந்து உங்கள் அன்பிற்குரியவரை சந்திக்கவேண்டும் என்ற ஏக்கத்துடனும், இதயத்தில் அதிகமான அன்புடனும் உறங்கச் செல்லுங்கள். காலையில் புத்துணர்வுடனும், இதயம் முழுவதும் அன்புடனும், தீவிர ஆவலுடனும் சீக்கிரமாகவே எழுந்துவிடுவீர்கள். அப்போது உங்கள் உணர்வுறுநிலை எவ்வாறு இருக்கும்? ஒரு ஆன்மீக உள்நிலையைப் பெறுவதற்கு எத்தகைய திரைச்சீலையை நீங்கள் உங்களுக்குள் உருவாக்கி இருப்பீர்கள் என்று எண்ணிப்பாருங்கள். அதன்பிறகு நீங்கள் தியானம் செய்யுங்கள், ஒரு உள்நிலையை அடைந்து, சிறிது நேரம் செலவழித்து அந்த உள்நிலையை புதுப்பித்துக் கொள்ளுங்கள், அதை கிரகித்துக் கொண்டு அதனுடன் ஒன்றுபடுங்கள், அதில் ஐக்கியமாகிவிடுங்கள்.

ஆர்வம்கொள்ளுங்கள்

நாம் நம் வாழ்க்கையை எவ்வாறு நடத்துகிறோம் என்பதில் மிக கவனமாக இருக்கவேண்டும், ஏனெனில் அதுதான் நமது விதியை தீர்மானிக்கின்றது. *கலீல் ஜிப்ரான், தி ப்ரோஃபெட்* (தீர்க்கதரிசி) என்ற தனது நூலில், 'வேலை என்பது பார்வைக்குப் புலப்படுமாறு வெளிப்படுத்தப்பட்ட அன்பே ஆகும்.' மேலும் உங்களால் அன்புடன் வேலை செய்ய இயலாது, விருப்பமின்மையுடன்தான் வேலை செய்ய

முடியுமெனில், அந்த வேலையை விட்டுவிட்டு, கோயில்வாசலில் அமர்ந்து, மகிழ்ச்சியாக வேலை செய்வோரிடமிருந்து நீங்கள் பிச்சை எடுப்பதே சிறந்தது' என்று எழுதியுள்ளார். தியானமும் அதைப் போன்றதே. தியானத்தை அன்புடன் செய்யுங்கள், ஆர்வத்துடன் செய்யுங்கள். நிதானம், கவனம் மற்றும் உற்சாகம் ஆகியவை, நமது விதியை வடிவமைப்பதற்குகந்த அதிர்வலை நிலையை உருவாக்குவதில் பெரிதும் உதவுகின்றன. மேலும் நமது வாழ்வின் போக்கை மாற்றுவதற்கு பெரிதாக எதுவும் தேவைப்படாது. அது உண்மையில், நம் பார்வையை ஒரு பக்கத்திலிருந்து இன்னொரு பக்கம் திருப்புவதைப்போல் எளிதானதே.

நாம் உண்மையில் எதை விரும்புகிறோம் என்பதைத்தான், அது பெரிதும் சார்ந்துள்ளது. நமக்கு ஆர்வமுள்ள காரியங்களைச் செய்வதற்கு நாம் எவ்வாறாவது நேரத்தை ஒதுக்கிவிடுவோம். ஆனால் நமக்கு ஆர்வமில்லாதவற்றை, நேரம் இருந்தாலும் நாம் செய்யவிரும்புவதில்லை. எனவே நேரம் கிடைப்பது என்பது ஒரு விஷயமே அல்ல. நமக்கு ஆர்வம் இருக்கிறதா? ஆர்வம் இருந்தால் நேரமும் கிடைக்கும். கல்வி, தொழில் மற்றும் இதர துறைகளில் வெற்றிபெற என்ன தேவையோ, அதைப்போலவே நாம் ஆன்மீகத்திலும் வெற்றிபெற மூன்று கோட்பாடுகள் தேவையாக உள்ளன. அவை,

உண்மையிலேயே நாம் அதைப் பெற விரும்புகிறோமா? அதற்கான ஆர்வம் நம்மிடம் உள்ளதா?

அதற்கான உறுதிப்பாடு நம்மிடம் உள்ளதா?

அதற்கென நாம் செய்யப்போவது என்ன?

மேற்கண்ட இம்மூன்று கோட்பாடுகளின் ஆளுகைக்கு உட்பட்டு நாம் நமது வாழ்க்கையை நடத்திவந்தால், உயர்ந்தபட்ச இலக்குகளான முழுமையான சமநிலை மற்றும் ஞானத்தை, இங்கேயே இப்போதே நம்மால் அடையமுடியும்.

அதேநேரம், பரிணாம வளர்ச்சியடையும் நம் உணர்வுறு நிலையானது, நமது கடமைகள் மற்றும் பணிகளை மிக நன்றாகச் செய்திட நமக்கு உதவிபுரிந்திடும். தொழில், கல்வி அல்லது குடும்ப வாழ்க்கை என, எது ஒன்றிலும் நாம் செய்யும் சின்னச் சின்ன விஷயங்கள்கூட, மக்களை வியப்பில் ஆழ்த்தும் வண்ணம் இருந்திடும். இத்தகைய பூரணத்துவம், மெதுவாக நமது உறவுமுறைகள் மற்றும் தொழிலிலும் ஊடுருவிவிடும். எனவே, நமது உணர்வுரீதியான ஆற்றல்களை நாம் தியானம் செய்வதில் ஈடுபடுத்துவது என்பது

உலகாதய நிலையிலும் ஆதாயம் அளிக்கக்கூடிய ஒன்றே, அதனால் நாம் நமது சமநிலையை இழக்கமாட்டோம்.

அத்துடன் ஆன்மீகத்தில் நாம் அத்தகைய உயர் நிலைகளை அடைந்த பிறகும், நாம் தியானம் செய்வதை தொடர்வதற்கு இன்னும் பல காரணங்கள் இருக்கின்றன. நாம் அத்தகைய ஆன்மீக இலக்குகளை நமக்காக மட்டும் அடையவில்லை, அதற்குப்பின் நாம் பிறருக்காகவும் தியானம் செய்துவரலாம். நாம் தியானம் செய்யும்போது, வேறு எவரைப் பற்றியாவது நினைத்தால், சில அதிசயத்தக்க வழியில் நம் தியானத்தின் பலன்கள் அவரையும் சென்றடைகின்றது. மேலும் நாம் தியானம் செய்கின்ற வேளையில் நம்மைப்பற்றி எண்ணிக் கொண்டிருப்பவர்களிடமும் நமது உணர்வுறுநிலையானது தானாகவே சென்று அவர்களது இதயங்களையும் தொட்டுவிடும். அவர்களும் அந்த லகுத்தன்மை மற்றும் அமைதியை அனுபவிப்பார்கள். ஆகவே நாம் செய்யும் தியானமானது, நம் இதயத்தில் தன்மைமாற்றத்தைக் கொண்டுவந்து, பேரமைதியையும், சாந்தத்தையும் நமக்கு வழங்குவதோடு, தினசரி, முறையாக தியானம் செய்யாதவர்களுக்கும், நம்முடன் ஏதோவொரு வழியில் தொடர்பில் இருப்பதாலேயே, அந்த நிலைகள் கிட்டிட உதவுகிறது.

ஒருநாள் நான் சில இளைஞர்களிடம், ‘ஆன்மீகப் பயணத்தின் கால அளவு என்ன?’ என்ற கேள்வியைக் கேட்டேன்.

அதில் ஒருவர் ‘அது கண் இமைக்கும் நேரமே’ என்ற மிக புத்திசாலித்தனமான ஒரு பதிலை அளித்தார்.

நொடிப்பொழுதிலேயே நம்மால் ஆன்மீகத்தின் உச்சத்தை அடைய முடியும் என்பதே அதற்குப் பொருளாகும்.

வேறொருவர் ‘அது எல்லையற்றது, அதற்கு முடிவே கிடையாது’ என்று கூறினார்.

இருவரது பதில்களும் சரியானதே. நாம் இமைப்பொழுதில் எல்லையற்ற அன்பில் விரிவதுடன், ஏதுமற்ற ஒன்றான பூஜ்ஜிய நிலையினுள் ஒடுங்கி, அதனுள் மொத்தமாக கரைந்துவிடுகிறோம். அதுவும்கூட எல்லையற்றதுதான். இந்த ஒடுங்குதல் மற்றும் விரிதல் என்ற செயல்முறை இடையறாமல் நடக்கும் ஒன்றாகும். அதில் நாம் அன்பில் விரிந்து, ஏதுமற்றதில் சுருங்கிவிடுகிறோம். அது அவ்வாறே தொடந்து நடைபெற வேண்டும்.

உண்மையில் சிறப்பு வாய்ந்த ஒன்றை அடையவே நமது ஆன்மா ஏங்குகிறது. யோகமுறையில் சமாதி நிலை என்றழைக்கப்படும் இறுதி நிலையான அந்த ஒருமை நிலைக்கு, அதாவது ‘படைப்பிற்கு முன்

நிலவியிருந்த நிலை' என்று அர்த்தமாகும். அந்த ஆதிநிலையுடன் ஒன்றிணைந்த தூய்மை மற்றும் சமநிலையின் உள்ளார்ந்த அனுபவமான சமாதி நிலையானது, யோக வழிமுறையின் இறுதி இலக்காகக் கருதப்படுகிறது. யோகப்பயிற்சியை நாம் செய்துவரும்போது சமாதி நிலையின் பல்வேறு நிலைகளையும், கணநேரக் காட்சிகளையும் எதிர்கொண்டவாறே ஆதி நிலையை நோக்கிய பயணத்தில் முன்னேறிச் செல்கிறோம். சமாதி நிலை என்பது, உயர்ந்தபட்ச ஆன்மீக ஓய்வுநிலையும், முயற்சியற்ற மனங்குவிப்பும் ஆகும். மேலும் மனித வாழ்வில் அடையக்கூடிய இறுதி இலக்காகவும் யோகமுறையில் அது கருதப்படுகிறது.

அத்தகைய முழுமையான சமநிலையை நாம் உள்முகமாக அடையாதவரை, ஆன்மாவானது வாழ்க்கையில் நாம் செய்யும் எந்தவொன்றிலும் ஏதோவொரு குறையை எப்போதும் காண்கிறது. நமது உலகாயத மற்றும் ஆன்மீக செயல்பாடுகளில் நாம் சமாதி நிலையை அடையும்போது உலகாயத நோக்கில் நம் செயல்களில் நாம் தோற்பதுபோல் தோன்றும் நேரங்களில்கூட, உண்மையான மகிழ்ச்சியானது தானாகவே நம்மை வந்தடையும். நாம் தளரா மனதுடன் இருப்போம். அத்தகைய சமாதி நிலைகளை நாளுக்கு நாள் பெறுவதற்கு முயன்று அதை நிரந்தரமாக்கிக்கொள்ள வேண்டும். அதுதான் ஹார்ட்ஃபுல்னெஸ் பாதையாகும்.

இறுதி இலக்கை நோக்கிய உங்களது இந்த மகத்தான பயணத்தில் நானும் ஒரு சகபயணியாக உங்களோடு இணைந்துகொள்ளும் எதிர்பார்ப்புடன், பரிணாம வளர்ச்சி மற்றும் விதியின் இத்தகைய மகத்தான சாகசப் பயணத்தில் நீங்கள் அனைவரும் வெற்றிபெற என் வாழ்த்துக்களை தெரிவித்துக்கொள்கிறேன்.

ஆசிரியரைப் பற்றி

தாஜி என பலராலும் அறியப்படும் கம்லேஷ் படேல் அவர்கள், பண்டைய பாரம்பரியத்தின் மெய்யான குரலாக ஒலிக்கிறார். உலகின் மாபெரும் ஆன்மீக மரபுகள் மற்றும் விஞ்ஞான முன்னேற்றங்களின் மீது அவருக்குள்ள மதிப்பையும், அவற்றை ஆழ்ந்து ஆராயும் இயல்பையும் அவரது போதனைகள் பிரதிபலிக்கும் அதே வேளையில் அவை ஹார்ட்ஃபுல்னெஸ் பாதையின் மூலமாக அவர் பெற்ற சொந்த அனுபவத்திலிருந்து தோன்றியவையாகவும் உள்ளன.

ஒரு நூற்றாண்டு கால பழமை வாய்ந்த ஆன்மீக பாரம்பரியத்தில் தோன்றிய குருநாதர்களின் பிரதிநிதியாக அறிவிக்கப்படுவதற்கு முன், அவர் 30 ஆண்டுகளாக நியூயார்க் நகரில் மருந்தாளுநராக பணியாற்றினார். நவீன கால குருவிற்கான கடமைகள் பலவற்றை நிறைவேற்றி, அனைத்து இடங்களிலும் உள்ள ஆன்மீக ஆர்வலர்களுக்கு அவர் ஆதரவு அளித்து வருகிறார்.

ஆன்மீகத்தைப் பற்றி தான் அறிந்ததை உண்மையாக வெளிப்படுத்தும் ஒரு மாணவராக திகழும் இவர், உணர்வுறுநிலை மற்றும் ஆன்மீகத் துறையில் அறிவியல் முறைப்படி ஆராய்ந்திட தனது நேரம் மற்றும் ஆற்றலின் பெரும் பகுதியை செலவிடுகிறார். நடைமுறைக்கு ஏற்ற இந்த அணுகுமுறையானது இத்துறையில் அவரது அனுபவம் மற்றும் நிபுணத்துவத்தினால் விளைந்த ஒன்றாகும்.